MẶT TRẬN Ở SÀI GÒN
Ngô Thế Vinh

MẶT TRẬN Ở SÀI GÒN
Tập Truyện Ngô Thế Vinh

Đọc bản thảo TT Nguyệt Mai
Dàn trang Lê Giang Trần
Kỹ thuật Lê Hân, Nguyễn Thành
Văn Học Press & Việt Ecology Press - 2020

ISBN # 9781989993194

Hình bìa trước: *(1) Chiến binh thuộc Đại Đội 4 Xung kích Liên Đoàn 81 Biệt Cách Dù trên đoạn đường di hành trong vùng Tha La Xóm Đạo, huyện Trảng Bàng, tỉnh Tây Ninh* [nguồn: LĐ 81 BCD]*; (2) Biểu tình hỗn loạn trên khắp đường phố Sài Gòn 1968 với cả trẻ em, gạch đá và khói lựu đạn cay.* [nguồn: Tim Page's NAM,1983]

NGÔ THẾ VINH

MẶT TRẬN Ở SÀI GÒN

tập truyện

Văn Học Press & Việt Ecology Press - 2020

Tưởng nhớ những đồng đội không bao giờ trở về
Gửi Các Chiến hữu Liên Đoàn 81 Biệt Cách Dù

An Lộc địa sử ghi chiến tích
Biệt Cách Dù vị quốc vong thân

TÁC GIẢ - TÁC PHẨM

Hành quân Liên Đoàn 81 Biệt Cách Dù tháng 5, 1971, căn cứ xuất phát từ Dakto, với nhiệm vụ thám sát theo dõi sự di chuyển của Bắc quân dọc biên giới xuống tới vùng Tam Biên Việt, Miên, Lào. Trong hình từ trái: Trung úy Nguyễn Sơn, Liên Toán Trưởng các Toán Thám Sát; Trung úy Nguyễn Ích Đoan, Đại Đội Trưởng Đại Đội 1 Xung Kích, Y sĩ Trung úy Ngô Thế Vinh; Trung úy Nguyễn Hiền, sĩ quan Ban 2.

[tư liệu: Nguyễn Hiền]

Ngô Thế Vinh, sinh năm 1941 tại Thanh Hóa, nguyên quán Hà Nội. Tốt nghiệp Đại học Y Khoa Sài Gòn 1968. Trong ban biên tập, nguyên tổng thư ký rồi chủ bút báo sinh viên Tình Thương trường Y khoa Sài Gòn từ 1963 tới 1967. Nguyên Y sĩ trưởng Liên Đoàn 81 Biệt Cách Dù. Tu nghiệp ngành Y khoa Phục hồi tại Letterman General Hospital San Francisco. Sau 1975, tù hơn ba năm qua các trại tù cải tạo. Tới Mỹ cuối 1983, bác sĩ nội trú và thường trú các bệnh viện Đại học SUNY Downstate, New York. Tốt nghiệp ngành Nội khoa, bác sĩ điều trị và giảng huấn tại một bệnh viện miền nam California.

Tiếng Việt:

• *Mây Bão* [Sông Mã, Sài Gòn 1963, Văn Nghệ, California 1993]

- *Bóng Đêm* [Khai Trí, Sài Gòn 1964]
- *Gió Mùa* [Sông Mã, Sài Gòn 1965]
- *Vòng Đai Xanh* [Thái Độ; Sài Gòn 1970; Văn Nghệ, California 1967; Văn Học Press, California 2018]
- *Mặt Trận Ở Sài Gòn* [Văn Nghệ, California 1996]
- *Cửu Long Cạn Dòng Biển Đông Dậy Sóng* [Văn Nghệ, California 2000, tái bản 2001; Nxb Giấy Vụn Việt Nam 2014]
- *Mekong – Dòng Sông Nghẽn Mạch* [Văn Nghệ, California 3/2007, Văn Nghệ Mới 12/2007, Nxb Giấy Vụn, Việt Nam 2012]
- *Audiobook Mekong – Dòng Sông Nghẽn Mạch* [Văn Nghệ Mới, California 2007; Việt Ecology Press & Nhân Ảnh 2017]
- *Chân Dung Văn Học Nghệ Thuật và Văn Hóa,* [Việt Ecology Press 2017]
- *Y Sĩ Tiền Tuyến Nghiêm Sỹ Tuấn, Người Đi Tìm Mùa Xuân,* [Tập San Y Sĩ Việt Nam Canada, Việt Ecology Press 2019]

Tiếng Anh:
- *The Green Belt* [Ivy House 2004]
- *The Battle of Saigon* [Xlibris 2005]
- *Mekong – The Occluding River* [iUniverse 2010]
- *The Nine Dragons Drained Dry, The East Sea in Turmoil* [Việt Ecology Press & Nxb Giấy Vụn, Vietnam 2016]

Song ngữ Việt-Anh:
- *Mặt Trận Ở Sài Gòn / The Battle of Saigon* [Văn Học Press & Việt Ecology Press 2020]

MỤC LỤC

BẠT & NHẬN ĐỊNH

Tựa NGUYỄN XUÂN HOÀNG

Ngô Thế Vinh Không Có Khoảng Cách Giữa Tác Giả và Tác Phẩm

Người đọc vốn thường đồng hóa tác giả với nhân vật chính của những trang sách, thế nhưng ở một số trường hợp người viết ở ngoài đời thường lại cho thấy tác giả là âm bản của nhân vật của mình. Lỗi không phải ở tác giả. Càng không phải lỗi của người đọc.

Tất nhiên không ai ngây thơ cho rằng nhân vật chính diện chính là tác giả. Và người viết phải hiện diện trên từng hành động của nhân vật chính diện này. Nhưng đây là một vấn đề văn học. Nó đòi hỏi những nhà nghiên cứu trong khi bàn về mối tương quan giữa người viết và người đọc sẽ đưa ra những cái nhìn hoàn chỉnh hơn.

Ở đây tôi muốn nói trường hợp Ngô Thế Vinh: không có một khoảng cách nào giữa tác giả và những trang viết của ông. Người đọc có cơ hội theo dõi những tác phẩm của Ngô Thế Vinh, từ tiểu thuyết đầu tay *Mây Bão* xuất bản vào thập niên 60 tại Sài Gòn, đến tập truyện *Mặt Trận Ở Sài Gòn* này, vào giữa thập niên 90 ở California Hoa Kỳ, chắc

chắn sẽ nhận ra ngay điều này: Ngô Thế Vinh trong sách và
Ngô Thế Vinh ngoài đời chỉ là một.

Tác phẩm gồm mười hai truyện, một nửa là những sáng
tác trước năm 1975 và một nửa sau là những bài viết sau
1975. Thế nhưng toàn bộ tuyển tập *Mặt Trận Ở Sài Gòn* tự
nó mang tính nhất quán rõ rệt. Sự nhất quán ấy không chỉ
có giữa tác giả và những trang viết, mà còn nhất quán cả
những dòng chữ đầu tiên đến những dòng chữ sau cùng về
toàn bộ những gì ông đã viết trong suốt ba mươi năm qua.

Ngô Thế Vinh là nhà văn của những ước mơ, hay nói rõ
hơn ông là nhà văn của lương tâm. Ở Sài Gòn một năm
trước ngày Mùa Hè Đỏ Lửa giáng xuống miền Trung, Ngô
Thế Vinh viết trong *Mặt Trận Ở Sài Gòn* rằng:

> *"Không lẽ những mộng tưởng binh nghiệp chỉ có
> thể biến chúng tôi thành những tên gác dan cho bọn
> nhà giàu, một thứ cảnh sát công lộ chỉ đường trên
> dòng luân lưu của lịch sử… Rằng ngoài chiến
> trường súng đạn quen thuộc, họ [người lính] còn
> phải đương đầu với một trận tuyến khác mỏi mệt
> hơn, đó là cảnh thối nát bất công của xã hội mà dân
> tộc đang phải hứng chịu trong tối tăm và tủi nhục."*

Người ta hiểu lý do vì sao Ngô Thế Vinh phải ra hầu tòa
trong khi trước đó, tác phẩm *Vòng Đai Xanh* của ông vừa
được giải Văn học Nghệ thuật toàn quốc 1971. Bởi vì ngoài
vai trò một bác sĩ và một người lính, ông còn là một nhà
văn ước mơ về một xã hội tốt đẹp hơn. Ông là một người
lính chiến đấu cho tổ quốc, hy sinh cho một lý tưởng, nhưng
ông không muốn sự hy sinh ấy nhằm bảo vệ cho "một thứ
xã hội trên cao", một xã hội hưởng thụ thừa mứa, của "một
đám người kêu gọi chiến tranh nhưng lúc nào cũng ở trên
và đứng ngoài cuộc chiến ấy."(*)

Hơn ai hết, Ngô Thế Vinh biết rõ những suy nghĩ của anh trong một xã hội đang tan rã ở Sài Gòn lúc bấy giờ cũng chẳng khác nào những suy nghĩ của bọt biển, thế nhưng khi cầm bút viết xuống trang giấy những suy nghĩ "phạm thánh" ấy trong một không khí đe dọa và khủng bố, phải nói Ngô Thế Vinh là một người dũng cảm.

Khi tôi viết cuốn truyện đầu tay của mình, cuốn *Kẻ Tà Đạo* vào năm 1972 tại Sài Gòn, tôi đã dành gần một chương để nhắc tới anh như một lời cám ơn. Tôi đã gọi Vinh là "lương tâm của tôi". Và bây giờ sau hơn hai mươi năm nhìn lại Ngô Thế Vinh, nhìn lại những trang sách mới viết của Vinh tôi thấy những suy nghĩ của tôi về anh vẫn nguyên vẹn như xưa, như khi chúng tôi ngồi bên nhau ở quán Givral Sài Gòn một buổi sáng Chủ nhật năm 1972 nói về cái trát gọi anh ra tòa vì bài *Mặt Trận Ở Sài Gòn* của anh trên tạp chí *Trình Bầy*. Bởi vì với *Giấc Mộng Con Năm 2000*, truyện cuối trong tập truyện *Mặt Trận Ở Sài Gòn*, viết vào tháng giêng năm 1995, Ngô Thế Vinh vẫn không rời bỏ con đường mà anh đã đi trước kia. Vinh vẫn tiếp tục là con người của xã hội, là nhà văn của xã hội. Ngô Thế Vinh vẫn là tiếng nói của trái tim và lương tâm.

Giấc mơ nào cũng chỉ là giấc mơ. Nhưng tôi vẫn luôn luôn mơ ước thấy giấc mơ của Vinh trở thành hiện thực. Tôi mong như vậy. Và tôi tin điều này sẽ đến với Ngô Thế Vinh, với chúng ta.

NGUYỄN XUÂN HOÀNG
California, tháng Tư 1996

---

* *Trong Mặt Trận Ở Sài Gòn*
Nxb Văn Nghệ, California 1996

MẶT TRẬN Ở SÀI GÒN

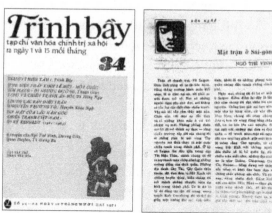

Tạp chí Trình Bầy số 34, ngày 18.12.1971.
[nguồn: Thư Quán Bản Thảo]

Tháo dỡ doanh trại. Về Sài Gòn. Đám lính tráng vô tư thì hân hoan. Hàng tháng trường hành quân khổ nhọc, lẽ ra như tụi nó, tôi phải ao ước được trở về. Nơi có những người thân yêu chờ đợi, nơi không có vẩn bụi của chết chóc chiến tranh. Vậy mà tôi vẫn cảm thấy mệt nản. Chán nản với mọi sự đổi thay và cả những khúc mắc ở vai trò nhiệm vụ mới.

Những phỏng đoán mơ hồ đã trở thành sự thực – rằng chiến trường sắp tới của chúng tôi sẽ chẳng phải là núi rừng Tây nguyên, mà đích thực là một cuộc chiến tranh trong thành phố. Ở kỳ về Sài Gòn lần đầu tiên trong dịp Tết Mậu Thân, chính chúng tôi đã ra tay thanh toán chớp nhoáng những cường điểm của địch quân. Những địa danh Cây Thị, Cây Quéo thân thuộc, đã đưa đơn vị Mũ Xanh tới những huyền thoại, biến chúng tôi trở thành những chuyên viên du kích trong thành phố. Có lẽ đó là lý do đáng tin cậy để Trung ương quyết định đưa chúng tôi trở về thủ đô, giữa một không khí rục rịch biểu tình khởi đi từ những phong trào quần chúng đấu tranh chống chánh phủ.

Ngày mai chúng tôi lại có mặt ở Sài Gòn. Kiểm điểm lại đây là lần thứ năm chúng tôi đặt chân lên Cao nguyên. Chẳng bao giờ sai hẹn, như một chu kỳ hàng năm, cứ vào đầu mùa mưa, chúng tôi cùng những đơn vị bạn từ vùng đồng bằng châu thổ, ùn ùn kéo lên Cao nguyên để tao ngộ với những đại đơn vị địch quân – để tranh nhau một vài ngọn đồi trơ trụi hay giành giật một khúc lộ trống.

Cao nguyên, từ cái vùng Đất Khổ với những người dân thiểu số bị bỏ quên ấy, nhờ chiến trận mỗi năm, những địa danh xa lạ như Dakto, Chu Prong, Pleime, Đức Cơ... bỗng dưng trở thành nổi tiếng vì khói lửa bom đạn và chồng chất những xác chết. Và năm nay, riêng chiến dịch Đông Xuân, với cao điểm Mùa Mưa – theo phát ngôn viên chánh phủ, đã kết thúc bi thảm cho phía những người chiến sĩ Giải phóng. Nhưng thực ra cái giá tổn thất mà đôi bên phải trả đã lên tới mức độ được coi là khủng khiếp nhất kể từ ngày có chiến trận Đông Dương khai diễn... Chỉ riêng vùng Ngok Tobas, hàng tiểu đoàn quân chánh phủ đã bị xóa tên. Và riêng phía địch quân, mới chỉ ở ngọn đồi 1007 – tức là căn cứ hỏa lực

số 7, con số ba ngàn xác phanh thây cũng chẳng phải là một
ước tính lạc quan quá đáng như truyền thống của đài phát
thanh chánh phủ. Đó là chưa kể mức sát hại của hàng trăm
ngàn tấn bom do B52 đêm ngày đổ dọc theo các ngả đường
mòn xâm nhập. Và ở Mùa Mưa năm nay, cũng là lần đầu
tiên trong chiến cuộc của Việt Nam – và của cả thế giới,
không lực Mỹ đã phải sử dụng thứ bom *Demolition Mark*
khổng lồ mười lăm ngàn cân Anh với sức tàn phá của một
trái bom nguyên tử cỡ nhỏ, để hư-vô-hóa hy vọng chiến
thắng của địch quân. Để chẳng còn lại gì ở giữa những hố
bom lớn hơn sân banh đó. Và ngay giữa địa thế khó khăn
của rừng già hàng phi đoàn trực thăng chở quân có thể đáp
xuống một lúc, để mở những đường máu, tạo mũi dùi chọc
thủng vòng vây đối phương. Ít ra phải nhiều tháng nữa, vào
mùa mưa năm sau chúng tôi mới lại dám đặt chân xuống
đó: rừng rú của cạm bẫy, dày đặc những hơi ngạt và đầy rẫy
bom bi CBU.

Rồi Mùa Mưa cũng phải qua đi, không hẹn mà định,
chiến cuộc điên cuồng lại tạm ngưng nghỉ khi thời tiết bắt
đầu mùa khô ráo. Và từ những ngả tận cùng của biên giới,
men dần ra quốc lộ, đoàn xe lại lũ lượt nối đuôi nhau đưa
chúng tôi trở về đồng bằng – với những chiếc xe trống trải
hơn, cùng những người lính mỏi mệt xác xơ hơn nhưng may
mắn còn được sống sót.

Như đã có kinh nghiệm từ những năm trước, ở chặng
dừng nghỉ đầu tiên, cái thành phố phải tiếp nhận họ như
được báo động trước. Nhiều nhà hàng quán ăn tự động đóng
cửa để tránh bất trắc. Nhất là khi có tin đồn rằng ngay cả
ông Tướng cũng đã cho lệnh xuống tiểu đoàn quân cảnh
địa phương làm ngơ mọi chuyện với lính tráng trở về từ cõi
chết này nếu như phá phách không tới mức độ được coi là
quá đáng.

Và ở buổi tối đầu tiên, tại hội quán Phượng Hoàng, đích danh ông Tướng mở tiệc khoản đãi những người hùng trở về sau chiến thắng rực rỡ mùa mưa. Không kể những người đã chết, chỉ riêng trong đám sống sót trở về – có thể nói họ xứng đáng mang danh anh hùng bằng chính những chiến tích lẫy lừng đi vào huyền thoại.

Thử điểm sơ qua những cái đinh của buổi liên hoan hôm nay. Người đầu tiên phải được kể tới là đại úy Thỏa, người chỉ huy trực tiếp ngọn đồi 1007: vóc người nhỏ nhắn, da đen sạm với vẻ mặt rắn đanh lại, đầy nét phong sương gian khổ. Ông và một tiểu đoàn Biệt kích quân phải chịu đựng suốt ba mươi ngày dưới hầm sâu, trong những công sự phòng thủ, dưới những cơn mưa pháo kích và nhiều đợt tấn công biển người của địch quân. Rồi đến vị thiếu tá Tiểu đoàn trưởng TĐ 93 Biệt động quân và bộ Tham mưu đã có công lớn nhất trong việc giải tỏa áp lực vòng vây địch mà tài điều quân thần tình đã được đám cố vấn Mỹ mô tả là hay-nhất-thế-giới, trong một cuộc phản phục kích chớp nhoáng, gây tổn thất nặng nề cho địch quân ba ngày trước khi trận chiến kết thúc. Kế đến cũng không thể không nhắc tới thiếu tá Bính, một phi công trẻ tuổi hào hoa nhưng vô cùng gan dạ. Trong suốt cuộc hành quân, ông đích thân chỉ huy phi đoàn 215 trực thăng, đã yểm trợ hữu hiệu các đơn vị Biệt động quân và Nhảy dù trong các giai đoạn phản công và tái chiếm căn cứ Hỏa lực 7. Mặc dù lưới đạn phòng không của địch dày đặc từ dưới đất, ông và các chiến hữu vẫn thực hiện ngày đêm hàng trăm phi suất tải quân và tiếp tế, đáp cả trên những hố bom mới thả ngay giữa lòng địch quân còn nóng hổi. Kiểm điểm lại đã không còn một phi cơ nào nguyên vẹn: riêng trên thân tàu CNC chỉ huy, người ta đã đếm được trên hai

mươi lỗ đạn. Và ở lần nguy kịch, ông đã phải đáp khẩn
cấp ngay trên đỉnh đồi 1007, may mắn thoát hiểm dưới
hỏa lực pháo kích không ngớt của đối phương. Và cũng
thật là thiếu sót nếu không kể ra đây tên của bác sĩ Bảo:
ông là vị y sĩ duy nhất tình nguyện nhảy xuống căn cứ 3
Hỏa lực giữa tình trạng còn bị địch quân vây khốn. Ông
đã ở lại đó trong suốt 15 ngày, săn sóc giải phẫu cấp thời
cho vô số những thương bệnh binh mắc kẹt trong các địa
đạo cho tới khi căn cứ được giải tỏa. Sự kiện làm thế nào
để ông có thể đặt chân lên đỉnh căn cứ 3 lúc đó là cả một
ước tính mạo hiểm, vô cùng táo bạo và kỳ thú. Sau nhiều
vụ phi cơ bị bắn rơi vì lưới đạn phòng không dày đặc của
địch quân từ trong những hốc đá dưới thung lũng, lệnh của
ông Tướng là phải tạm thời cắt đứt cầu không vận cho tới
khi áp lực địch được thanh toán. Lương thực và đạn dược
thì còn đủ để kéo dài cuộc chiến đấu trong nhiều ngày,
nhưng vấn đề là tình cảnh mắc kẹt bi thảm của những
thương bệnh binh ngày một gia tăng, thiếu săn sóc thuốc
men và không được di tản. Đó là lý do tình nguyện của vị
y sĩ Trung đoàn, cộng thêm hai phi công trực thăng Hoa
Kỳ. Vào buổi sáng tinh sương ngày N, khi sương mù còn
bao phủ mờ mịt núi rừng quanh ngọn đồi 1003, từ trên cao
trên cả những đám mây, trong sự hồi hộp của mọi người,
chiếc trực thăng cán gáo như một chiếc lá, đã bất chợt rơi
nhẹ nhàng xuống căn cứ an toàn, đem theo vị bác sĩ và
cả những dụng cụ thuốc men. Chiếc phi cơ bị trúng đạn
trên bãi đáp và bị hủy hoại ngay sau đó. Ở lại với hai viên
phi công, với những trận đánh kinh hoàng; vị y sĩ đã phải
ngày đêm đích thân làm việc dưới những con đường hầm,
săn sóc cấp cứu cho hàng loạt thương bệnh binh. Sự xuất
hiện can đảm của ông lúc đó đã gây phấn chấn không ít
cho những người lính còn cầm súng tiếp tục cuộc chiến

đấu. Dù là một tay phẫu thuật tài hoa, khi gặp lại, ông đã tỏ ý chán nản về sự kiện đã chẳng làm được gì nhiều giữa một trận địa thiếu tất cả những phương tiện. Và ông cũng tỏ vẻ khó chịu thành thực với những xưng tụng anh hùng qua hành vi tự nguyện của mình. Ông bảo, tôi chỉ làm bổn phận của một y sĩ tiền tuyến. Ông còn nói thêm là chỉ xứng đáng được xưng tụng như vậy là những người lính vô danh vừa chết đi, (dẫu sao đó cũng chỉ là quan điểm của riêng ông). Liệu tôi còn phải kể thêm bao nhiêu tên nữa, thuộc các binh chủng khác, mới gọi là điểm đủ mặt anh hùng tự hội ở hội quán Phượng Hoàng đêm nay. Và cũng có lẽ vì khiêm tốn, tôi đã không nhắc tới công lao của đồng bạn và đơn vị mình: những đại đội xung kích Mũ Xanh và các toán Thám sát. Họ đã hoạt động một cách xuất thần ngay giữa lòng địch quân, tạo được những nút chặn hữu hiệu và gây rối loạn ở khắp các ngả đường giao liên của địch quân.

Ông Tướng biên cương tối nay đã thôi treo tay. Như nhịp độ những trận đánh trên Cao nguyên, chứng tê thấp khớp xương của ông cũng trở lại với chu kỳ của mùa mưa và bệnh tình cũng bắt đầu thuyên giảm khi bước sang thời tiết khô ráo. Ở buổi dạ hội hôm nay, ông Tướng mặc thường phục và khoác thêm một chiếc áo rực rỡ cổ truyền của người Thượng. Dưới mắt thuộc cấp, ông Tướng là hình ảnh của hào hùng và là sự cần thiết cho sự ổn định của vùng địa đầu Cao nguyên. Sau nghi thức đơn giản với đôi lời chào mừng, ông Tướng đã cùng mọi người hân hoan nâng ly rượu mừng cho chiến thắng rực rỡ của Mùa Mưa. Tiếp đó ông cũng là người đầu tiên bước ra sàn nhảy, cùng với một thiếu phụ đẹp lộng lẫy, đi những bước thật bay bướm mở màn cho buổi dạ vũ. Âm thanh của những tiếng cười nói ồn ào. Không khí dày đặc khói thuốc và hơi rượu mạnh. Nhạc sống và khiêu vũ. Những người đàn bà dễ dãi. Mọi tự do được phóng thả, để tìm lại được chút dục vọng xác thịt đang nguội lạnh, cho quên đi những ám ảnh của sợ hãi và nỗi chết. Đưa ly rượu tới môi, tôi tự nhủ rằng hãy nghĩ tới những người sống chứ không phải những xác chết. Nhưng vấn đề là làm sao để quên đi. Cái hình ảnh kinh hoàng của chiến địa, hôi thối nồng nặc, chồng chất những tử thi hai bên. Xác của những người bạn bị oanh kích lầm với thứ hỏa tiễn mũi tên xóa tan cả mặt mũi. Xác của người phi công được trực thăng móc ở rừng ra, héo rũ trên dây treo như cách người ta câu về những con thú. Cả đến người Hạ sĩ quan thân tín của tôi trong bao năm nay trên khắp trận mạc cũng lại vừa chết trước một ngày khi chúng tôi được lệnh về Sài Gòn. Xác của nó chỉ được kiếm ra hai hôm sau trong một bụi rậm khiến tôi hiểu rằng nó chỉ bị thương và bị bỏ rơi lại bãi. Với sẵn cái bản năng mưu sinh và thoát hiểm, tuy bị đạn, nó đã cố lết mình vào bụi rậm, sửa soạn một chỗ nằm chờ đợi được cứu hay nếu không cũng chu đáo sửa soạn một cái chết. Lúc tìm ra, xác nó còn gối đầu trên ba-lô, còn chiếc nón rừng được hắn úp lên ngực chỗ vết thương trổ từ sau lưng... Vẫn những hình ảnh ấy cứ lượn lờ trong óc dù thực tâm tôi muốn được quên đi dứt khoát. Từ nãy, ông Trung tá vẫn chỉ ngồi tư lự, cả ông Bác sĩ cũng vậy nữa. Giữa cuộc vui mừng chiến thắng, tại sao chúng tôi lại đứng bên lề. Ưu tư chẳng phải là trạng thái thích nghi để chúng tôi có thể sống lâu dài với cuộc chiến. Đại úy Thỏa hỏi tôi:

-- Sao *"Hawk"*, bao giờ về Sài Gòn?

"Diều Hâu" là biệt danh ông Bác sĩ đặt cho tính hiếu chiến của tôi. Xem ra ai cũng có vẻ bực bội về những tin tức xáo trộn ở Sài Gòn. Ông tiếp:

-- Tụi sinh viên có đứa nào bất mãn, Diều Hâu cứ việc hốt hết đem lên căn cứ 7 giao cho tôi.

Cầm lấy ly rượu như muốn bóp vỡ trong tay, thiếu tá Bính giọng gay gắt hơn:

-- Cứ để tôi thì khỏi cần tốn phi tiễn với lựu đạn cay. Chỉ cần mấy cỗ đại liên trí mấy đầu phố.

Xem ra chính trị đã làm phân hóa giữa chúng tôi. Rồi ông quay sang hỏi ông Bác sĩ:

-- Sao Docteur Zhivago, ông nghĩ sao về tụi sinh viên tối ngày chỉ biết có biểu tình phá rối ấy?

Zhivago là biệt danh chúng tôi đặt cho ông bởi cái con người nghệ sĩ nhưng cuộc sống lại rất nguyên tắc ấy. Quá khứ ông đã từng trải qua một giai đoạn sôi nổi thời sinh viên nhưng hiện tại lại chấp nhận một nếp sống chịu đựng và ẩn nhẫn. Tuy ít bộc lộ nhưng tâm hồn ông là một tổng hợp những mâu thuẫn sâu xa. Bằng một giọng cố giữ vẻ bình tĩnh, ông bảo:

-- Ở những năm dài trên đại học, tôi đã từng sống cái tâm trạng của họ và hiện tại tôi cũng lại đang sát cánh với các anh sống giữa hoàn cảnh gai lửa này. Tôi hiểu được nỗi bực dọc của các anh, tôi cũng lại cảm thông với những động lực đấu tranh của họ. Không phải là hoàn toàn vô lý khi họ phải bỏ cả sự học, hy sinh cả tương lai để dấn thân vào những cuộc tranh đấu...

Riêng tôi thì hiểu rằng, chính ông Bác sĩ đang ở một trường hợp lương tâm khó xử. Một đằng là những người lính mà ông có bổn phận phải chăm sóc, một đằng là những thanh niên sinh viên đang tham dự cuộc đấu tranh, mà quan điểm của họ được chính ông có phần chấp nhận và chia sẻ. Rõ ràng chúng tôi chỉ là một bánh xe nhỏ trong một guồng máy lớn lao. Trái với bản tính ít nói và kín đáo cố hữu, ông Trung tá cũng lại tham dự vào câu chuyện chính trị hôm nay:

-- Thế Bác sĩ tính sao khi chúng tôi có lệnh tấn công vào vòng thành trường đại học Y khoa?

Câu hỏi ngộ nghĩnh khiến cả ông Bác sĩ và chúng tôi cùng mỉm cười. Nhưng rồi bằng một giọng không có vẻ gì là cay đắng, ông Bác sĩ đáp:

-- Ở trường hợp đó, dĩ nhiên tôi chẳng thể làm gì được hơn là đeo mặt nạ chống hơi cay, lái xe tản thương và săn sóc cho cả hai phía... Nhưng vấn đề đặt ra là sau đó...

Hướng về phía ông Trung tá, ông Bác sĩ giọng tâm sự:

-- Nếu rõ ràng nhiệm vụ được giao phó là sự có mặt lâu dài ở Sài Gòn, tôi sẽ xin được rời khỏi đơn vị để về một bệnh viện nào đó trên Cao nguyên; mặc dù trước đây tôi vẫn tâm niệm rằng đơn vị này là nơi duy nhất tôi đã lựa chọn cho suốt thời gian quân ngũ của mình.

Không nói ra, ai trong chúng tôi cũng cảm thấy mỏi mệt trước khi dấn thân vào cái chiến trường buồn tênh ấy. Chỉ quen với rừng rú, xuống đó đám lính của tôi sẽ như bầy thú hoang về thành – lạc lõng bơ vơ. Rồi vẫn chỉ là những ngày cấm trại tù túng, để chỉ tập làm quen với mặt nạ, lưỡi lê và phương pháp đàn áp cắt xé những cuộc biểu tình. Đội hình hàng ngang, đội hình mũi tên, đội hình quả trám. Nhân danh sự ổn định, chúng tôi chẳng thể không thẳng tay đàn áp. Họ có thể là những thanh niên sinh viên lý tưởng hăng say, đám cô nhi quả phụ đói khổ hay chính những thương phế binh – những người anh em què cụt đã từng cầm súng sát cánh bên chúng tôi chiến đấu. Không lẽ bây giờ chúng tôi là cơn ác mộng trở về để quấy nhiễu giấc mơ của họ? Hơn một lần chúng tôi đã có những kinh nghiệm về những ngày ở Sài Gòn – lần cuối cùng cách đây tám tháng, đang sống những ngày dài trong rừng núi quạnh hiu, chúng tôi tức tốc được đưa về thủ đô. Để trấn đóng ngay giữa trái tim của Sài Gòn, chìm khuất giữa những buildings cao dập dìu đĩ điếm, nằm kế bên Hội Kỵ mã lúc nào cũng nhởn nhơ những con ngựa giống với từng bờ mông láng nhẫy. Đổi một không gian không xa nhưng người lính có cơ hội hiểu rằng, trên đời này không phải chỉ có những buồn thảm của một cuộc chiến tranh làm họ điêu đứng, với rình rập của nỗi chết cùng nỗi khổ cực của đám vợ con nheo nhóc – mà hơn thế nữa, giữa quê hương còn một thứ xã hội trên cao lộng lẫy sáng choang và thản nhiên hạnh phúc. Cái thế giới khác xa họ, chỉ có ngào ngạt hương thơm và những hưởng thụ thừa mứa. Của một đám người kêu gào chiến tranh nhưng lúc nào cũng ở trên và đứng ngoài cuộc chiến ấy. Rồi những người lính bơ vơ tự hỏi, cầm súng họ bảo vệ cái gì đây? Không lẽ cho một con thuyền xa hoa ngao du trên dòng sông loang máu, nổi trôi đầy những xác chết đồng loại. Cho sự an lạc của một dúm xã hội trên cao, cho những chăm sóc của những con chó con ngựa hơn cả tang thương của kiếp sống? Với những người trẻ tuổi chỉ biết sẵn sàng, lúc nào cũng sẵn sàng chấp nhận hy sinh cả tính mạng của họ để chiến đấu với kẻ thù ngoài chiến trường – tại sao bỗng dưng lại đưa họ về thủ đô. Không lẽ những mộng tưởng binh nghiệp chỉ có thể biến chúng tôi thành những tên gác dan cho bọn nhà giàu, một thứ cảnh sát công lộ chỉ đường trên dòng luân lưu của lịch sử. Nhân danh quân đội, chúng tôi đang góp sức thực hiện một cuộc cải cách xã hội hay tự biến mình thành một nút-chặn-lịch-sử, một thứ đèn đỏ thường xuyên ngăn những bước tất yếu của cuộc cách mạng đi tới?

Người lính chỉ ao ước được cầm súng chiến đấu cho tổ quốc, hy sinh cho một lý tưởng cao cả, một chính nghĩa sáng ngời – mà khỏi cần phải bận tâm suy nghĩ điều gì. Nhưng bây giờ thì họ hiểu rằng, đã thất lạc và qua rồi sự bình an giả tạo sau những mỏi mệt trở về từ rừng rú. Rằng ngoài chiến trường súng đạn quen thuộc, họ còn phải đương đầu với một trận tuyến khác mỏi mệt hơn – đó là cảnh thối nát bất công của xã hội mà dân tộc đang phải hứng chịu trong tối tăm tủi nhục. Từ ba mươi năm nay, đã và đang có quá nhiều *anh-hùng-của-chiến-tranh* trong khi lại quá thiếu vắng những chiến sĩ xã hội. Vậy phải lựa chọn chiến trường nào? Rằng không phải chỉ ở chốn xa xôi biên cương – mà đích thực chiến-trường thách-đố của họ phải là ở Sài Gòn.

Vườn Tao Đàn Sài Gòn - Dakto Tây nguyên 1971

NƯỚC MẮT CỦA ĐỨC PHẬT

Theo nhận định của Bộ Chỉ huy Trung tâm Hành quân thì đã có dấu hiệu bất thường trong mức độ xâm nhập của địch. Bởi lẽ, thông lệ thì cứ mười ngày sau khi tung các đơn vị Dù vào tham chiến, sức đối kháng của địch quân đương nhiên phải giảm sút. Nhưng đặc biệt ở lần này, dù đã bước sang ngày thứ mười lăm, dù địch đã chịu nhiều tổn thất nặng, các tiểu đoàn bạn vẫn phải đương đầu với cường lực không có vẻ gì suy yếu của đối phương. Và tôi nghĩ đó là lý do chính đáng nhất để Liên đoàn rời khỏi Sài Gòn, di chuyển về miền Tây biên tham gia chiến dịch hành quân giải tỏa áp lực địch bao vây thị trấn Krek. Phải nói là chúng tôi hân hoan để ra đi, nếu không muốn nói là từng ngày chúng tôi chờ dịp những con thú hoang trở lại rừng già – những người lính Mũ Xanh về với vùng biên cương quen thuộc.

Được đào luyện với thứ khả năng thích nghi mọi hoàn cảnh, ở lần này chiến trường của chúng tôi sẽ là những khu rừng già ngoại biên nằm sâu trong lãnh thổ Cam Bốt. Nơi giăng mắc những trạm giao liên, nơi che giấu những kho tàng quân lương, nơi phân tán và ẩn núp những đơn vị cơ động có cả chiến xa của hai Công trường nổi tiếng 5 và 9 của Bắc Việt. Và nhiệm vụ của các toán Thám sát, lẽ ra như từ bao giờ – nhảy vào lòng địch thu thập tin tức có tính cách chiến lược, phát giác kho tàng và bắt sống tù binh để khai thác, nhưng xem ra sau một tuần lễ hoạt động, bản chất của chiến trường mới mẻ này đã xô đẩy chúng tôi tới một nhiệm vụ khác, khó khăn và gian nan hơn. Đó là tạo những nút chặn bằng các toán nhỏ Biệt Cách, gây rối loạn ngay từ tuyến sau của các đơn vị địch quân. Nghiễm nhiên chúng tôi trở thành một thứ Kinh Kha mới của thời đại – một ra đi và rất ít hy vọng trở lại. Nhưng được cái ai cũng tin tưởng rằng vận may vẫn có thể xảy ra cho riêng mình, ý nghĩ đó cũng đủ sưởi ấm mọi hy vọng.

Từ mấy hôm nay, những trận pháo kích hỏa tiễn liên miên vào căn cứ xuất phát khiến tinh thần chúng tôi khá căng thẳng – lại thêm tin tức chạm địch dồn dập của các Toán, tuy được mô tả là thắng lợi nhưng cũng phải trả bằng giá đắt là sự tổn thất nặng nề của hai toán ưu tú. Mới rời Sài Gòn, sự đổi thay khung cảnh đột ngột, tâm lý những người lính chưa sẵn sàng để đương đầu với hoàn cảnh nhiều khó khăn như thế. Nói chung tinh thần có phần giảm sút nếu không muốn nói là nao núng. Có lẽ đó là lý do khiến tôi sau hai năm về nắm đại đội Xung kích, tự thấy tới lúc phải tình nguyện trở lại nhảy toán – để gây một không khí hứng khởi mới cần thiết cho đơn vị. Ông Trung tá đã chấp thuận lời yêu cầu của tôi với nhiều do dự. Điều mà ông e ngại, có phần dị đoan, là sự trở lại của các trưởng toán cũ – thứ diều hâu rất dễ bị gãy cánh.

Là gốc người Công giáo, tuy không nhiều mê tín như ông, nhưng cũng đã từng sống và chứng kiến sự rủi may của chiến trận, tôi không thể không tin một số điềm và cả ở sự bén nhạy của linh tính báo hiệu sẽ xảy ra điều bất trắc. Cũng bởi lẽ đó, tôi đã từ chối xâm nhập lần cuối trước khi rời toán, sau khi hai trưởng toán khác đã bị bắt hay mất tích ở trường hợp tương tự. Vậy mà ở lần này, sau một thời gian về Liên đội, tôi đã gần như quên điều cấm ky để trở lại nắm toán – cũng lại là một cái rớp rất khó trở về, điều đã xảy ra cho một liên toán trưởng rất nổi tiếng khác. Và có lẽ còn một lý do thầm kín khác mà ở phút này tôi mới chợt nhận thấy là thời gian ở Sài Gòn đã làm tôi chán nản. Tôi muốn tìm lại kiêu hãnh và nhựa sống đã chìm lắng, trong men say của cái chết.

Lệnh hành quân thay đổi vào phút chót. Toán sẽ xâm nhập sớm hơn một giờ vì lý do thời tiết có thể mưa to vào lúc sẩm chiều. Toán 81 được dẫn vào phòng thuyết trình, với phần trình bày kế hoạch thật vắn tắt. Khác hẳn những cuộc hành quân thám sát nội địa – ở lần này không có bóng dáng một cố vấn Mỹ hay thông ngôn. Cả phi hành đoàn cũng hoàn toàn Việt Nam, ngoài tuổi trẻ và gan dạ, họ chưa có kinh nghiệm nào về bản chất những cuộc hành quân Diều hâu thám sát. Ở bước cuối Việt hóa, thực sự người Mỹ đã muốn rửa tay gác kiếm. Và bằng cách này hay cách khác họ đang cố rút chân ra khỏi vũng lầy Đông Dương. Ngoài đủ loại vũ khí tối tân là của họ, ở lần này chúng tôi thực sự chiến đấu đơn độc. Họ đã khôn ngoan dừng lại ở bên này lằn ranh giới. Vậy thì những khói lửa đổ vỡ ở bên kia chẳng phải là trách nhiệm của họ. Và hiện giờ đối với đơn vị chúng tôi, phần tham dự của họ chỉ là sự có mặt nhàn hạ và rong chơi ở hậu cứ. Giữa cái không khí căng thẳng và sôi động của chiến cuộc, họ là kẻ đứng bên lề – vẫn thản nhiên ngồi chơi bài, xem báo Playboy hay tập thể dục thẩm mỹ cùng là khán giả vô tư của chúng tôi qua các tin thắng trận hân hoan hay những tang thương tổn thất. Và rõ ràng người Mỹ đã thực sự lùi bước. Phải chứng kiến những căn cứ doanh trại Mỹ bỏ lại tan hoang mới thấy sự ra đi của họ là "vội vã". Và mỗi ngày từ trục lộ của mặt trận Tây Biên, lũ lượt từng đoàn xe Sao Trắng với kềnh càng những súng đạn, đang rút về hướng đông theo ngả Sài Gòn. Với trên xe là hình ảnh lam lũ của những chú GI's tóc dài râu rậm, thở khói cần sa – với vẻ mặt hân hoan của cuộc tháo lui vinh quang. *Kill For Peace*, đó chỉ còn là những âm thanh trống rỗng. *Blood Sweat and Tears*, những hàng chữ trên nòng từng cỗ đại pháo Howitzer như bị bụi đỏ xóa mờ chìm đắm. Cũng như sự chìm đắm ý nghĩa của cuộc thánh-chiến không-thánh-giá, đã bị lấm lem bởi những phanh phui tài liệu mật ở tòa nhà Năm Góc hôm qua...

Toán sẵn sàng ở phi trường. Ông Trung tá đưa chúng tôi ra tận phi cơ. Đích thân ông sẽ bay trên tàu chỉ huy CNC. Ở những lúc nguy nan, sự hiện diện của ông trên vùng trời hoạt động là mối an tâm cho nhiều người – qua những kinh nghiệm và sự trầm tĩnh cùng cách gỡ rối lớp lang bằng những quyết định dứt khoát. Phi đoàn trưởng cho biết lại thêm một Slick hư ở giờ phút chót. Vấn đề kỹ thuật bảo trì của Không quân Việt Nam chắc phải trải qua nhiều năm nữa mới đạt tới mức tiêu chuẩn.

Tuy cố kìm hãm, tôi vẫn nhận ra vẻ thoáng giận trên nét mặt ông Trung tá. Như vậy chúng tôi sẽ không có tàu cấp cứu, chỉ còn một CNC, một tàu thả và hai Gunship tức trực thăng võ trang.

Sớm hơn một tiếng trước giờ H, những cánh quạt gió đã khỏa mù bụi đỏ. Đoàn tàu bốn chiếc nối đuôi nhau bốc khỏi phi đạo, đi vào đội hình ở cao độ ba ngàn bộ và trực chỉ hướng tây bắc. Bầu trời cực trong xanh và không mây. Không có dấu hiệu của một thời tiết sắp xấu. Những ô ruộng loang loáng nước. Ngọn núi Bà Đen ở phía xa đằng sau – hiện diện như một lầm lỡ của hóa công, một dị dạng của địa hình châu thổ – trơ trụi nhô lên từ mặt phẳng xanh đồng bằng. Ngọn núi chứa đựng nhiều kỳ bí và huyền thoại. Nơi của muỗi độc, sốt rét rụng tóc và của những trận đánh kinh hoàng. Nơi còn vùi xác của những đồng bạn ở cuộc hành quân cách đây bốn năm trước. Những đêm trăng rừng còn như in trong óc, trăng ở Bà Đen cũng mang bộ mặt xanh xao như bị sốt rét ngã nước. Trên chiếc nón rừng đã cũ bạc vì phong sương năm tháng, tôi có ý tìm lại địa danh này – ngọn Bà Đen nằm cạnh những Daksut, Polei Kleng, Mai Lộc, A Shau, Khe Sanh, Bunard, Pleime... và cả mấy chục tên quen thuộc khác. Nơi nào cũng đã vài lần trải qua và để lại ít nhiều kỷ niệm xương máu. Trong suốt chiều dài và rộng của lịch sử, tuổi trẻ Việt Nam đã được nuôi sống bằng những gieo trồng tang thương và nỗi chết. Tuổi đó không tính bằng năm tháng mà bằng những đổi thay không gian cùng với gót giày chiến binh của họ – đã và đang còn dẫm nát từng ngọn cỏ xanh còn sót lại trên quê hương yêu dấu.

Lẫn trong tiếng động cơ và gió lùa qua thân tàu, người Trung sĩ toán phó hỏi tôi – Hổ Xám, bao giờ đến lượt tụi em nhảy xuống Nam Vang? Trước những phút chờ đợi nghiêm trọng này, tôi chỉ có thể im lặng và mỉm cười. Rằng có thể có một vụ tổng công kích kiểu Mậu Thân xảy ra ở Nam Vang, cần được chúng tôi tới giải cứu. Nhưng xem ra yếu tố nhân tâm đã hoàn toàn thất lợi khi chúng tôi bước chân vào xứ Chùa Tháp này. Không khí thù nghịch nghi kỵ bắt nguồn từ một ám ảnh lịch sử. Ở lần vượt biên đầu tiên, cùng với đại quân ào ạt tiến sâu vào lãnh thổ Miên, trong một khung cảnh bom đạn tan hoang của làng xóm, trong một ngôi chùa tháp đổ nát, người thầy Cả Miên tức vị sư già thông thạo tiếng Pháp đã nghẹn ngào ứa nước mắt nói với tôi: "Thật là đại bất hạnh cho dân tộc Khmer chúng tôi, họ chẳng có thể có một lựa chọn nào ở cả hai phía người Việt..." *"How sad to be a Cambodian"*, đó cũng là tựa đề thấm thía của một nhà báo Mỹ khi đề cập tới cuộc chiến đang lan rộng sang lãnh thổ Cam Bốt.

Đến trạm Thiện Ngôn đoàn tàu phải đổi hướng bay vì làn khói đen bốc lên cao ngút với rất nhiều tiếng nổ phụ từ phía dưới đất. Trại bị pháo kích trúng hầm xăng và kho đạn, đám cháy dữ dội vẫn kéo dài từ buổi sáng.

Không phải chỉ có những trận tao ngộ chiến mà chiến cuộc còn kinh hoàng hơn bằng những trận địa pháo và hỏa tiễn. Ở đó con người chẳng thể định đoạt được gì ngoài sự chấp nhận rủi may như một định mệnh. Bây giờ đến lượt thằng Lượng lên tiếng: -- Kiếm được hầm 122 ly, ráng chạy cho em cái cánh gà nghe Hổ Xám! Nó là thằng Hạ sĩ lâu năm nhất kể từ ngày tôi còn ở dưới toán. Cốc vào cái đầu trọc lốc, tôi nói như hét to vào tai nó: -- Không những có cánh gà mà còn thêm biệt công bội tinh nữa. Đó là thứ huy chương cao quý nhất dành cho những chiến tích lập được ở ngoại biên hay ngay giữa lòng địch. Nó đã hai lần được gắn loại biệt công này. Trong rừng, nó xuất sắc và lì lợm nhưng phải cái tật phá phách ba gai khi trở về thành phố. Nó vô địch cả về huy chương lẫn nhiều ngày phạt nên sáu năm mà vẫn chưa ngoi lên được cấp Trung sĩ. Lại vẫn nó lên tiếng: -- Ở kỳ này về mà vẫn chưa có cánh gà cho phép em đào ngũ nghe Hổ Xám? Nó tin cậy tôi để có thể nói trước ý định đó. Nhưng tại sao vẫn chỉ là câu nói đùa và tôi bỗng

thấy vẻ thất thần rất khác lạ trên khuôn mặt không vui của
nó. Không lẽ ở lần này nó... Tôi thầm nghĩ và cố gạt ngay
ý tưởng quái gở đó ra khỏi óc. Để tránh các ổ phòng không,
đoàn tàu bay trở lại theo ngả quốc lộ. Chỉ là con đường
đất đỏ thẳng băng như mũi tên lửa phóng sâu vào lãnh thổ
Cam Bốt. Lũ lượt từng đoàn xe GMC vận tải, chất đầy quân
lương và đạn dược, ùn ùn lên tiếp tế cho mặt trận đang đụng
nặng ở Krek.

Sau khoảng 15 phút bay, có lẽ chúng tôi đã ra khỏi nội
địa, vì từ đồng ruộng xanh dưới kia đã nổi bật chiếc mái
cong, kiến trúc đặc biệt của những ngôi chùa tháp. Làng xã
không mấy khác làng xã của Việt Nam nhưng khang trang
hơn. Những mái nhà ngói đỏ san sát, xen lẫn những mái
tranh xám. Ngọn khói lam của buổi chiều, lũ trẻ nhỏ và đàn
trâu bò về chuồng. Khung cảnh nên thơ của một khoảnh đất
Á châu còn chút thanh bình kia liệu sẽ còn kéo dài thêm
được bao lâu nữa hay thực sự đã qua rồi sau mười lăm năm
tài tình đu bay trên biển lửa của ông hoàng Sihanouk. Đằng
xa về phía nam, nắng chiều rắc vàng trên dòng Cửu Long
bao la đầy cá và phù sa. Chập chùng là những cánh rừng
cao su tiếp nối với rừng già. Cũng đã hiện ra những ngôi
làng trơ trụi bỏ hoang với từng dãy hố bom B52 cày nát.
Không còn dấu hiệu người và sinh vật ở dưới đó. Lại như
một Dakto, Khe Sanh hay Sơn Mỹ của Việt Nam? Bom đạn
giữa những người Việt đã xô dạt những người Khmer kia đi
về đâu? Cả xứ Chùa Tháp này đi về đâu? Trong cái mênh
mang của cơn say lịch sử, có ai nghĩ được rằng cuộc chiến
đang diễn ra giữa những người Việt lại có thể xóa nhòa một
nền văn minh Angkor cổ kính. Và trong cái hoang vu lặng
lẽ của buổi chiều tàn, giữa ngôi làng đổ nát kia, tôi tưởng
tượng rằng vẫn còn một người đàn bà không rõ mặt mũi vẫn

ẩn nhẫn ngồi ôm đứa con ru cho bú. Phải chăng vẫn còn hình ảnh an ủi tuyệt đẹp và ngàn năm của ý nghĩa tồn sinh nhân loại. Đó là sự sống thách thức và cũng là tha thứ bao dung đối với cả cuộc chiến tranh dài đằng và vô ích này, với những tàn phá vô tri của bọn đàn ông và khí giới bom đạn. Ưu tư liệu có giúp được gì cho chúng tôi ở những giờ phút này, khi mà mọi sự đã chuẩn bị sẵn sàng và chúng tôi chỉ có việc thụ động thả mình vào trong cuộc. Cam Bốt bây giờ đã trở thành một thứ đấu trường mà chỉ có người Việt là những tên giác đấu hung hãn với võ trang là mâu thuẫn ý thức hệ và cả sự u mê. Từ ba mươi năm điều mà chúng tôi không tự biết – là mọi suy tư của mỗi người Việt đã được điều kiện hóa, để họ không còn thấy nhau. Nói chuyện với người tù binh cộng sản Bắc Việt, tôi đã không thể tưởng tượng được rằng giữa người Việt, nói tiếng mẹ đẻ nhưng chúng tôi đã không còn chung một ngôn ngữ. Không phải chỉ bởi súng đạn mà chính những bế tắc tinh thần đã khiến chúng tôi không còn khả năng suy diễn một điều gì. Đầu óc chỉ còn là một khối chất xám vữa nát, để chỉ còn là thụ động chấp nhận – như một định mệnh, đi vào cuộc chém giết vô tri vô giác. Còn lại chăng, là thổn thức một trái tim Việt Nam chưa đổi khác, không còn biết hân hoan mà chỉ còn chung một nỗi hận thù đau đớn...

Ý thức sáng suốt rằng khoảnh khắc nữa đây, chúng tôi sắp từ cửa trực thăng nhảy xuống đất Miên, cùng với tin thời sự Tổng thống Mỹ Nixon sắp sang Bắc Kinh rồi Mạc Tư Khoa chuẩn bị cho một giai đoạn giải kết, để rồi chỉ còn sự đối đầu thù nghịch trơ trên giữa những người Việt, như một chia lìa lịch sử, một thảm cảnh không thể tránh.

Tách khỏi đội hình, giảm dần cao độ, chiếc tàu thả chếnh choáng trên những ngọn cây. Không có bãi đáp, chúng tôi sửa soạn xuống bằng thang dây. Mọi giác quan tinh nhạy trở lại, tất cả sẵn sàng phản ứng. Và chúng tôi đã sẵn sàng ở vị thế tấn công. Sẽ chẳng còn phân biệt nào trên đấu trường. Không có đối thoại giữa súng đạn. Và chỉ còn những người Việt anh dũng – hai phía, tự nguyện đem thân làm đuốc hâm nóng cuộc chiến Đông Dương.

*

Liệu phải cần bao nhiêu trang sách để nhắc tới những chiến tích lẫy lừng của các anh hùng vô danh này. Ngay từ phút vừa đặt chân xuống đất, hoạt động suốt 96 giờ của toán 81 là một thiên anh hùng ca rực rỡ. Một hỏa ngục cho những người trong cuộc còn sống sót. Chiếc tàu thả bị bắn ngay trên bãi phải vọt lên cao, vội vã mang theo một toán viên còn móc trên thang bị tử thương. Lẽ ra phải bốc toán trở về ngay sau đó, nhưng theo lời yêu cầu của trưởng toán, Bộ Chỉ huy chấp nhận cho họ tiếp tục thi hành kế hoạch giao phó với năm người còn lại dưới bãi. Với sáu lần đụng địch nặng, họ vẫn phục kích hiệu quả một đoàn xe Molotova bốn chiếc và hủy diệt thêm một cổ đại pháo. Họ đã hoạt động xuất thần và hoàn tất nhiệm vụ tốt đẹp trên cả sự mong ước. Nhưng họ đã gần như kiệt quệ ở giờ thứ 96 – toán chỉ còn lại có hai người, mất cả xác đồng bạn, chỉ còn lại một trưởng toán bị vết đạn xuyên bàn tay và một Trung sĩ bị thương nặng ở ngực. Họ vẫn cố tử thủ với súng cá nhân và chính là lựu đạn. Trong nhiều tiếng đồng hồ bị bao vây, mà địch quân quyết bắt sống, họ đã bẻ gãy ba đợt xung phong và gây tổn thất nặng về nhân mạng cho phía địch quân. Nhưng rồi họ cũng bị tràn ngập. Tiếng nói cuối cùng của họ trong máy là: -- Địch quân tràn lên quá đông... Và sau đó Bộ Chỉ huy hoàn toàn bị mất liên lạc với toán.

Điều hoàn toàn không may đã xảy ra với toán 81 lúc đó. Kế hoạch cứu toán đã không thể thực hiện được vì thời tiết xấu làm tê liệt mọi hoạt động của không lực. Và khí hậu chỉ bình thường trở lại hai ngày sau. Ở điều kiện có thể sớm nhất, mọi phương tiện được huy động cho cuộc cấp cứu. Để suốt 72 giờ nỗ lực tìm kiếm vô vọng trong khắp cả vùng hoạt động, sau những phối kiểm tin tức từ nhiều phía, Bộ Chỉ huy đành đi tới kết luận: toán 81 được coi như hoàn toàn mất tích nếu không muốn nói là đã bị tiêu diệt một cách anh dũng. Để cứu vãn tình thế và cũng thể theo lời yêu cầu của Phòng Ba Trung tâm Hành quân xin được oanh kích tự do – với sự chấp thuận của Bộ Chỉ huy. Chỉ có sáu tiếng đồng hồ sau, đã có ít nhất là bốn phi tuần B52 được sử dụng trên vùng, với hàng ngàn tấn bom để biến cả khu rừng thành biển lửa, đủ thiêu thành tro bụi xác những đồng bạn và nhất là hư vô hóa mọi tham vọng chiến thắng của địch quân. Nhận xét từ những bức không ảnh kiểm chứng, một phi công thuộc toán Pink Team Hoa Kỳ đã phải thốt lên: -- Lại mới thêm một tiểu sa mạc Arizona trên Cao Miên đất lún! Riêng hiệu quả hoạt động của toán 81 một lần nữa được xác nhận bằng tài liệu: một công điện mật do sư đoàn Dù bắt được của địch khi khai thác mục tiêu oanh kích của B52, công điện của đơn vị K30 gửi Công trường 9 hỏi về sự hiện diện của một đơn vị địch không rõ quân số đang hoạt động từ tuyến sau của họ. Hơn thế nữa với sự hoạt động phá hoại của các toán Thám sát nói chung khiến Trung ương Cục R phải phổ biến một bạch thư tố cáo những hoạt động của các toán Biệt Cách mà họ gọi là những Tổ Gián điệp, xuất hiện ngay trong các an toàn khu để gây rối. Và phần sau của cuốn bạch thư là những biện pháp hướng dẫn để các đơn vị đề cao cảnh giác.

Và cũng không xa Cục R bao nhiêu về hướng đông bắc, sau bảy ngày thất lạc trong hoang vu của rừng già, có hai bóng ma lần mò được vào một ngôi làng đổ nát, người được cõng trên vai gần như đã chết. Và suốt trong đêm hôm đó tại một ngôi chùa Miên bỏ hoang, có một người lính Công giáo Việt Nam kiệt quệ và đau khổ, quỳ gối bên xác một đồng bạn, mắt đẫm lệ hướng lên vẻ mặt an tĩnh của Đức Phật thành tâm cầu nguyện cho linh hồn người bạn xấu số sớm được giải thoát. Và bên ngoài trời cơn mưa bão vẫn tràn trề. Gió lung lay cả đêm dài vô minh đang bao trùm khắp Á châu lục địa.

Thị trấn Krek, Cambodia 1971

DẤU NGOẶC LỊCH SỬ

Davenport bề ngoài chỉ là một ký giả tự do mới vào nghề, vừa đặt chân lên Việt Nam – vùng đất hứa hẹn sẽ đưa hắn từ địa vị một nhà báo vô danh tới tột đỉnh của vinh quang nếu hắn biết khai thác thời cơ và cả may mắn nữa. Không phải là hắn không biết chiến tranh Việt Nam đã bước vào buổi chợ chiều, và cái ngày không thể tránh được – *the Inevitable Day*, người ta, trong đó có người Mỹ, phải trả lại cho xứ sở rách nát này một nền hòa bình. Nhưng cái ý tưởng nhân bản đó chỉ thoáng qua khi ngọn lửa ngút tham vọng cá nhân của hắn cháy bùng trở lại. Rằng Việt Nam đối với hắn trong chuyến đi này có ý nghĩa một tiếp tục phiêu lưu về miền Tây, bên kia Thái Bình dương qua vùng đất mới. Thời cơ của hắn cũng chẳng còn bao lâu nữa ngoài cái hy vọng ở một vài cao điểm bộc phát của cuộc chiến tranh trước giờ tàn lụi. Và hiện giờ thì hắn đang sống với tâm trạng chờ đợi một Mậu Thân 2 ở bên thềm năm mới. Rằng Cộng sản không thể không làm một cái gì ở chuyến đi lịch sử của Tổng thống Nixon qua Bắc Kinh. Xem ra các dấu hiệu chuyển động có vẻ thuận lợi và mọi nỗ lực thu thập tìm kiếm chỉ là để củng cố cái niềm tin đầy ước muốn riêng tư đó. Khi mà tiếng gọi của danh vọng lớn hơn lương tâm, với tất cả sắp đặt dự mưu, chỉ sau một chuyến đi ngắn 24 tiếng đồng hồ xa Sài Gòn, Davenport đã tài tình vẽ ra được cảnh bi ai của một Tiền Mậu Thân 2 không thể tránh được trên Cao nguyên.

Chỉ ít tiếng đồng hồ sau khi bản tin viễn ấn – *teletype* của hắn được đánh đi, người ta đã thấy Davenport đang ngồi chễm chệ trong một quán rượu mát lạnh trên tầng lầu mười của một khách sạn hạng nhất, bên một cô thư ký riêng và cũng là người đàn bà tình nhân trẻ đẹp đầu tiên của hắn ở Sài Gòn. Davenport không khỏi thích thú thưởng thức những dòng chữ đã được hâm nóng của hắn, đang tràn ngập trên hầu hết trang nhất của các báo Việt ngữ vừa xuất bản buổi chiều. Không thiếu cả những slogans tám cột nhằm phóng đại cái vẻ căng thẳng của nguồn tin mà chính hắn cũng tự biết là không mấy phần trung thực.

Theo thông tín viên Davenport hiện có mặt tại Cao nguyên thì thị trấn Kontum hiện đang sống trong những ngày nghẹt thở. Trước các nguồn tin đe dọa bị tấn công, cả bà già con nít đều được mang vũ khí. Dân chúng hối hả đào hầm làm bao cát để ẩn tránh pháo kích. Và cứ mỗi buổi chập tối, là các trẻ em đàn bà cùng những ông già di chuyển tấp nập trong thị trấn nhỏ không tới ba chục ngàn dân này: họ thuộc lực lượng tự vệ được võ trang, sẵn sàng ứng phó cuộc phản công của địch mà theo tin tình báo thì Kontum là mục tiêu chính yếu. Trong khi Hàng không Việt Nam tạm thời bãi bỏ đường bay Sài Gòn – Kontum vì lý do an ninh, thường dân và nhân viên tư trong bệnh viện Mỹ cũng di tản xuống Nha Trang. Các yếu khu được tăng cường phòng thủ kiên cố. Cùng khi đó, phi cơ quan sát Việt Nam và Hoa Kỳ đã liên tiếp phát hiện dấu vết của 30 xe tăng địch và riêng trưa nay không lực lại mới khám phá và hủy diệt một đoàn chiến xa sáu chiếc ở hướng tây nam gần trại Lực lượng Đặc biệt Ben Het. Người ta cũng ghi nhận đã có các cánh quân tăng viện tinh nhuệ rầm rộ vừa tới từ Sài Gòn...

Vào một buổi sáng mai khi chân trời còn hoe nắng, đã có 14 phi vụ vận tải khổng lồ nối đuôi nhau cất cánh từ phi trường Sài Gòn. Cũng là lần đầu tiên một cuộc đổ quân rầm rộ được hoàn tất chớp nhoáng bởi một phi hành đoàn trẻ trung hoàn toàn Việt Nam. Chỉ vào xế trưa phi trường Kontum đã ngập tràn những người lính tinh nhuệ với đầy đủ súng ống sẵn sàng tham chiến. Họ thuộc cánh quân tăng viện đầu tiên tới thị trấn để kịp thời ứng phó với tình hình được mô tả là khẩn trương ở những ngày trước Tết.

Nhưng thật trái hẳn với tin tức thổi phồng trên báo chí về những ngày được mô tả là nghẹt thở, thì thị trấn Kontum vẫn mang bộ mặt sinh hoạt bình thường. Không làm gì có bóng dáng những bà già và trẻ con được võ trang tấp nập đi lại trong các đường phố. Hàng không Việt Nam vẫn duy trì những chuyến bay Kontum - Sài Gòn, chưa kể thêm những phi vụ đặc biệt được gia tăng vào dịp Tết. Nhịp độ pháo kích cũng chỉ ở mức độ trung bình.

Và với một ông Tướng ưa khoa đại, chỉ thích tuyên bố những câu ngoạn mục, cái gọi là dấu vết của mấy chục chiến xa mới phát hiện vẫn đang còn là một nghi vấn cần được kiểm chứng. Không kể các nguồn tin thời sự quốc tế, chỉ riêng về tin tức quốc nội, ngoài một hãng thông tấn của nhà nước với đường lối thông tin một chiều theo lệnh của chánh phủ – liệu đến bao giờ báo chí Việt Nam mới thực sự là tai nghe mắt thấy tại chỗ của người dân, mới thoát ra khỏi cái mê hồn trận của mấy hãng thông tấn ngoại quốc, thứ guồng máy độc quyền sản xuất tin ngay trong giới hạn lãnh thổ Việt Nam? Dù có quá khứ trên cả trăm năm kể từ Gia Định báo, hầu như không phải vô tình mà một số báo ở Sài Gòn đã làm công việc tiếp tay cho các thế lực quốc tế điều kiện hóa dư luận quần chúng ở Việt Nam.

Riêng đối với mấy người lính mới đặt chân xuống thị trấn, thì nơi-nào-cũng-vậy, chỉ có những ngoại cảnh đổi thay – từ vùng xanh bát ngát đồng bằng với ngọn núi đá Bà Đen trơ trụi tới chập chùng đồi núi của bức tường thành Trường sơn, không gian gần gũi của họ vẫn chỉ gồm những hầm hố và bao cát. Ngay sau khi từ phi trường di chuyển đến địa điểm trú đóng, không lãng phí một phút giây, mấy trăm tấm thân nâu sạm khỏe mạnh như những tượng đồng, nhỏ mồ hôi phơi mình giữa nắng trưa đổ lửa trên một bãi khô trần trụi nóng. Mấy trăm cánh tay vạm vỡ đồng loạt tung lên bổ xuống những nhát cuốc bẩm trên một nền đất núi lam nham đầy sỏi đá. Họ như những con sâu đang tự đào bới những hốc hang, đủ để chui mình xuống sâu dưới lòng đất, đủ cho họ sống ngoi ngóp và chờ đợi chiến tranh như một thiên tai bất chợt phủ ập tới. Nhưng rồi không nói ra, những người lính tự hỏi, trước thoáng hy vọng ở hòa bình trong năm mới liệu ai sẽ là đống tro than trong ngọn lửa đỏ bùng cháy mãnh liệt trước giờ lụi tàn hẳn. Hiển nhiên chẳng người lính nào mà lại muốn là kẻ vô danh cuối cùng chết cho cuộc chiến dai dẳng và thật vô ích này.

Chưa có dấu hiệu gì về một tổng công kích để làm dứt điểm cho chiến dịch Đông Xuân như lời đồn đãi. Bắc quân không đủ sức để làm như vậy khi mà yếu tố bất ngờ của Mậu Thân đã không còn nữa. Nhưng họ lại dư sức tạo một chiến thắng cục bộ như ý muốn để chỉ gây tiếng vang hậu thuẫn cho cuộc thương thuyết xảy ra ở bất cứ đâu. Đó là chiến thuật sử dụng *bàn-tay-nắm* để tạo *một-cú-đấm-then-chốt*, từ ngữ trong tài liệu học tập bắt được của cán binh Cộng sản – một cú đấm ngoạn mục sao cho chấn động dư luận thế giới như trận Điện Biên Phủ 1954, nhưng lần này sẽ kết thúc bằng sự ra đi của tất cả người Mỹ tham chiến ở Đông Dương.

Liệu đâu sẽ là mục tiêu của cú đấm then chốt đó? Một câu hỏi khó giải đoán và đang làm điên đầu giới lãnh đạo, nhất là khi mà những diễn biến chính trị quốc tế có chiều hướng hoàn toàn bất lợi cho cái quan điểm chỉ có bề ngoài cứng rắn của Sài Gòn. Và cũng chỉ là ước đoán của Bộ Tổng Tham mưu thì rất có thể là Vùng 2 – vùng Cao nguyên núi non hiểm trở rất yếu phòng vệ, sẽ là mồi ngon cho các đại đơn vị địch quân dễ dàng xâm nhập. Dự đoán một diễn tiến có thể xảy ra như sau: từ vùng Tam Biên và căn cứ địa 609, một lực lượng hùng hậu của Mặt trận B3 sẽ tràn qua đánh chiếm tỉnh Kontum – thị trấn Kontum sẽ là điểm và diện sẽ là Dakto, Pleiku và hải cảng Quy Nhơn. Cú đấm này nếu thành tựu sẽ cắt đôi miền Nam làm hai mảnh. Biến cố đó sẽ không phải chỉ là Một Dấu Ngoặc mà là một Khúc Quanh Trọng Đại Của Lịch Sử. Để tất cả phải đứng trước một sự đã rồi: một thực tại ba Việt Nam, để từ đó làm căn bản cho cuộc thương thuyết ngưng bắn. Khi mà mối bang giao với người Mỹ lúc nào cũng có thể là sự vỡ mộng bất ngờ, có gì chứng tỏ là họ sẽ chống lại một giải pháp như thế. Hay biết đâu đó lại chẳng là ước muốn trao đổi như một thỏa hiệp ngầm với phe bên kia để khả dĩ tìm một bước rút lui vinh quang. Không đâu xa, từ những kinh nghiệm quá khứ những Mậu Thân, Snoul, Hạ Lào – điều mà người ta e ngại là sự kiện có thể của cái gọi là xóa đi bày lại của những bàn tay phù thủy, hiển nhiên trong đó có ám chỉ người Mỹ. Những người lính cầm súng ý thức đã phải chiến đấu với lòng tổn thương và hoàn toàn mất tin cậy bên cạnh một đồng minh chỉ biết đặt quyền lợi của họ lên trên cả những mục tiêu tranh đấu tối thượng của dân Việt. Còn riêng đối với Bắc quân, việc phải thí mấy chục ngàn quân để đạt mục tiêu có giá trị chiến lược là điều rất có thể và rất dễ làm. Đó là lý do khiến chúng tôi đã phải vừa cầm súng chiến đấu vừa phải tự ước lượng mức độ của cuộc chiến tranh trong màn hỏa mù để không tự biến thành một đống tro than trong những giờ tàn của cuộc chiến. Với chúng tôi sẽ không bao giờ có hai ngọn đồi 31 như trận Hạ Lào. Lịch sử không phải một tái diễn mà là sự liên tục của một quá trình xã hội có đủ dấu thăng và nốt trầm với những nguyên nhân sâu xa nhất.

Dù có thể chỉ là trận giặc cân não, cũng không phải là ngẫu nhiên mà chúng tôi phác thảo ra một kế hoạch bảo toàn lực lượng như vậy. Tự đặt mình trong một hoàn cảnh phải chiến đấu đơn độc, không hy vọng được yểm trợ, nếu không có kế hoạch giải quyết trận địa mau chóng, sớm muộn chúng tôi cũng sẽ bị địch bao vây và tiêu diệt. Bởi vậy một kế hoạch "mở đường máu" chọc thủng phòng tuyến địch và hỗ tương yểm trợ để thoát ra lực lượng cầm chân bao vây, đã được ban tham mưu nghĩ tới. Với một trận địa khi mà địch đã có cả chiến xa và trọng pháo, một khu rừng rậm rạp kế cận được chọn để ẩn tránh, cùng với một hệ thống địa đạo để có thể linh động di chuyển, tránh được tầm theo dõi và điều chỉnh tọa độ pháo của các toán tiền sát địch quân... Xem ra ở lần hành quân này, với cái gọi là Cú Đấm Then Chốt bản chất mới của trận địa đã khiến chúng tôi phải từ bỏ cái quan niệm chỉ biết tấn công để phải trở về vị trí phòng thủ – nhưng đó là khả năng phòng thủ cao và rất linh hoạt, khiến đám cố vấn Mỹ phải đưa ra nhận xét về vụ tấn công nếu có của địch, sẽ là một ý muốn tự sát của Bắc quân – *the suicide game they can't win*. Hiển nhiên vị trí chúng tôi chẳng phải là bất khả xâm phạm như đám cố vấn đã ngây thơ nhận xét nhưng ít ra chúng tôi cũng đủ sức cầm cự và cả chống trả một cách mãnh liệt; và cái khả năng có thể bị tràn ngập khi mà đối phương đã trả một giá quá đắt là hy sinh tung vào một lực lượng nhiều lần đông gấp bội về quân số. Và ở một hoàn cảnh đã không còn có một chọn lựa nào khác, với cách chuẩn bị ấy chúng tôi bình tĩnh chờ đợi. Qua đêm rồi ngày. *Một ngày dài bằng hai đêm nay*. Đó là tiêu lệnh báo động cho toàn đơn vị là cộng quân sẽ tấn công.

Nhưng chỉ có ngày dài và đêm lặng lẽ khác thường. Đón Giao thừa, thay cho pháo và tiếng súng, chỉ có những trái hỏa châu rực rỡ từ các tiền đồn bắn lên. Người chiến binh quên cả nỗi nhớ nhà, ai cũng hồn nhiên tin ở một điềm lành hòa bình trong năm mới. Sáng mùng Một, trời đẹp với khí hậu thì ấm áp. Chỉ thực sự có Tết ở góc tỉnh nhỏ nơi biên cương này. Dân chúng vẫn nô nức tràn ra đường, xuất hành đi lễ đầu năm – cả bà già và trẻ con tấp nập; dĩ nhiên là không có võ trang mà chỉ thấy những chiếc quần chiếc áo mới rực rỡ dành cho ba ngày Tết. Nét mặt người nào cũng rạng rỡ hạnh phúc.

Duy chỉ có thông tín viên Davenport thì nét mặt rầu rĩ, ôm trên lòng chiếc máy cassette thu thanh và những máy chụp hình kềnh càng; cùng với mấy đồng nghiệp bên hãng thông tấn AP và UPI, ngồi trong một quán cóc cà phê trên con đường dốc Phú Mô, trong mỏi mệt đợi chờ gần như vô vọng từ nhiều ngày một tổng công kích Mậu Thân 2; nhưng rồi để chỉ có mùa Xuân và một cái Tết lặng lẽ đi qua. Điều có vẻ lạ lùng nhưng có thật là ở giữa cuộc chiến kéo dài ba mươi năm, vẫn có những người mong sao có thêm những mùa Xuân khói lửa, họ chưa thích nghi được với hai chữ hòa bình. Đâu phải chỉ có Davenport và bầy ký giả kên kên trông đợi háo hức một vụ tấn công tan hoang, mà phải kể thêm ban tham mưu của ông Tướng vùng sau khi đã rùm beng tiên đoán một trận địa Cao nguyên sẽ diễn ra kinh hoàng. Và phải kể cả thiểu số bọn nhà giàu theo dõi báo chí hoảng sợ bỏ thị trấn ra đi trước đó nhiều hôm...

Nhưng rồi, một trận tổng công kích trên khắp Cao nguyên, theo báo động của ông Tướng – hay điều mà ký giả Davenport mệnh danh là Mậu Thân 2 đã không xảy ra. Cũng không xảy ra một Cú Đấm Then Chốt *"à la Dien Bien Phu"* để Cộng sản có thể mở một Dấu Ngoặc Lịch Sử, nói theo ngôn từ của họ. Năm nay chỉ có Tết của một đám dân hiền lành với nụ cười và vẻ mặt hân hoan trong khắp thị trấn. Còn riêng với những người lính của rừng xanh thì đây là ba ngày Tết tuy xa nhà nhưng là lần đầu tiên im lìm tiếng súng, với cả những nụ mai vàng không ngừng nở. Và một Mùa Xuân đang về êm đềm trên đỉnh những non cao.

Kontum 02/1972

HÒA BÌNH KHÔNG SỚM HƠN

Khung cảnh là mênh mông rừng già Cao nguyên. Thời gian là những năm đầu 70 với chập chững từng bước chuẩn bị Việt Nam hóa cuộc chiến. Cũng là giai đoạn các toán Biệt Cách phát hiện con đường mòn Hồ Chí Minh rộng như một xa lộ, chuyển vận ngày đêm chạy xuyên suốt tới vùng Tam Biên: đã như một mũi dao đâm thẳng vào cuống họng vùng địa đầu chiến lược Cao nguyên này...

Tân Cảnh, Tây nguyên 1971

*

Bảy ngày rồi, chứ phải ít đâu. Sáu đêm cả Đại đội thất lạc trong hoang vu của rừng già, cạn lương thực, thiếu nước mà vẫn không sao tìm ra được một hố bom hay con suối. Chỉ có những vũng sương ướt đọng trên các tấm poncho qua đêm giúp chúng tôi khỏi chết khát. Đâu phải là không quen với chiến tranh của rừng rú, thứ trận địa mà chúng tôi đã dạn dày và lớn lên. Nhưng rõ ràng là hiện giờ chúng tôi đang bị lạc hướng. Mà nguyên do bởi tại nhóm phi hành đoàn Mỹ không nhiều can đảm và thiếu kinh nghiệm đã trút cả Đại đội chúng tôi xuống lầm bãi, cách xa tọa độ dự kiến nhiều cây số. Cũng không trách được vì bọn họ còn quá trẻ, lần đầu tiên làm quen với một cuộc hành quân vô quy ước được mệnh danh là Diều Hâu Thám Sát.

Ở những lúc, cả thể xác và tinh thần suy sụp, tôi thường có những điều để tự khuyến dụ mình. Phải giữ tinh thần tấn công – *to maintain your offensive spirit*. Như là điều đã nhập tâm kể từ ngày tôi chọn Võ Bị Đà Lạt và tình nguyện gia nhập binh chủng Mũ Xanh. Rằng trong bất kỳ hoàn cảnh nào, nếu không muốn thất trận (chữ này không có trong tự điển Võ Bị chúng tôi) – thì lúc nào cũng phải ở vị thế tấn công. Vẫn những chữ sắc cạnh ấy như hằn in trong óc.

Ngay từ đầu, lệnh hành quân rất rõ ràng là thả một Đại đội Thám sát vào rừng lúc hoàng hôn không xa mục tiêu quá 2 cây số. Hổ Xám là tôi, (cái tên cúng cơm bọn nó đặt cho tôi khi mới về toán Thám sát có lẽ vì nhiều đặc điểm: không phải chỉ có tính gan lì trong trận mạc, mà tôi còn có nước da bánh mật đen như người Thượng và tài đi rừng nhanh thoăn thoắt không thua gì họ). Tôi sẽ hướng dẫn Đại đội di chuyển ngay trong đêm, tiến sát gần mục tiêu – mà chúng tôi được biết trước là một trạm giao liên rất quan trọng của Sư đoàn Sao Vàng – mai phục nằm chờ và đúng giờ G, toàn Đại đội sẽ xung phong thanh toán căn cứ địch trước chạng vạng sáng. Trang bị tối tân với hỏa lực cực mạnh nhưng gọn nhẹ, kế hoạch hành quân táo bạo, ước tính thành công là dựa trên sự bất ngờ và chớp nhoáng. Cũng vẫn theo kế hoạch hành quân, trong mọi tình huống bằng mọi giá, chúng tôi phải được bốc ra khỏi vùng địch sau 48 tiếng. Vậy mà bước sang ngày thứ ba, cũng vẫn chưa tới được mục tiêu, lại thêm có dấu hiệu bị địch bám sát và theo dõi. Không giống với đơn vị tác chiến khác, vùng hoạt động của chúng tôi nằm ngoài tầm yểm trợ của pháo binh. Và lúc này tôi biết rất rõ cái giá thiệt hại sẽ phải trả là thế nào ở một chiến trường trong lòng địch mà chỉ có chúng tôi là mục tiêu lộ diện.

Rừng già hai lớp, tầng trên với rất nhiều cây cao không dưới ba mươi thước, tầng dưới là cả một rừng mây giăng mắc chằng chịt. Trong khi chúng tôi vẫn phải cố tránh xa những đường mòn, vén từng bụi rậm len lách chui rúc mà đi. Ở xa trông chúng tôi không khác một đàn kiến. Thật ngại ngùng khi phải vượt qua trảng, là một cánh đồng tranh đầy bọ vắt, thật khó mà đánh lạc hướng địch cho dù đã cố ngụy tạo những dấu vết. Bảy ngày chỉ có rừng xanh và mùi lá úa ẩm mục, không có một bóng dáng của thú dữ, cho dù trước đây thời Pháp vốn nổi tiếng là vùng săn bắn. Thú dữ nếu không bị chết vì chất Da cam, thì súng đạn cũng đã khiến chúng phải bỏ đi. Ở hoàn cảnh này mới thật thấm thía câu nói của một nhà văn nào đó rằng thời đại này con người không còn sợ hãi thú dữ nhưng lại rất sợ chính ngay đồng loại của mình – với chúng tôi bây giờ là đồng loại người Việt. Chỉ một tiếng chim lạ hót lảnh trong đêm, hay vài âm thanh xao xác trên nền lá cũng đủ khiến cho những người lính hồi hộp thao thức...

Khi còn ở toán Thám sát tôi không thể nào quên được kinh nghiệm đó trong một cuộc hành quân ở thung lũng A Shau. Nhiệm vụ của toán lúc đó thật rõ ràng: lùng kiếm địch, theo dõi dấu vết để khám phá các kho tàng và nếu có thể thì bắt sống tù binh Bắc Việt để về khai thác. Không phải lần đầu tiên lãnh nhiệm vụ đó; tôi đã trải qua một thời gian dài được huấn luyện và đã có kinh nghiệm quen thuộc với loại hoạt động như vậy. Trái với điều tôi nghĩ trước đây rằng can đảm chỉ là một thói quen; nhưng ngược lại càng vào rừng nhiều lần thì thói quen vẫn không đủ giúp chúng tôi bớt sợ hãi. Thành thật với chính mình thì tôi phải thú nhận là có sợ hãi, cho dù lúc nào đối với những người lính họ chỉ thấy ở tôi cái hình ảnh xông xáo lầm lì của một thứ hổ xám; có đứa còn dị đoan tin là tôi có cả bùa phép. Cũng không cần phải đính chính nếu điều đó đem lại sự an tâm hơn ở những người lính. Riêng tôi thì tự hiểu rằng cái hành vi dũng cảm kia đôi khi chỉ là một cố gắng đàn áp, một phản ứng tự ái của cấp chỉ huy phải có...

Khi đó tôi đang dẫn toán tới khúc quẹo của một con đường mòn và cũng là vị trí toán nằm phục kích. Tôi thật chưa có chuẩn bị tâm trạng để chạm địch ngay lúc đó, dù đang ở những bước lùng kiếm. Thật bất ngờ trong khoảnh khắc tôi chạm mặt hắn trong tầm cận chiến không đầy ba thước. Cả hai đều có vũ khí trên tay, không phải súng M16 mà là AK, và dĩ nhiên đều lên đạn. Nhưng thật kỳ lạ và cho đến bây giờ tôi vẫn không hiểu tại sao khi ánh mắt vừa giao nhau, cả hai đều khựng lại bất động; sợ đến nghẹn thở khiến tôi và cả hắn nữa, cả hai cùng quay lưng cắm cổ bỏ chạy, với tâm trạng mừng rỡ thoát nạn một cách thật phi lý. Ánh mắt kẻ thù trước mặt và cả trong tôi, giữa hai con người đã có gì chứa đựng đến phải gây sợ hãi nhau khiến trí tuệ bị tê liệt. Cho đến bây giờ tôi cũng không biết nữa. Chắc chắn tôi không phải là người thiếu can đảm, quá khứ đủ bảo đảm hiện tại; ngay từ những người lính đến chính cấp chỉ huy cũng luôn luôn đánh giá tôi như vậy...

Mặt trời càng lên cao, đoàn quân di chuyển chậm hẳn lại. Không cần đợi lệnh đã có đứa nằm quy xuống, miệng há và thở dốc. Tôi hiểu rằng đám lính của tôi đã thật sự kiệt

quệ, không còn chút khả năng chiến đấu. Tôi gọi máy về
Bộ Chỉ huy là bằng mọi giá phải cho triệt xuất đại đội ra
hôm nay. Bổn phận của tôi bây giờ là tìm bãi. Địa hình chập
chùng những đồi núi này đâu dễ tìm ra một bãi đáp thẳng
mà không phải dùng đến thang dây. Với một phi hành đoàn
trực thăng Mỹ thiếu kinh nghiệm, muốn được triệt xuất chỉ
có cách làm theo ý tụi nó.

Lại có tiếng nài nỉ của viên cố vấn xin được tạm dừng
nghỉ chân. Hắn to như hộ pháp, là một trung sĩ xuất thân
gốc Mũ Xanh, đây là lần thứ ba hắn tình nguyện trở lại
Việt Nam. Tôi đã từng biết hắn trong thời gian còn là một
trưởng trại lẫy lừng ở gần ngã ba biên giới. Xuất thân từ
Fort Bragg, nhiều năm dạn dày chiến trường Tây nguyên,
chắc chắn hắn không phải là gà chết. Vậy mà lúc này trông
hắn thật thảm hại: mặt đỏ gay, môi khô se, miệng há thở
dốc. Đâu phải chỉ có hắn là mỏi mệt, cả tôi và đám lính
tráng cũng cần được nghỉ ngơi. Nhưng không thể được.
Không thể nào dừng quân lúc này cho tới khi tìm được một
bãi đáp. Phải tiếp tục đi mới hy vọng tránh tổn thất, mới
giữ được tinh thần đám lính tráng đang rất xuống. Trong
quyết định đó cũng có một chút gì nhẫn tâm và với một
chút mai mỉa tôi bảo nếu cần sẽ cho tụi lính khiêng cáng
hắn. Bị chạm tự ái, hắn lại đứng dậy phì phò với những
bước nặng nề đi tới. Rồi lại nhìn sang đám lính tráng đang
tơi tả, tôi không tránh được nụ cười gằn. Cái sự thể mà các
đại đội phải liên tiếp vào rừng lúc này một phần cũng bởi
do áp lực của tụi nó. Viên Đại tá Cố vấn trưởng với cặp mắt
như cú vọ luôn luôn thúc đẩy chúng tôi phải sử dụng tối đa
những đại đội tham chiến. Hắn bảo theo quan điểm cá nhân
hắn mà cũng là quan điểm của MACV, Bộ Tư lệnh Viện
trợ Mỹ, thì người Mỹ không thể quan niệm nổi mức độ tổn

thất ở một đơn vị được mệnh danh là xung kích và thám sát. Một cách để hiểu ý họ là đơn vị chúng tôi phải biểu tỏ tinh thần chiến đấu bằng những con số tổn thất nhân mạng lớn ở những cuộc hành quân liên tiếp sắp tới. Nếu không, thì MACV chẳng còn lý do gì để phải tiếp tục tài trợ cho sự tồn tại của một đơn vị tổng trừ bị với nhiều tốn kém đến như thế. Điều này thể hiện khá rõ ràng quan niệm mà ông Nixon mệnh danh là Việt Nam hóa cuộc chiến – *the socalled Vietnamization*. Và báo chí Mỹ đã mỉa mai gọi đó là "một nỗ lực thay đổi màu da trên xác chết". Đến lúc này tôi mới hiểu cái thế lưỡng nan của ông Trung tá. Ông là cấp chỉ huy khá tư cách và cuộc sống đạm bạc. Dĩ nhiên là ông phải có trách nhiệm và cả tự ái để không bao giờ lính của ông phải chết chóc ngoài ý niệm điều quân của mình. Nhưng ông cũng tự hiểu rằng một sự trái ý bướng bỉnh nào đó với viên Cố vấn sẽ xô đẩy đơn vị ông tới những khó khăn vô số. Từ bản chất một con người rất trầm tĩnh trong mọi hoàn cảnh gian khó phải đối phó, nhưng ở lần này ông đã không giữ được sự bình tĩnh nổi nóng đập bàn đuổi viên Đại tá Cố vấn ra khỏi hầm chỉ huy hành quân trước sự hoạnh họe rất cao ngạo và trịch thượng của hắn. Hắn đã áp đảo và thành công nhiều lần qua trung gian của ông Tướng. Một ông Tướng với nhiều nhem nhuốc chỉ muốn được thỏa hiệp cho yên thân bất kể điều gì sẽ xảy ra cho các đơn vị thuộc cấp. Tự ái của tôi cũng được phần nào ve vãn với một cấp chỉ huy đủ cứng cỏi như ông Trung tá. Nhưng rồi sao nữa? Ngoài cái tự ái nhất thời, còn lại những vấn đề thực tế mà chúng tôi phải đối phó. Làm sao chúng tôi có thể có tiếng nói mạnh được khi mỗi người lính từ A tới Z phải lệ thuộc vào người Mỹ. Rồi cũng phải tự hỏi tại sao những thế hệ tiền nhân không có ngoại viện, ông cha chúng ta vẫn tạo được một quân đội hùng mạnh để chống ngoại xâm.

Khi chọn Võ Bị Đà Lạt, tôi tin tưởng ở sứ mạng của một quân đội trưởng thành trong vai trò bảo vệ độc lập và xây dựng đất nước. Nhà trường chỉ có khả năng biến chúng tôi thành những chuyên viên quân sự nhưng lại thiếu sửa soạn để chúng tôi có thể đối phó với một hoàn cảnh chính trị phức tạp như hiện giờ. Từ một quan niệm hết sức đơn giản, phục vụ tổ quốc bằng cái chủ nghĩa kỳ cùng, khắc phục mọi khó khăn gian khổ, tôi đã không thể quan niệm có chính trị trong tập thể quân đội và dứt khoát không muốn dính dáng đến nó. Nhưng dần dà, với dạn dày những chung đụng, tôi thấm thía hiểu rằng không phải chỉ có cầm súng, nhưng chúng tôi còn đang bị xô đẩy vào những hoàn cảnh lắt léo của một thứ chính trị vây bủa. Đã tới lúc người lính phải xác định cái vị trí hoàn cảnh của mình và tự hỏi tại sao lại đang phải chịu rất nhiều hy sinh và tiếp tục cầm súng chiến đấu.

Lại có tiếng gọi trong máy. Tiểu đội tiền sát báo tin có đụng địch nhưng chưa rõ quân số. Tôi tự hỏi đơn vị sẽ làm ăn được gì với những tên lính kiệt sức và bết bát như hôm nay. Nhưng tiếng súng đã làm thức dậy bản năng tự vệ, khiến đám binh lính trở lại năng động. Và khi điều động được đại đội tới nơi thì chẳng phải bắn thêm một phát súng nào. Chỉ có những hầm gạo và kho lương phải nhanh chóng được tiêu hủy. Kiểm điểm lại thì chỉ có một tên lính Bắc Việt bị thương ở loạt đạn giao tranh đầu tiên với toán thám sát. Đây là chiến công nhỏ duy nhất của đại đội ở kỳ hành quân này – mà lại do mấy tên lính phá phách và nghiện hút đang bị đẩy ải lập thành tích. Đúng ra khi bắt sống được tù binh địch tụi nó đương nhiên mỗi đứa sẽ được 30 ngày phép, chưa kể món tiền thưởng và huy chương. Nhưng điều mà tụi nó chỉ xin tôi lúc này là ở kỳ về hậu cứ, tha giam chúng nó trong những thùng sắt Conex nóng như thiêu, với lời hứa xin chừa phá phách. Tôi chỉ mỉm cười, không hứa hẹn điều gì, trong lòng thì đầy mến thương cái bản tính hồn nhiên và rất can đảm của tụi nó. "Ai mà tin được miệng lưỡi tụi bay ..." Hơn một lần tụi nó lấy cả danh dự ra để xin cai nhưng rồi vẫn chứng nào tật đó. Riêng trường hợp thằng Lâm Chút, đã có lần cho trực thăng thả xuống giữa căn cứ hỏa lực vùng kiểm soát của Việt cộng, chỉ với 10 trái lựu đạn và lương khô; vậy mà năm ngày sau đã thấy nó lù lù trở về căn cứ mặt cười nhăn. Không nói ra, là cấp chỉ huy, tôi cũng phải thầm phục nó.

Khi tôi gặp người tù binh thì hắn vẫn còn tỉnh táo khiến tôi phỏng đoán rằng vết thương rất nhẹ. Đạn tuy xuyên mông nhưng chắc không trúng động mạch lớn. Thượng sĩ Tụng y tá mau chóng băng bó cầm máu cho nó. Lệnh Bộ Chỉ huy là phải ưu tiên đưa tù binh ra bãi triệt xuất. Gã tù binh còn rất trẻ, tuy ốm xanh xao nhưng khuôn mặt lanh lợi và ánh mắt thì say đắm. Hắn gợi cho tôi hình ảnh đứa em trai tử trận cũng trên vùng thảo nguyên này cách đây không bao lâu. Lòng tôi như sôi lên một tình cảm rất khó diễn tả: vừa giận dữ vừa xen lẫn thương cảm. Nhưng rồi cái khuôn mặt trẻ thơ ấy đã khiến lòng tôi nguôi ngay lại. Không biểu lộ nhiều sợ hãi, hắn có ngay thái độ hợp tác. Kinh nghiệm đối với những tù binh chính quy Bắc Việt đều như vậy. Út Hiền sĩ quan ban Hai tới khai thác làm việc ngay với nó. Rất vắn tắt, hắn gốc người Thanh Hóa, xâm nhập vào Nam được 4 năm, tham dự nhiều trận đánh. Hiện đơn vị hắn đang hành quân dưới đồng bằng từ ba hôm. Hắn bị bỏ lại hậu cứ vì đang lên cơn sốt rét ác tính cùng với toán hậu cần. Toán này cũng vừa vội vã rút đi vì không muốn đụng với thứ dữ là đám Biệt Cách. Tôi cố dằn nỗi xúc động mạnh mẽ về cái chi tiết địa danh ấy, hắn là kẻ đồng hương với tôi. Đã có một sợi dây liên đới vô hình ràng buộc tôi xích gần lại với hắn. Không phải chỉ vì nhu cầu nguồn tin tức cần khai thác, mà thật giản dị tôi tự thấy có bổn phận phải cứu sống nó. Ánh mắt nó nhìn tôi tin cậy. Không còn vẻ sợ hãi, nó nói chuyện hỏi han huyên thuyên như một đứa trẻ. Tôi giao cho y tá Tụng theo dõi chăm sóc hắn. Tôi rất quan tâm khi thấy máu đỏ vẫn thấm qua làn vải băng. Tôi hỏi Tụng, hắn nói, "Mạch vẫn đập tốt, thưa Trung úy." Hắn được chích thêm thuốc trợ tim và cầm máu, và cả truyền thêm nước biển khi huyết áp hơi xuống thấp. Không có gì phải e ngại cho tới khi chúng tôi tìm ra bãi khả dĩ để triệt xuất.

Có chiến công đám lính tráng quên hết mệt nhọc, đứa nào cũng có vẻ phấn chấn. Bộ Chỉ huy ở nhà nhất là Ban Hai trên Quân đoàn có vẻ nôn nóng về nhu cầu tin tức. Trên chiếc trực thăng CNC, cùng với ông Trung tá, ông bác sĩ yêu cầu chính tôi cho biết tình trạng vết thương của người tù binh, để nếu cần thì cho di tản hắn trước bằng thang dây với loại trực thăng có máy kéo. Tôi thì vẫn thành thật tin tưởng rằng hắn sẽ không sao cho tới khi cùng đại đội về đến căn cứ. Vả lại trong thâm tâm tôi muốn được có mặt, tham dự trong cách đối xử mà tôi nghĩ sẽ khác hơn riêng đối với hắn. Tính phương giác trên bản đồ, tôi cho lệnh Đại đội tiếp tục đi theo hướng nam – một khoảng không xa lắm để có một bãi triệt xuất tốt. Nhưng ngay lúc đó tên tù binh đã can gián tôi rằng theo hướng nam có thể đụng với đơn vị hành quân từ đồng bằng trở về. Tôi rất tự tin ở trực giác bén nhạy của mình. Chỉ qua thoáng nhìn trong ánh mắt hắn, tôi nghe theo lời khuyên của hắn không do dự và cho lệnh đại đội di chuyển về hướng đông bắc. Mặc dù sẽ vất vả hơn với một địa hình nhiều trắc trở và phải vượt qua những con dốc. Phải mất gần một trung đội luân phiên nhau cáng võng hắn. Do những chuyển động va chạm khi leo dốc tôi thấy hắn cố kìm hãm nét chịu đựng đau đớn. Máu tuy vẫn thấm băng nhưng mạch vẫn nhảy tốt. Rồi cũng phải hơn hai giờ đồng hồ sau chúng tôi mới tìm được bãi đáp khả dĩ. Tôi huy động đám lính tráng mau chóng dọn dẹp bãi. Bọn phi hành đoàn Mỹ cho dù có nhát tới đâu cũng không có lý do gì để mà từ chối đáp xuống bãi. Vả lại họ biết rất rõ là vẫn còn một người Mỹ cùng đi với chúng tôi. Để bảo đảm phương tiện không vận cho toàn đơn vị, tôi định rằng viên Cố vấn sẽ cùng với tôi là những người cuối cùng được bốc ra khỏi bãi.

Tên tù binh được đặt nằm dài trên lớp cỏ mịn. Hắn xanh xao cố mỉm cười khi nhìn tôi bước tới. Tôi muốn có phút chuyện vãn và làm một cử chỉ chăm sóc hắn. Có tiếng reo mừng của đám lính tráng khi nghe đoàn trực thăng từ xa tới. Ngay lúc đó không hiểu sao bỗng dưng tên tù binh ngồi bật dậy và hốt hoảng kêu la. Có một cái gì đó khiến hắn trừng mắt ngạc nhiên và đầy vẻ sợ hãi. Như không thấy, hắn chỉ kịp quơ tay về phía trước níu lấy tôi kêu thất thanh một tiếng "Anh" rồi ngã rũ xuống và chết tốt. Tôi bàng hoàng kêu ngay y tá Tụng và cả chính tôi đã làm mọi điều để cấp cứu hồi sinh hắn nhưng vô hiệu. Tôi vẫn nghĩ rằng vết thương đó không đủ làm hắn chết mau như thế. Tụng y tá thì tìm cách giải thích là tên tù binh đã chết vì bị kích xúc. Thêm một danh từ chuyên môn cũng chẳng giải thích được gì thêm về cái chết bất ngờ và vô lý đó. Tôi để ý là khi nghe tiếng vỗ cánh của đoàn trực thăng sà trên bãi thì vẻ mặt hắn biến sắc và để lộ một vẻ sợ khủng khiếp. Hình như đó là một thứ phản xạ điều kiện của tột cùng sợ hãi của một người suốt bốn năm sống trong rừng sâu mà nỗi ám ảnh đe dọa thường xuyên là các toán Biệt Cách với chiến dịch diều hâu trực thăng vận. Trong khi cũng thứ âm thanh của những cánh quạt gió ấy thì đang khiến đám lính tráng đói khát của tôi nhảy tưng lên như điên vì mừng rỡ sung sướng. Đoàn trực thăng chỉ có bốn chiếc. Phần còn lại của phi đoàn bất ngờ bị điều động xuống tăng viện cho mặt trận ở đồng bằng. Ít ra phải cần mười hai phi vụ trực thăng để triệt xuất hết toàn Đại đội.

Thời tiết đã lại có dấu hiệu xấu, tin ở nhà cho biết có thể mưa bão to vào buổi chiều. Theo thông lệ tôi và bộ phận chỉ huy bao giờ cũng xuống bãi đầu tiên và rời bãi ở chuyến bay sau cùng. Tôi giao việc sắp xếp cho thiếu úy Lực viên sĩ quan phụ tá. Ngồi bệt xuống đất bên xác hắn, người tôi nặng trĩu mỏi mệt. Tôi đưa tay vuốt mắt hắn, mi mắt còn ấm nóng khép lại dễ dàng. Một cử chỉ mà tôi đã không thể làm cho thằng em khi nó bị tử trận ở Pleime, xác gói poncho đưa về những năm ngày sau đã thối rình nhưng vẫn được mẹ tôi ôm chầm lấy mà khóc. Chợt nhìn xuống hai bàn tay người tù binh trầy rách vấy máu vì những bụi gai mây cào xước, tôi không thể không cảm thấy nỗi xót xa mà nghĩ rằng cái đau bây giờ vẫn còn thấm sâu mãi vào trong tấm thân thể mất dần hơi ấm ấy. Thôi ngủ đi. Tôi nhủ thầm dịu dàng và chưa bao giờ lại thấy gần gũi thân thuộc với cái chết đến như thế.

Chẳng còn thứ nhãn hiệu nào để mà gắn lên cái xác chết trẻ trung ấy. Dù là hắn hay thằng em tôi, thì cũng chỉ còn thấy đó là xác một người Việt Nam đã chết rồi. Liệu có cách nào để gia đình hắn biết được tin hắn chết. Tôi đã từng nghe nói đến đài Mẹ Việt Nam do người Mỹ thiết lập, với những buổi phát thanh ra Bắc rất hiệu quả bằng cách cho đọc những bức thư bắt được từ các cán binh *Sinh Bắc Tử Nam*. Nhưng tôi lại chạnh nghĩ hay cứ để cho bà mẹ già và đàn em hắn lúc nào cũng còn nuôi những hy vọng mong ngóng. Bức thư hắn viết dở dang buổi sáng nay chắc không bao giờ được gửi về. Trong đó hắn nhắc tới bà mẹ già, tới đứa em nhỏ, tới huyện Vĩnh Lộc làng Bồng Trung bên dòng sông Mã bên lở bên bồi. Và nó nhắc tới phần mộ người cha nằm phía trên cánh đồng chiêm dưới chân ngọn núi Đa Bút. Hắn đã chớp nhoáng gợi lại cho tôi một quê hương mà cả hai cùng thất lạc. Cổ họng như đau thắt, tâm hồn tê mỏi nhưng tôi chẳng thể nào có được một giọt nước mắt để khóc. Trong thâm tâm tôi rất muốn được khóc.

Lệnh nhà cho biết phải bỏ lại xác người tù binh mới chết tại bãi. Ông Trung tá vốn dị đoan, cả với xác chiến hữu cũng không được ông cho phép đưa về Bộ Chỉ huy hành quân. Cái giai thoại trước cuộc hành quân ông thường phải tự dọn mình, tránh cả không gần gũi vợ mà ông cho là xui. Ông bao giờ cũng muốn tránh tối đa tổn thất cho những người lính.

Lúc này, riêng tôi thấy là nhẫn tâm khi phải bỏ xác hắn tại bãi. Khi tôi là người cuối cùng bước lên trực thăng, con tàu vội vã bốc vọt lên trên một nền trời ủ dột đang vần vũ kéo tới những đám mây bão. Nhìn xuống bãi, gã tù binh vẫn bất động nằm yên như im ngủ, phủ trên mình thay cho lá cờ chỉ là một chiếc võng xanh xao. Cũng đành để hắn ở lại với rừng núi quạnh hiu, và riêng mang theo trong tôi cái tình cảm day dứt khó tả. Phải chi còn đủ thời gian để đào xong một chiếc huyệt cho dù chỉ đủ vùi nông thân xác hắn.

Gió lộng từ những cánh quạt trực thăng, tạt những cụm mây đầy hơi ẩm vào da mặt tôi buốt rát. Da thịt tê dại, cả tâm hồn cũng tê dại, gần như vô cảm, tôi không còn suy nghĩ hay phản ứng được gì. Ngồi bên tôi và luôn luôn di động là gã xạ thủ đại liên mắt thật xanh, bỗng dưng như một tên khùng, hắn chĩa mũi súng đại liên xả đạn như mưa xuống bãi cho dù chẳng có một dấu hiệu nghi ngờ nào của địch quân. Mùi thuốc súng khét lẹt với những âm thanh nhức nhối và chát chúa.

Khi đoàn trực thăng đã thực sự rời xa bãi, tên trung sĩ cận vệ thân tín lên tiếng nhắc tôi và cố nói to: *"Em thấy là Hổ Xám quên."* *"Không, lần này không phải là tao quên."* Nó nhắc tôi việc gài một trái lựu đạn rút kíp dưới xác người tù binh mới chết phải bỏ lại dưới bãi. Hơn một lần địch đã hành động như vậy và gây cho chúng tôi tổn thất. Nhưng ở lần này thì tôi lại nghĩ rằng cho dù có làm thêm một cạm bẫy xác nữa, gây thêm được một vài chết chóc, không vì thế mà ngày mai Hòa bình sẽ trở lại sớm hơn.

Tân Cảnh, Tây nguyên 1971

GIẤC MƠ KIM ĐỒNG

Mặt trận Tây nguyên 1971. Thời tiết đã lại thay đổi bất thường, gây trở ngại cho hoạt động của không lực và những toán thám sát. Thời gian của chúng tôi nơi đây sẽ chẳng thể còn kéo dài bao lâu nữa. Cuộc chiến đang lết đi với những bước thật tẻ nhạt và trong nỗi khó khăn mỏi mệt vô cùng cho cả đôi bên. Tôi có ý nghĩ đó ở những ngày cuối cùng của cuộc hành quân kéo dài cả tháng trong mật khu Hố Bò vùng rừng núi An Lão, giữa một giai đoạn mà người Mỹ đang toan tính tháo chạy và được báo chí Mỹ mệnh danh Việt Nam hóa.

*

Buổi sáng lại thêm một trực thăng bị bắn rơi – chiếc thứ ba trong vòng không đầy bốn tuần lễ bởi loại hỏa tiễn tầm nhiệt S8 của Liên Xô, mà hầu như đơn vị Bắc quân nào cũng được trang bị. Một đơn vị xung kích được điều động tức tốc thả vào cứu nguy cho phi hành đoàn. Chiếc phi cơ đã rơi vào địa điểm một căn cứ huấn luyện lớn và quan trọng nhưng hầu như bị bỏ ngỏ. Như thông lệ, địch đã rút đi rất sớm và từ chối giao tranh ở một trận địa thiếu yếu tố bất ngờ và chưa được sửa soạn trước. Phi hành đoàn được giải thoát, cả phi cơ cũng không bị thiêu hủy. Các toán xung kích mặc sức tung hoành khai thác kho tàng và tịch thu chiến lợi phẩm. Ba-lô đứa nào cũng chật ních. Giữa cuộc hành quân mà tụi nó hồn nhiên vui như những đứa trẻ đồng xanh. Đứa hái rau, đứa rượt heo, còn mấy đứa khác nữa thì thi nhau đuổi gà. Đúng ngay địa điểm dưỡng quân và canh tác cải thiện của đơn vị Bắc quân cấp cỡ trung đoàn nhưng ngụy trang khéo léo, từ trên máy bay theo tầm nhìn mắt chim không thể phát hiện được gì. Vào đến trong bếp thì tro than còn ấm, chắc rằng tụi nó thấy động vội vã rút đi cách đây không lâu và chưa xa. Vì phải triệt xuất bằng trực thăng trước khi trời tối, nên toàn mục tiêu được triệt hạ và thanh toán chớp nhoáng ngay sau đó và không gặp một sức kháng cự đáng kể nào. Vô số tài liệu phim ảnh được tịch thu. Đó là phần công việc khai thác mệt nhọc của ban Hai sẽ phải làm trong đêm nay.

Ở cái vùng Đất Khổ này, bất cứ điều gì cũng là sự quá độ. Thời tiết sau những ngày khô nóng rộp da, chụp xuống bất chợt là những cơn mưa gió lạnh vần vũ suốt buổi chiều và chưa biết kéo dài tới bao giờ. Đồi núi trắng mờ mịt. Dưới những chiếc poncho, sẽ không còn người lính nào tránh khỏi ướt rét. Chỉ còn chiếc lều vải Bộ Chỉ huy tạm đứng vững chưa bị gió cuốn. Ngổn ngang đống tài liệu nhanh chóng được đánh giá và phân loại. Cả những cuốn phim cũng được ráp nối để chiếu trên khung vải. *Biển Lửa, Đầu Sóng Ngọn Gió, Hà Nội chiến thắng vẻ vang...* cùng những phim tài liệu và thời sự. Tất cả chỉ là tuyên truyền cao độ cho cái khí thế đấu tranh của nhân dân miền Bắc, vừa tay

cày tay súng, chống oanh tạc và thi đua bắn hạ máy bay
Mỹ vừa phải sản xuất chống đói lại còn hạt gạo cắn hai cho
miền Nam tình nghĩa anh em. Chẳng có gì mới lạ để phải
hàng giờ theo dõi những hình ảnh rập khuôn như thế...

*

Nhưng rồi bất chợt, thời gian bỗng lùi lại ba mươi năm.
Khung cảnh của Việt Bắc với núi rừng thiên nhiên và hùng
vĩ của vùng tự trị Thái Mèo. Nhân vật là bé Kim Đồng, cũng
là tên cuốn phim phỏng theo một tác phẩm văn học của Tô
Hoài, là một thiếu nhi liên lạc tí hon đầu tiên đã tạo được
thành tích lẫy lừng giúp bộ đội ở những ngày khởi đi của
kháng chiến. Tập truyện Tây Bắc khai thác nếp sống của
các sắc tộc thiểu số trong thời kỳ kháng chiến chống Pháp.
Một câu chuyện đơn sơ cảm động, phản ánh nét sinh hoạt
phẳng lặng của người dân miền núi chất phác với phong
phú những tập tục cổ truyền rất xa lạ với người Kinh ở đồng
bằng, nhưng cũng rất tích cực tham gia kháng chiến – một
giai đoạn ban đầu của cuộc kháng chiến còn giữ nguyên vẻ
thần thánh, của toàn dân khởi nghĩa với duy nhất một ý chí
chống Pháp để giành lại độc lập xứ sở. Kim Đồng chính là
hình ảnh thuở ban đầu của cuộc cách mạng thơ mộng và
đầy cảm xúc đó. Nó đã làm nhỏ lệ trong tim các bà mẹ và
khuấy động lòng yêu nước trong trắng của trẻ thơ...

... Chú bé liên lạc viên Kim Đồng ấy đã chết – một cái
chết may mắn và tuyệt đẹp ở một thời điểm còn rất trong
sáng của cuộc kháng chiến, để đi vào huyền thoại lịch sử
Kim Đồng. Nhưng ba mươi năm sau, có bao nhiêu thế hệ
Kim Đồng khác còn sống tới tuổi trưởng thành, dù là gốc
Bắc hay Nam, cùng nhân danh giấc mơ Việt Nam, khoác
thêm một nhãn hiệu và đang lăm lăm cầm súng, AK hoặc

M16 như các đồng bạn khác – để có thể là đêm nay trong tầm tã của cơn mưa ngã cây lở núi, đang sợ hãi thất lạc trong hoang vu của núi rừng Tây nguyên, bên chân dãy Trường sơn, mò mẫm rình chờ lùng kiếm hạ ngã nhau như những con thú.

*

Sài Gòn Mất Tên 1981. Từ sáu năm rồi mà vẫn tưởng như mới hôm qua với cơn đau lột da ấy. Ở lại với những ngày cuối tháng Tư 75, có nghĩa là chấp nhận mọi sự kể cả cái chết của một cuộc giao tranh sống mái. Nhưng thực sự đã không có một Mặt Trận Nóng ở Sài Gòn để cuộc chiến tranh Việt Nam dài đẳng ấy được kết thúc một cách đẹp đẽ. Thảm kịch không phải chỉ trong chiến tranh mà chính là ở điểm cuối kết thúc với những người lính cầm súng vốn dũng cảm đã bị chính các tướng lãnh chỉ huy của họ làm nhục bằng sự tháo chạy hay đầu hàng.

Bắt đầu tự bao giờ ngôn ngữ Việt đã bị khai thác lạm dụng và làm cho kiệt quệ đến như thế. Liệu còn kéo dài bao lâu nữa thời kỳ sa đọa của ngôn từ: với sự chia lìa của chữ và nghĩa. Và phải cần bao nhiêu năm nữa mới phục hồi được sự trong sáng của chữ Việt. Đó là chức năng của những nghệ sĩ, nhà văn bằng những tác phẩm chân chính đủ sức làm xúc động sâu xa lòng người: chữ và nghĩa trở lại như một thực thể nhất quán, trở lại như một nhịp cầu của giao lưu và đối thoại giữa và trong xã hội...

Trở lại câu chuyện ngậm ngải tìm trầm, anh tự hỏi ai đã đưa giấc mơ Kim Đồng như càng xa hơn sau ba mươi năm. Để chỉ còn là một chia lìa lịch sử.

Bồng Sơn, Thung lũng An Lão 1971

CHIẾN TRƯỜNG TẠM YÊN TĨNH

Buổi sáng, Quảng Ngãi sau lũ lụt, thời tiết lạnh. Tom mặc áo len ngắn. Một vòng dây da hở nơi rẽ vai, hắn có đeo súng. Phúc đã gặp hắn ở Phan Rang trong những tháng cứu trợ trước. Tom người Mỹ trắng, tốt nghiệp đại học Berkeley, gia nhập *"Peace Corps – Đoàn Thanh niên Phụng sự Hòa bình"* tình nguyện sang Việt Nam sống lam lũ với nông dân. Hắn nói thạo tiếng Việt và mang tên Ninh. -- Anh ra đây từ đầu vụ lụt? -- Không, mười lăm ngày sau.

Phúc hỏi Tom về những chiếc quạt gió kéo nước ở Phan Rang hồi này ra sao. Tom bảo tất cả vẫn y nguyên, phải cái đồng ruộng ngập nước dân làng cũng chẳng cần đến quạt gió nữa. Nhớ lại hôm gặp Tom trên cánh đồng trải dài đến tận chân núi đá; từng đàn dê lổ loang trên đó, một chú dê đực cắt hình trên nền trời từ một mỏm đá thật cao. Biển xanh phẳng lặng phía xa, rải rác những cánh quạt gió chuyển động chậm, kéo nước biển lên những ruộng muối đọng trắng. Phúc hỏi Tom: -- Anh không giận chứ? Vụ chúng tôi quyết định đi riêng không có anh. Trong bước đầu chúng tôi không muốn có sự ngộ nhận của người dân và nhất là không để cán bộ Cộng sản tại đó có lý do tuyên truyền xuyên tạc.

Cái lý do xuyên tạc ấy là vấn đề mất chủ quyền, miền Nam là bù nhìn, đám thanh niên cứu trợ ấy cũng chỉ là bọn tay sai đế quốc Mỹ. Sau kháng chiến chống Pháp, người Cộng sản lại đang rêu rao tiếp tục một cuộc kháng chiến thần thánh khác chống Mỹ giành độc lập và thống nhất đất nước. Xem ra cái chiêu bài ấy vẫn còn hấp dẫn đối với người dân nhất là ở nông thôn. Sau vụ thảm sát các tăng sinh của trường Thanh niên Phụng sự Xã hội, Phúc bắt đầu hiểu rằng chẳng làm gì có cái không gian lý tưởng phi chính trị để chàng và các bạn bình tâm làm công tác xã hội. Mà chính trị đối với Phúc không gì khác hơn là những thủ đoạn giả dối và sự độc ác.

Tom cười thông cảm, bàn tay to thô nắm lấy vai Phúc:
-- Tôi hiểu ngay khi anh nói câu đầu tiên. Ở đây lâu năm thực sự muốn sống hòa mình nhưng tôi vẫn thấy lạc lõng.

Giọng Tom thành thật đượm vẻ cay đắng. Muốn tránh những ý nghĩ khúc mắc, Phúc quay sang chuyện khác: -- Những người con gái Chàm mắt thật đẹp phải không Tom? Hắn cười, ánh mắt xanh biếc nhìn Phúc tinh quái. Tom bảo rất thích lối ăn mặc của người Chàm. Hắn khoe mới làm quen được một cô giáo Chàm và cô ta cũng biết chút Anh ngữ. Phúc nhớ tới hình ảnh những người con gái Chàm rất đẹp với đôi mắt lai say say, mang vẻ gì u uất. Phúc hỏi Tom số người Chàm còn lại bao nhiêu. -- Tôi không rõ, có điều họ sinh sản thật ít và phần lớn đã đồng hóa. Viên thông ngôn trẻ quay sang nói với Phúc: -- Khi trước tôi có ở Phan Rang, học ở đó nữa. Người Chàm thì tôi biết quá mà, đẻ không mấy sản so với người Kinh, chỉ vài năm nữa thì họ tiệt chủng. Phúc tỏ vẻ khó chịu về sự phân biệt: -- Diệt chủng thì không đúng, dân Chàm họ sống hòa mình và dần dà đồng hóa với người Kinh. Tất cả đều là dân Việt.

Gã thông ngôn vẫn giữ giọng kỳ thị: -- Không đâu, tụi nó vẫn cố giữ nếp sống biệt lập. Anh để ý coi, chỗ làm nhà của tụi nó không khi nào có cây, Bộ Canh nông có trồng cho, họ cũng phá hết. Họ dị đoan ra sao đó.

Phúc tò mò quay sang hỏi thêm: -- Tại các trường, Kinh và Chàm học chung, nghe nói dân họ rất thông minh.

Gã thông ngôn đắc chí cười ha hả: -- Đúng vậy, trong lớp toàn tụi nó đứng đầu không à. Không có đứa nào mà học dốt, bết lắm cũng phải trên thứ mười. Phải cái mọi chuyện khác tụi nó thua người mình xa.

Khi hỏi hắn về sự thua kém đó, hắn cười to nói thích thú: -- Chứ sao, tụi nó chỉ được cái học vậy thôi chứ như "lưu manh" đâu có bằng nổi dân mình. Vẻ mặt hắn kiêu hãnh thành thật. Phúc ngỡ ngàng nhìn hắn và không muốn bắt chuyện thêm.

Gã thông ngôn lại quay sang ba hoa nói tiếng Anh với Tom. Câu chuyện xoay quanh vấn đề "gái của buổi tối". Không phải lúc, Tom cười gượng và không khứng bắt chuyện với hắn. Sự có mặt của người Mỹ làm mọi giá trị đảo lộn. Ngọn thủy triều tràn lên, rút xuống cuốn theo mọi thứ. Họ trách nhiệm một cách vô tội vạ điều Phúc vừa nghĩ. Giữa trưa đường vắng lạ. Những mảng đường bị nước xoáy đào trũng. Hàng dây điện trên cao còn bám đầy cỏ rác. Chiếc đầu cầu bị nước kéo giật sập trong xa. Tiếng gã thông ngôn vẫn đùa cợt với Tom, âm thanh vẩn đục ray rứt.

*

Chiếc Jeep 4-Wheel màu xanh đậu giữa lối đi vào sân. Bụi đỏ bôi lấm hông xe, khỏa mờ dấu Thập Tự Đỏ và hàng chữ Medico kẻ sơn trắng. Larry ngồi đó. Mỗi lần đến với Tom, Phúc đều gặp người bác sĩ trẻ tuổi, khuôn mặt thanh tú trí thức, nét hao giống bác sĩ Thomas Dooley. Tuy không hình dung rõ nét mặt Dooley ra sao, vậy mà Phúc vẫn nghĩ trông anh ta thật giống. Quả quyết về sự giống nhau giữa người mới gặp với một khuôn mặt không quen, Phúc cũng tự thấy mình kỳ quái. Vừa tốt nghiệp ra trường, Larry sớm chán ghét xã hội Mỹ. Anh tình nguyện gia nhập hội Medico do Dooley sáng lập và được phái sang Việt Nam. Ở một xứ nghèo và chiến tranh, Larry thấy mình hiện diện không phải là thừa thãi. Mỗi ngày tận tâm với công việc chuyên môn, buổi tối vào những phút rảnh rang anh loay hoay viết sách *"Bên lề cuộc nội chiến"*. Larry bảo, anh không quan tâm tới chính trị chủ nghĩa, anh chỉ nhìn chiến tranh như một thảm khốc chết chóc, kéo theo cảnh nghèo đói và nỗi khốn khổ của con người. Truyện của anh không có nhân vật mà chỉ là những hoàn cảnh. Phúc bảo đùa: -- Biết đâu Larry chẳng là một nhà văn lớn của Mỹ. Phúc lại nhớ tới Đình nhà văn, đến lối tạo dựng nhân vật đã trở thành quen thuộc của hắn. Một mẫu người cô đơn, bước vào đời sống như một người lạ, lúc nào cũng băn khoăn về một trống rỗng siêu hình, chưa hoạt động đã mang vẻ thấm mệt, suốt ngày mò mẫm trong bóng đêm của tiềm thức, đôi lúc hắn cũng thoát ra giao tiếp với tha nhân bằng những ngạo mạn chửi rủa và rồi cũng ngã xuống giữa những ham muốn thú vật của thể xác, để rồi sau đó lại thấy hắn tìm kiếm, vẫn chẳng khám phá ra được điều gì và kết quả chỉ là một thân hình thêm bệnh hoạn... Larry bảo anh mong hiểu Việt Nam như Pearl Buck biết về Trung Hoa. Larry ít giao du, là người Mỹ nhưng anh lãnh đạm và xa cách với đồng hương và yêu mến dân Việt. Larry kín đáo yêu say mê cô gái Huế – người nữ cán bộ thanh niên. Tâm sự với Tom, Larry bảo sẽ không lấy vợ trước ba mươi và khi có gia đình vợ anh chắc chắn không phải một cô gái Mỹ. -- Tóc vàng mắt xanh, anh không nên quá xông xáo. Tụi nó không mấy ưa người Mỹ, anh đừng lái xe xa thành phố ban đêm.

Mấy cố vấn Mỹ thường nhắc nhở anh như thế, nhưng mỗi khi có thân nhân người đau tới gọi, Larry vẫn một mình lái xe trong tối tăm của làng xóm rất xa thị xã vào giữa ban đêm. Bản thân Larry không tin vào quy luật quốc tế của chiến tranh. Anh bảo Việt cộng sẽ không chừa xe Hồng thập tự cũng chẳng cần biết tổ chức Medico là ai. Chúng có thể bắn anh như gặp bất cứ người Mỹ nào khác. Larry không tự hào về can đảm nhưng anh giữ thái độ bình tĩnh và phó mặc cho số mạng rủi may. -- Người ta quá lo về an ninh, trông người dân nào cũng ra Việt cộng, làm gì có nhiều cộng sản đến như vậy!

Và Larry vẫn phóng túng dọc ngang, chẳng hề biết sợ là gì. Tom quay sang hỏi Larry: -- Sau lụt, nghe nói an ninh vùng này coi bộ khá hơn? -- Dĩ nhiên, các hầm hố sụp hết, không phải chỉ mất súng, đạn dược mà cả lương thực và thuốc men. Bọn họ sẽ đói và gặp khó khăn trong khoảng thời gian khá lâu.

Chiếc xe tuy chạy chậm nhưng vẫn nhồi dữ vì suốt đoạn đường bị nước lũ tàn phá. Hoàng chỉ tay về phía ngọn tre đằng xa: hai chiếc phóng pháo đang nghiêng cánh chúi xuống. Phi cơ bay sà thấp từng đợt. Phúc nói phỏng đoán: -- Lại oanh kích yểm trợ cuộc hành quân nào đây! Giọng Hoàng gay gắt: -- Vụ bắn chết mấy chục học sinh cậu biết chưa?

Việt cộng lén treo cờ Giải phóng trên nóc trường, phi cơ bay qua thấy nhào xuống bắn, ngôi trường tan nát, cả thảy mấy chục học sinh chết gần hết. Hoàng gốc phản chiến nhưng lại luôn luôn lên án một phía; Phúc không kìm hãm được nói: -- Nguyền rủa chiến tranh một bên có giải quyết được gì không hay chỉ làm nản lòng những người đang chiến đấu!

Phúc quay sang nhìn Hoàng. Ánh mắt nó chỉ nói lên những thù hận. Sự trái ý giữa hai người không có gì là trầm trọng nhưng đã đến lúc Phúc phải bảo hắn là không còn muốn nghe luận điệu xách động từ miệng một đứa bạn. Phúc nói sang những chuyện khác.

Cả làng vắng vẻ. Ai cũng lo âu về những chờ đợi bất trắc phía trước mặt. Không có lấy bóng dáng một người đàn ông. Vài đứa trẻ bụng ỏng gầy ốm tong teo, thấy có người Mỹ đi qua lẽo đẽo chạy theo xin kẹo, luôn miệng Hello, Okay. Nắng hanh chiều vàng các bụi tre thưa với thân lá còn đầy bụi lấm. Lớp keo đất trên mặt ruộng khô se lại và bắt đầu rạn nứt. Đã đến tuần hăm mốt ngày, dân làng bận rộn cúng lễ cho những linh hồn chết đuối. Thấp thoáng khắp ngả đường xóm những vành khăn sô trắng che rũ trên mỗi khuôn mặt cam chịu và thảm buồn. Từng cơn gió nồng thổi trườn trên những thửa đất bốc hơi co rút. Cảnh đồng quê sau lũ lụt lại mang vẻ khô héo xác xơ như mùa hạn.

Đi quanh những lối xóm ra tới bờ sông; trên dốc một gò đất, người đàn bà ngồi đó, tóc khô cứng xác xơ, mặt buồn chai rạn, héo quắt lại không làm sao đoán được tuổi tác. Bà cúi xuống kéo gấu quần thâm lấm bùn đất, quệt lau nước mắt kể lể: -- Mọi năm thì cũng lụt lội nhưng đâu đến nỗi vậy... Kỳ rồi nước lũ đỏ lòm, con nước quá lớn đánh gãy cả cây cầu sắt. Bao nhiêu là cây rừng trôi về tấp hết vô cây cầu làm như bức thành vậy đó; nước đổ về thoát khó nên càng xoáy dữ, nhà cửa thì ngập hết, còn lại bao nhiêu người kéo sang trú nơi ngôi nhà lầu đó tề; ai cũng tưởng chắc ăn nhưng đến chiều cả ngôi lầu bị nước lũ xoáy sập, ba mươi mấy người lớn bé chết tiệt không còn một mống...

Theo tầm tay người đàn bà chỉ, ngôi nhà nơi góc chân cầu không còn vết tích đâu nữa. Bờ sông bị lở quá cỡ, nơi hạ lưu phía xa giữa dòng sông nhô lên hai nhịp cầu sắt bị nước lũ đánh gãy và kéo trôi băng xuống đó. Con nước còn cao nhưng đã chảy về lòng sông vẻ an phận hiền lành. Trên bờ dốc, chỗ nước xoáy cũ, đất bị đào thành một vũng giếng lớn. Cạnh đấy đoàn sinh viên Bách khoa đang hì hục cuốc bới tìm một căn nhà bị chôn sâu. Người đàn bà mất hai con ở đó. Từ những nhát cuốc chỉ bới lên được những mảnh tranh mục, chiếc sườn nhà hay mảnh quần đen cũ bị xé nát. Nước lũ bốc lên cả bãi tha ma, rải rác trên đất những mảnh xương người mốc trắng. Lẫn trong đám sinh viên, ông bác sĩ nhân sĩ vẫn lăng xăng cầm cuốc đào bới và luôn ngửa mặt cười cho người nhà chụp hình. -- Mấy hôm nữa đây, khuôn mặt xã hội của ông xuất hiện tràn ngập trên mặt báo Sài Gòn, và dĩ nhiên không thiếu những chi tiết trên tờ nhật báo riêng mang tên ông. Sau bao nhiêu năm lê gót nơi xứ người, mới ở Pháp về dù ít được ai biết đến nhưng ông đã có cách tự quảng cáo mình và báo chí là khí giới lợi hại để ông có thể chiến thắng trong cuộc bầu cử tới. Đang cười nói người đàn bà lại thút thít khóc. Nước mắt chảy dài trên gò má khô nhăn nheo, nét mặt quá chai sạn không còn vẻ gì đau khổ:

-- Suốt đêm lạnh ướt, ba mẹ con tui ôm nhau la khóc trên nóc nhà đó tề... Không có ai dám vô, nước xoáy quá mà, xuồng cứu cũng không dám vô, có chiếc chưa tới gần đã bị lật úp. Cả ba mẹ con đói mệt... Trời, nhúng tay vô nước lụt sao mà lạnh như nước đá vậy đó. Chỉ cần nước lên cao chừng năm phân nữa là chết cả làng.

Lần này lại vẫn trước ống ảnh ông bác sĩ bụng to khuôn mặt đỏ hồng, tới gần làm bộ hỏi han và ông tươi cười lấy tờ bạc trăm mới trao cho người đàn bà. Tự ái người nhận bị tổn thương hơn cảm kích. Không chịu được cảnh đó, Hoàng vùng vằng bỏ đi chỗ khác. Dưới ánh nắng hanh, toán người đào cuốc mãi chỉ thấy toàn gỗ mục tranh nát. Mấy sinh viên Bách khoa mồ hôi nhễ nhại, có vẻ mất kiên nhẫn. Họ họp bàn quyết định bỏ dở công việc đang làm rồi phân toán đi thông súc các giếng nước. Ông bác sĩ môi dày mặt ngắn vẫn cười cười đứng đó. Phúc theo mấy người khác xuống thuyền trở về bên này sông. Ngoảnh lại nhìn vào bờ, người đàn bà vẫn ngồi yên trên gò đất bất động, chỉ còn như một bóng đen cắt hình trên nền trời xám.

Bên kia bờ, một người đàn ông quần cụt áo đen đứng chờ sẵn, đón bác sĩ Larry tận bến. Ông lễ phép nói lí nhí ra dấu chỉ vào hướng trong xóm. Larry hiểu ý và đi theo. Chưa bước vào tới sân, từ trong nhà đã vang ra tiếng khóc. Chợt thấy mấy người Mỹ bà cụ càng khóc to hơn, ôm chiếc chân phù sưng làm bộ đau thê thảm. Bà vừa khóc vừa kể lể, hết kêu than chân đau lại ta thán chuyện thằng con trai để sót tên bà trong sổ thực phẩm cứu trợ. Bà mắng nhiếc con thậm tệ nhưng người đàn ông vẫn nhẫn nhục chịu đựng. Tuổi đã hơn bốn mươi mà ông vẫn bị mẹ đối xử như con nít. Larry cúi xuống gõ nắn đầu gối tấy sưng của bà cụ và ân cần hỏi han ít câu. Đi nắng suốt cả buổi, mặt Larry đỏ gay và trên mi rớm nước mắt. Nhận những viên thuốc từ tay Larry, bà cụ vẫn cố tình khóc to kể khổ. Lòng kiêu hãnh quốc gia bị hạ xuống mức thấp nhất. Phúc buồn bực bỏ ra nhưng với ý nghĩ bào chữa: đời sống bà cụ chỉ còn trông vào đó.

Đường rất xấu, xe phải chạy chậm qua một vùng xôi đậu mất an ninh nên Tom giục về sớm. Chiếc Jeep chạy giữa những thửa ruộng ngập bùn. Một vài chỗ đã lổ loang những thửa mạ xanh. Cảm phục sức sống bền bỉ của người dân quê, Phúc quên đi ám ảnh về tiếng khóc than của bà già trong xóm khi nãy.

Trên đường ruộng nhỏ phía trước, bóng mấy người áo đen lật đật chạy theo hai chiếc võng có phủ chiếu. Phúc bảo Tom cho xe chạy chậm lại. -- Có người nhà đau hả? -- Đâu có, bị máy bay "bắng" hồi trưa giờ võng vô nhà thương.

Tiếng rên rỉ của người bị thương nằm trong võng xen lẫn tiếng hàm răng khua gõ lập cập. Larry vén tấm chiếu cũ rách, thấy áo người đàn bà đầy vết máu ở bụng. Bên võng kia, một đứa bé bị thương ở đầu, hai tay ôm siết viên đạn nơi mang tai đau khóc và kêu gào khát nước. Phúc chợt nhớ tới vụ máy bay oanh kích buổi sáng. -- Sao không đưa ngay vô nhà thương? -- Dạ phải võng từ Bình Phiên về, xa hơn ba mươi cây số lận; phải chạy gắng lắm mới tới đây giờ này.

Vẻ mặt người đàn ông đen sạm cam chịu không còn vẻ gì đau khổ. Phúc ngỏ ý muốn chở tất cả lên xe. Không còn sức đâu tỏ lộ vui mừng, người đàn ông nói: -- Không gặp xe các thầy, có vô tới nhà thương cũng phải tới chập tối, chắc con mẹ nó chết quá à!

Vết thương nặng, người đàn bà mất nhiều máu nhợt nhạt xanh xao. Larry bảo Tom cho xe cố chạy nhanh trên một mặt đường nứt vỡ lam nham. Chân trời thấp, một màu xám quạnh quẽ. Vắng bóng những chiếc phi cơ oanh kích rất hung hãn lúc buổi sáng.

Trời về chiều. Đồng ruộng loang loáng nước phản chiếu một màu hồng buồn. Hoa rừng lau nhuốm vàng cả triền núi

trên cao. Trên quốc lộ rải rác hàng một những người lính
Địa phương quân, súng đeo lỏng trên vai, đi ngậm tăm, rẽ
quẹo theo ngả đường mòn, mất hút sau rặng cây sẫm đen
đàng xa của khu rừng chiều.

*

Phúc trở lại nhà thương hôm sau. Vui mừng vì tin hai
mẹ con người đàn bà được cứu sống. Niềm vui quá với cả
hy vọng mong ước. Nhìn sang giường kế bên là một gã
con trai quần cụt áo đen, tuổi khoảng chưa đầy hai mươi,
một chân còn bó bột cứng ngắc. Nằm trong trại bệnh mà
hắn vẫn nói to oang oang như phân bua với người nhà quê
mái tóc hoa râm, đứng cạnh đấy. -- Bác coi, con trông thấy
ảnh trước con đã ngơ đi mà ảnh thấy con ảnh cứ lia đại, tức
mình quá mà, sao con không bắn trả cho được!

Người đàn ông tóc hoa râm, mặt buồn bã, mắt đỏ ngầu
như chó dại, không muốn nghe thằng cháu mà cũng chẳng
muốn bênh con, chưa biết phải nói sao, ông chỉ trách mắng
thằng cháu giọng bâng quơ: -- Ai khiến mày bỏ làng nhảy
núi làm chi? Lâu lâu lại mò về mà nhiễu. Mày gãy một chân,
thằng Ba con tao gãy một chân. Mồ mả ông cha tụi bay có
động mô không dưng anh em lôi nhau ra mà bắn. Thôi may
mà tính mạng hai đứa cũng chưa sao, tao biểu mày phải nghe,
khỏi rồi tao bảo lãnh cho về sống ở làng mà làm ăn chứ cứ
lên núi rồi vô bưng, đói khát cực như con chó...

Đứa con trai vẫn im lặng nằm đó, mặt cau có như không
giấu được giận dữ. Vẻ mỏi mệt đến trơ lì trên khuôn mặt
người đàn ông tóc hoa râm làm biến mất những nét đau đớn
xúc động lúc đó. Ông nghĩ tới thời gian cách đây hai năm
đứa cháu tuyên bố bỏ làng đi xa làm ăn. Ít lâu sau thấy hắn
trở về, dân làng thì thào hắn được gửi đi học tập trên núi.

Biết tung tích bị lộ, hắn lại bỏ đi biệt ít lâu. Nhưng rồi sau đó, đêm đêm hắn lại về làng cùng với mấy đứa lạ mặt kiếm ăn ngang nhiên như ngay trên đất nó. Họ hàng thương tình không ai nỡ báo, nhưng nó lại tưởng người ta sợ, được thể nó càng làm tới. Nó lộng quá lắm nên Dân vệ và Thanh niên chiến đấu mới tính chuyện bủa vây. Kết cuộc, thằng Ba Dân vệ con ông gãy một chân, thằng cháu Du kích cũng phải vô nằm đây với chân kia gãy tốt. Rồi người đàn ông nghĩ tới bất hạnh đến vô phúc xảy ra cho dòng họ mình. Những cẳng chân bị đạn bắn gãy nát của lũ con cháu khiến ông nghĩ tới sự gãy đổ của cả một gia tộc – mà với ông gia tộc là trọn vẹn hình ảnh quê hương đất nước.

Trong những lúc không còn hy vọng, ông lại tự an ủi vu vơ bằng lịch sử bốn ngàn năm văn hiến, ông chỉ được nghe chứ chưa hề thấy. Khi thấy bấu víu đó không vững, ông lại có những ý nghĩ buông xuôi rằng đất nước này cũng như số kiếp con người tới cái hồi mạt vận. Rõ quá mà, mảnh đất mà ông đang sống chẳng phải là quê hương ông, trước kia là của người Chàm. Và ông cảm thấy có tội trước trời đất trong việc xâm lấn và tiêu diệt họ. Cha ăn mặn con khát nước, ông nghĩ đến quả báo và rất tin như thế. Công khai phá và cũng là tội ác của cha ông, tang chứng còn đầy rẫy, với hận Đồ Bàn còn vương sót trên những tháp Chàm rêu phong đổ nát. Tình cảm ông như kẻ phạm tội muốn được kín nhẹm, không còn muốn thấy dấu vết của tội ác. Vẫn còn vài gia đình Chàm sống rải rác phía chân núi trong xa -- đó là mối ám ảnh thường trực khiến ông muốn bằng cách nào đó phải xóa đi. Tàn bạo trong trường hợp này chỉ nói lên sự sợ hãi.

Quảng Ngãi 1965

CỰU KIM SƠN
CHƯA HỀ GIÃ BIỆT

Gửi Nguyễn Trùng Khánh

Thế rồi, cái gì phải đến cũng đến. Ngày trở về Việt Nam đã tới. Mấy tuần trước đó có vài người khuyên tôi nên ở lại. Nếu tôi muốn họ sẽ giúp tôi trốn sang Canada. Tôi lưỡng lự mãi. Một bên là cám dỗ của một đời sống mới, tự do và đầy đủ tiện nghi. Một bên là nỗi nhớ nhung, mái tóc bạc của bà mẹ già, ngọn gió rì rào trong bụi tre ngà, một tô phở nóng, một cái gì rưng rức khó tả. Và nhất là cuộc đối thoại ngắn ngủi giữa bác sĩ Rieux và Rambert trong La Peste của Camus: "Il n'y a pas de honte à préférer le bonheur, mais il peut avoir de la honte à être heureux tout seul". Tôn Kàn, Quan hai lang tây lính thủy đánh bộ. (tr. 94-95 TSYS 1993)

*

Tiếng leng keng của chiếc tàu điện đang đổ dốc với chật ních du khách đứng lan cả ra thành tàu, trên một nền xa mờ thấp thoáng chiếc cầu Golden Gate: cảnh ấy như biểu tượng của Cựu Kim Sơn không đổi thay từ bao năm trên tấm *postcard* gửi đi từ thành phố thanh lịch mỹ miều này. Từ ngày hôm ấy, mười lăm năm sau, chẳng thể nghĩ rằng hơn một lần Phan trở lại nơi đây. Cảm giác như không hề có thật.

Cuộc hành trình qua suốt 15 tiểu bang, trong một khoảng thời gian không dài, để thấy cái mông mênh của tân lục địa và những cơ hội cho người lưu dân mới tới. Mỗi nơi là một quyến rũ bào chữa bảo chàng không về. Cùng chuyến đi với Phan, có Chính. Không thắc mắc vấn nạn, Chính đã có ý định ở lại ngay từ ngày còn bên nhà. Biết nhau từ hồi Đại học xá Minh Mạng, Chính học giỏi nhưng chẳng may Tú tài chỉ đậu bình thay vì ưu hạng nên đã một lần lỡ mộng du học. Sau đó Chính chọn Y khoa, là một trong số những nội trú xuất sắc, được chọn vào Ban Giảng huấn và cho đi du học Mỹ sau đó. Khi tới thăm Walter Reed, có dịp gặp lại Chính ở Hoa Thịnh Đốn giữa mùa hoa anh đào nở. Chính cũng đang bay qua nhiều tiểu bang cho những cuộc Interviews để được chọn vào chương trình Nội trú các bệnh viện. Câu chuyện rồi cũng lại xoay quanh chuyện ở hay về. Hắn thuyết phục Phan bằng vô số những "bởi vì", rằng không chấp nhận cộng sản phía bên kia, cũng không thể chấp nhận thối nát của bên này, rằng sớm muộn Mỹ cũng sẽ bỏ rơi miền Nam. Chính đã dứt khoát khôn ngoan sử dụng trí thông minh và cơ hội để chọn một cuộc sống lưu dân êm ấm. Không phán đoán mà rất thản nhiên với chuyện lựa chọn của Chính. Phan còn lý luận tốt cho bạn, rằng thông minh như nó lại có cơ hội, biết đâu hắn chẳng trở thành một giáo sư y khoa lỗi lạc.

Trường hợp Chính cũng như nhiều nhân viên giảng huấn được gửi đi mà không trở về chỉ nằm trong hiện tượng *"brain drain"* rất phổ quát của trí thức năm châu. Người ta luôn luôn nhắc tới một bà mẹ Teresa yếu đuối tận tụy hy sinh giúp những người bệnh nghèo ở Ấn nhưng chẳng ai chú ý tới sự hiện diện của hàng chục ngàn bác sĩ Ấn Độ không thiếu những thành phần lỗi lạc vẫn tiếp tục hàng năm đổ thêm vào nước Mỹ. Chính cũng chỉ là một giọt rất nhỏ nhoi rót thêm vào lượng nước của một chiếc ly chẳng bao giờ biết đầy.

Bước vào tuổi 30, chưa xa lâu sân trường đại học nhưng những năm thực sự lăn lộn với những người lính chiến trận, Phan thấy mình vĩnh viễn bước ra khỏi đời sống sinh viên tự bao giờ. Cảm giác ấy thật rõ ràng khi vào ngày cuối tuần, Phan thường sang bên khu Đại học Berkeley hiện đại và cổ kính, tìm sự hòa mình để càng thấy rõ là người đứng bên lề. Khá đông sinh viên Việt ở nội trú trong campus, đa số gốc con ông cháu cha ở Sài Gòn nhưng phản chiến hơn cả sinh viên Mỹ. Chưa hề biết đồng quê là gì nhưng lại biết mặc đồng phục bà ba đen khi lên sân khấu hát *"Quảng Bình quê ta ơi"* và tích cực quyên tiền giúp Mặt trận Giải phóng. Không, chẳng phải vì cái sân khấu ấy mà Phan có mặt; thực ra Phan có phần đời sống riêng tư ở bên đó. Phương Nghi, em gái một đồng nghiệp, thông minh ngây thơ và mong manh trẻ đẹp, có thể chỉ là hình ảnh giấc mộng trăm năm của đời chàng. Làm sao nỡ đem cái mong manh dễ vỡ ấy trở về để mà bắt chia sẻ với chàng những giông bão và bất trắc. Lần gặp Phương Nghi tối qua rất khuya đi giữa các đường phố nhỏ chỉ có những nam nữ sinh viên, chưa hề nói câu từ biệt nhưng Phan cảm tưởng rất rõ đó là chuyến gặp nhau lần cuối cùng...

Buổi sáng nắng đẹp, cầu Golden Gate rực rỡ ửng hồng, nơi mỏm sương mù gần bệnh viện Letterman vẫn như còn sương khói ẩn hiện mờ mờ. Đứng trên chiếc du thuyền, phơi mình trong nắng chan hòa nhưng vẫn thấm lạnh vì từng đợt từng đợt những cơn gió từ biển thổi sâu vào trong vịnh. Không suy nghĩ, như một cử chỉ dứt khoát, Phan ném chiếc máy ảnh, cả những cuộn phim rơi sâu xuống lòng vịnh. Hành động trong khoảnh khắc tưởng như chẳng có ai có thể chứng kiến. Một bà Mỹ già, đôi mắt vui và rất sáng đang tiến lại phía chàng. Hình như ông đã để rơi chiếc máy hình xuống biển. Thay cho câu trả lời Phan nói rất bâng quơ. Gió thổi vào vịnh lớn quá thưa bà. Một tay giữ cổ áo, bàn tay trắng đẹp đẽ kia xuôi vuốt mái tóc bạch kim lấp lánh ánh nắng. Chả thế mà tôi cũng vừa bị thổi văng chiếc mũ lông xuống mặt nước. Rồi bà lân la gợi chuyện. "Ông có phải từ Việt Nam không? Tôi cứ nghĩ ông là người Việt Nam, tôi muốn hỏi tin tức và tình hình bên đó. Cứ theo tin truyền hình CBS thì rối mù, chỉ thấy cảnh lính Mỹ châm lửa đốt nhà dân quê, lại tới vụ thảm sát cả đàn bà trẻ em ở

Golden Gate San Francisco trong sương mù

Mỹ Lai. Đến bây giờ tôi cũng chẳng hiểu tại sao thằng con trai tôi phải có mặt bên đó". Thấy Phan không hào hứng bắt chuyện, người đàn bà vẫn lại vui vẻ đi về phía những du khách đang tụ lại nơi mũi tàu. Tuổi già, du lịch giúp bà trốn chạy ra khỏi căn nhà rộng trống trải của mình. Không ngờ cái xứ sở Việt Nam nhỏ bé xa hơn nửa vòng trái đất ấy đã bắt đầu để hằn sâu những dấu ấn trên lục địa này. Hôm sang Palo Alto tới thăm đại học Stanford, như mọi campus khác trên khắp nước Mỹ đang hừng hực những phong trào *Sit-in, Teach-in* phản chiến. Đốt cờ, đốt thẻ trưng binh, trốn ra nước ngoài, đến vụ tự thiêu chết ở Hoa Thịnh Đốn, xã hội Mỹ đang phân hóa đến cực điểm giữa cao độ của cuộc chiến tranh đã lan ra cả Đông Dương. Sau Thích Quảng Đức, tự thiêu không còn là một hình thức phản đối bất bạo động của Phật giáo mà đã trở thành phương thức đấu tranh của cả sinh viên Mỹ.

Phan được người hướng dẫn dặn rất kỹ không bao giờ mang quân phục hay có dấu hiệu của quân đội vì có thể bị hành hung và cả đốt xe. Cũng ngày hôm đó một đám sinh viên Mỹ kéo tới nằm trên đường rầy xe lửa chặn không cho các chuyến tàu chở vũ khí bom đạn tới cảng Oakland để chuyển đưa sang Việt Nam. Vĩnh biệt Cựu Kim Sơn. Thanh thản nhẹ nhàng không lưu luyến buồn vui, để rồi ngày mai chưa biết ra sao nhưng chàng sẽ trở về với bà mẹ già, những người lính đồng đội và cánh đồng lúa thơm chín vàng của Việt Nam. Chẳng phải Cựu Kim Sơn, Phan đã để trái tim mình ở Sài Gòn. Chàng mơ ước cho xứ sở cái sung túc mà người Mỹ đang có nhưng bằng niềm tin tạo dựng với sức lao động vốn siêng năng của người dân mình...

Những năm sau hồi hương, trở lại cuộc sống của một bác sĩ quân y bình thường. Lương sĩ quan, không thể gọi là dư giả, cuộc sống người thầy thuốc bận bịu với những người lính và gia đình họ nhưng thanh thản. Vốn không nhiều lý luận, không mang nặng luân lý hy sinh của các bà sơ, nhưng Phan nhạy cảm sống nhiều bằng trực giác. Gặp khó khăn, phải làm việc trong những điều kiện thiếu thốn như một hoàn cảnh chung của cả nước, Phan vẫn tìm cách giải quyết mà anh cho là tốt nhất có thể được khi anh xem mỗi người bệnh ấy như phần ruột thịt thân yêu của gia đình mình. Không quá nhiều tham vọng, lại không thích chánh trị mà anh cho là thời cơ và giả dối; bằng những cố gắng bình thường mỗi ngày, Phan thấy mình có ích và nghĩ như vậy là hạnh phúc. Những tháng ngày sống ở Mỹ như một thế giới rất xa xôi với hiện tại của chàng...

Ngày hôm đó đang nghỉ phép giữa một Sài Gòn đầy xao xuyến, về chuyện ở đi, Phan lại có một quyết định, có thể gọi là lầm lẫn được không, lần thứ hai thay đổi cả hướng đi của đời mình. Chiếc máy ảnh và cả cuộn phim nằm sâu ở một nơi nào đó trong lòng vịnh Cựu Kim Sơn, vẫn ám ảnh Phan như một lời nguyền ngăn chàng không thể trở lại nơi ấy lần thứ hai. Khi mà cứ điểm cuối cùng là Sài Gòn cũng không còn hy vọng đứng vững, thì người ta bắt đầu chạy tứ tán ra các vùng biển, nhào vào các hải cảng và phi trường để tìm phương tiện thoát thân. Bọn du kích đã ra mặt kiểm soát các trục lộ ra Vũng Tàu, xuống Rạch Giá. Từ cảng Sài Gòn, đa số tàu Hải quân đã theo đội hình tác chiến bắn phá dữ dội dọc hai bên sông trên đường ra biển từ hai hôm trước. Còn lại phi trường Tân Sơn Nhứt, tuy lác đác bị pháo kích nhưng vẫn còn những chuyến bay lên xuống. Chuyến bay dân sự cuối cùng đã phải trở lại Hồng Kông. Số máy bay thưa dần nhưng lượng người đổ vào trong phi trường càng đông cho dù đám quân cảnh ra sức mạnh tay ngăn cản. Bây

giờ chỉ những chuyến xe có người hướng dẫn với Manifest
của chuyến bay mới được phép vào cổng phi trường. Đây
là cơ hội cho những nhân viên trung cấp của tòa Đại sứ Mỹ
qua trung gian của các bà vợ Việt tung hoành. Cũng chẳng
cần có liên hệ mật thiết với chánh phủ Hoa Kỳ hay tòa Đại
sứ Mỹ, nếu có tiền đô la hay vàng, là có thể thêm tên vào
danh sách hành khách cho một chuyến bay nào đó sắp tới.
Xứ sở này đã hơn một lần được báo Mỹ mệnh danh có một
nền văn hóa tham nhũng/ *culture of corruption*, đã rất sớm
dạy cho những người Mỹ cách tham nhũng, kể cả những
vụ đổ hàng PX lậu từ Tân Cảng tới các bãi rác, đủ mọi thứ
hàng, kể cả súng. Và bây giờ ở trận chiến tàn, trong chuyến
tàu vét, họ đang thản nhiên ra giá cho những tấm vé nếu
chưa phải để tới thiên đường thì ít ra cũng thoát ra khỏi
quần đảo ngục tù hay cả cái chết.

Phan với vợ và con nhỏ, cùng bốn năm gia đình khác,
mỗi người với túi hành lý nhẹ, ngồi kín chiếc xe van chờ
bốc họ nơi sân sau của một khách sạn gần trung tâm thành
phố. Mỗi người bước lên xe là một trao đổi sòng phẳng.
Không biết bằng cách nào, có lẽ qua giúp đỡ của gia đình,
vợ Phan đã đưa được tên cả ba người vào danh sách. Người
đàn bà quá hiểu chồng, sống bằng trực giác phụ nữ, nàng
tìm cách chuyển con sang tay Phan. Như vậy nàng có thể
yên tâm cho tới khi vào được bên trong của phi trường.
Dù lẫn cả trẻ con nhưng sao không khí thật nặng nề và im
lặng. Chiếc xe lầm lũi chạy nhanh trên các đường phố nhao
nhác. Đám người trên hè phố tụ tập bàn tán, chỉ chỏ nhìn
dõi theo chiếc xe mà chắc họ cũng biết là đang hướng về
phía phi cảng.

Xe tới gần Bộ Tổng Tham mưu, vẫn còn rải rác những
người lính đứng canh giữ. Canh giữ cho một tổng hành dinh

trống trơn. Không ra khỏi cổng, nhưng các ông tướng còn lại đã thoát khỏi Bộ Tổng Tham mưu bằng những chiếc trực thăng cuối cùng. Con bé lại làm xấu, nước đái thơm ấm thấm xuống cả đùi chàng. Chuyền lại đứa con sang tay vợ, như có linh tính con bé nhất định ôm chặt lấy bố, òa khóc khi lọt sang vòng tay mẹ nó. Khi chiếc xe vừa dừng lại nơi trạm kiểm soát, do một quyết định rất nhanh, không biết có tự bao giờ, Phan mở cửa bước xuống, dặn vói vợ. Em và con đi trước, rồi anh sẽ gặp hai mẹ con. Phan tránh không nhìn thẳng vào khuôn mặt vợ, vì biết mình chẳng thể cứng lòng quyết định dứt khoát về một cuộc chia ly như vậy...

Gần trưa ngày 30 tháng 4. Tướng Big Minh qua đài phát thanh kêu gọi buông súng. Hoang mang, ngỡ ngàng, rồi bàng hoàng đau đớn. Lệnh đầu hàng là "phát súng thi ân" cho những đơn vị quyết tâm tử thủ cho tới viên đạn cuối cùng... Trên đường Công Lý, từ hướng phi trường Tân Sơn Nhứt, không biết từ bao giờ, chuẩn úy Ngộ và tiểu đội của anh vẫn trật tự lầm lũi theo hàng một tiến về hướng Dinh Độc Lập. Trước đó nhiều ngày đơn vị anh và các tiểu đoàn Nhảy Dù đã bám trụ ngày đêm từ ngã tư Bà Quẹo tới cổng Phi Long, như nút chặn vững chãi cho cửa ngõ đi vào Sài Gòn và cả bảo vệ vòng đai phi trường. Người chuẩn úy da sạm đen, gương mặt xương gầy với đôi mắt rất sáng nhưng buồn. Súng lục trễ bên hông, trên tay một cây gậy nhỏ, dẫn đầu tiểu đội 12 người lính da cũng đen sạm trong những bộ rằn ri lấm bụi bạc sờn. Không chút ảnh hưởng nao núng bởi những khuôn mặt dân chúng hoảng loạn giữa một thành phố xao xác, họ vẫn đều bước theo chân người chuẩn úy, với ba-lô trên vai và mũi súng chúc xuống. Có điều gì đó rất thiết thân và thiêng liêng ràng buộc giúp họ thắng mọi sợ hãi trong nỗi sống chết không rời. Cuộc diễn hành kỳ lạ

với không trống chiêng không cờ xí, hoàn toàn vắng mặt
hàng tướng lãnh đẹp đẽ trong nhung phục với ngực đầy huy
chương trên kỳ đài, mà chỉ có những sĩ quan cấp thấp như
chuẩn úy Ngộ và các đồng đội vô danh của anh vẫn can
đảm bình thản tới gần tuyến lửa, đi tới trong kỷ luật đội
ngũ, diễn qua rải rác những đám đông dân chúng lớn nhỏ
tụ tập nhao nhác trên các con phố của một Sài Gòn đang
chết dần.

Đã bao năm rồi, biết bao nhiêu nước chảy qua cầu, có
quá nhiều điều để không thể nào quên. Ngay trong tù đày,
những hình ảnh hồi tưởng chưa bao giờ là cuộc duyệt binh
vĩ đại đầy màu sắc và ồn ào của ngày Quân Lực; mà luôn
luôn là những bước chân diễn hành thầm lặng của một tiểu
đội lính vô danh ở ngày giờ cuối cùng của một thành phố
trước khi mất tên Sài Gòn. Người chuẩn úy ấy bây giờ ở
đâu, trong một trại cải tạo nào, còn sống hay đã chết, số
phận những người lính can đảm kỷ luật tới giờ phút chót ấy
bây giờ ra sao, cũng không ai được biết. Liệu có thêm được
một dòng chữ nào giữa những trang quân sử viết dở dang
để nói về cuộc diễn binh kỳ lạ cấp tiểu đội mang biểu tượng
hào hùng của quân lực ở ngày giờ cuối cùng trước khi cả
toàn quân tan hàng rã ngũ...

Ở cái tuổi gần 50 không còn trẻ nữa, mái tóc đã pha
chút điểm sương, khi người thầy thuốc là con bệnh, lần thứ
hai trở lại lục địa cơ hội này, lẫn trong đám đông phức tạp
của những người tỵ nạn mà Phan tưởng rằng đã có thể tách
ra từ bao lâu rồi. Được các nhân viên xã hội dắt từ sân bay
tới trạm tiếp đón, đó là một *hangar* trống trải nhưng rộng
mênh mông ngay trong phi trường, với trang trí chỉ là một
lá cờ vĩ đại ba màu xanh trắng đỏ sặc sỡ những sao và sọc.
Rồi cũng như mọi người, Phan chờ cho được kêu tên để

đứng vào hàng làm thủ tục giấy tờ, để được phát chiếc áo ấm cùng một màu nâu đồng phục, để được hướng dẫn bước đầu hội nhập vào xã hội Mỹ. Người đàn ông cán sự xã hội rất nhanh nhẹn và hoạt bát, thao thao bất tuyệt với giọng Bắc nhưng vẫn là âm gốc Huế. Anh dí dỏm kết luận bài học công dân đầu tiên: "Xin nhớ cho đây không còn là ở Việt Nam nữa, quý vị bây giờ đang ở trên đất Hoa Kỳ, đã có hoàn toàn tự do, kể cả tự do phê bình tổng thống hay quốc hội, nhưng – anh ta ngừng lại một chút như để tự tán thưởng bằng một nụ cười riêng thú vị: nhưng quý vị sẽ không có tự do trốn thuế. Trốn thuế ở Mỹ thì chỉ có ở tù và được coi là tội nặng nhất..."

Phan vẫn còn ngạc nhiên không hiểu lý do nào vấn đề đóng thuế lại được quan tâm đến như vậy ở đám người tỵ nạn mới tới mà nguồn sống lợi tức trước mắt chỉ là đồng tiền "oen phe". Quanh Phan, mấy chú ba gốc Chợ Lớn có vẻ rất tập trung và nghiêm túc tiếp thu bài lên lớp đầu tiên ấy. Mũi dao trên trái tim, đó là Chữ Nhẫn Phan học được ở những tháng ngày dài đằng vô ích và lãng phí của tù đày. Lúc này, không có chỗ cho cảm giác mỏi mệt, không buồn bã, không cả dư vị đắng cay, như một thói quen vô cớ Phan tự mỉm cười và hơn bao giờ hết anh hiểu rất rõ vị trí của mình khi chưa có được *"một tấm căn cước"* để bước vào cuộc sống mới. Khoảng cách mười lăm năm ấy bỗng dưng bị xóa nhòa. Phải chăng có một ràng buộc định mệnh, Phan đã trở lại Cựu Kim Sơn như chưa hề nói một câu giã biệt.

San Francisco 1973 – Los Angeles 1984

MỘT BỨC TƯỜNG KHÁC

Gửi Thanh Tâm Tuyền

Từ trên màn ảnh rất nhỏ nơi đầu giường người bệnh, văng vẳng lời tường thuật về cuộc hành hương của các cựu chiến binh Mỹ trở lại thăm viếng chiến trường cũ Việt Nam của họ. *"Cho dù cuộc chiến tranh ấy đã vào dĩ vãng từ 17 năm, hình như cả hai bên vẫn chưa nhìn nhận nhau. Chỉ có những người lính cầm súng ở hai phía chiến tuyến thì dễ dàng hơn để quên đi những thù hận, tìm lại đối diện nhau để nhắc lại kỷ niệm về những ngày chiến trận kinh hoàng..."* Dù không chú ý và cả ý muốn "chối từ" nữa bác sĩ Phan vẫn nghe rất rõ lời tường thuật kể lại những ngày đêm tan hoang của Quảng Trị, hai bên ngày đêm giành nhau từng tấc đất. Là bác sĩ Thủy quân Lục chiến, Phan cũng đã từng bị cầm chân nhiều ngày ở Cổ thành Quảng Trị ấy, để tận mắt thấy từng cái chết dũng cảm vô danh của đồng đội, và cũng không lâu sau đó phải chứng kiến những cái chết bị bỏ rơi tức tưởi trên Quốc lộ 1 của những anh hùng sống sót.

Lại có tiếng gọi qua "beeper" giữa lúc bác sĩ Phan đang cùng người sinh viên Nội trú đi "round" buổi chiều trên trại Tâm thần. Từ tầng lầu năm, như một thói quen, không qua thang máy, Phan chạy nhanh nhiều vòng cầu thang tới khu Cấp cứu. Tên tuổi Jim, cũng như của một số cựu chiến binh Việt Nam khác, quá quen thuộc với bác sĩ Phan và các nhân viên làm việc tại đây. Không biết lần thứ bao nhiêu, Jim lại đến khu Cấp cứu, tự nạp mình để được nhập viện. Jim 40 tuổi, người Mỹ da đen, là cựu chiến binh Việt Nam. Với mặc cảm không may mắn, là đứa trẻ nghèo, sinh ra và lớn lên ở Compton. Không biết cha mình là ai, từ bé sống với mẹ và những đứa em khác cha, lại thêm bà mẹ nghiện ngập có bệnh tim, cả gia đình sống bằng "oen-phe". Hiển nhiên chẳng có tương lai gì cho một đứa trẻ da đen như vậy. Tuy bắt đầu được đi học rất trễ và tới trường thất thường nhưng Jim khác với những đứa trẻ đồng trang lứa ở tính ham học. Tin tưởng chỉ có sự học mới giải thoát hắn ra khỏi cuộc sống ghetto hiện tại. Jim còn nhỏ mà lại nhiều mộng tưởng, rất tin ở cái mà người ta gọi là *Giấc mơ Mỹ quốc*. Khi đủ 18 tuổi, học hành không tới đâu, Jim tình nguyện vào Thủy quân Lục chiến, cũng bởi cái tiếng hào hùng của những người lính "cổ da", hắn thích mạo hiểm đôi ba năm và cũng dự định rằng sau khi giải ngũ, với hứa hẹn trợ cấp hắn đủ tiền đi học để trở thành thầy giáo. Hắn thích dạy môn sử, để tìm hiểu thêm về gốc gác tổ tiên xa xôi từ lục địa Phi châu. Hắn tự hỏi số phận mẹ con hắn sẽ ra sao, cả nước Mỹ này ra sao nếu không có vụ buôn bán nô lệ người da đen vào làm lao động khổ sai ở lục địa mới Mỹ châu này.

Đầy vẻ buồn bã nhưng đôi mắt nổi gân đỏ ấy ánh lên những tia nhìn kỳ lạ của cả sự hung tợn lẫn sợ hãi. Lần này Jim tỏ ra rất dao động. Hắn nói hắn hiện có dao găm tại nhà. Nhưng dự định rằng ngày mai khi lãnh "check" hắn sẽ mua một khẩu súng bán tự động để giết dăm ba người hàng xóm lúc nào cũng tỏ vẻ khinh khi và rình rập nói xấu hắn. Rồi hắn lại đổi ý là muốn giết những người này bằng dao găm, là "tay nghề" của hắn trước đây giúp hắn giết rất nhiều Việt cộng, để thấy tụi nó phải đau đớn quần quại "cho đã" trước khi chết. Giữa cao điểm căng thẳng đó, bác sĩ Phan muốn cắt ngang bằng một câu hỏi, nhưng chẳng thèm bận tâm đến câu trả lời, hắn vẫn tiếp tục nói. Nếu như cảnh sát muốn tước đoạt cây dao găm của hắn, hắn sẽ đâm chết tên cảnh sát rồi tự sát. Hắn bảo rằng xứ sở này đã dạy hắn cách giết người. Trước đây là giết Việt cộng, còn bây giờ thì hắn không ngần ngại giết bất cứ ai xử ức áp bức hắn mà không hề mảy may hối hận gì.

Giữa lúc này thật khó mà lấy được một bệnh sử lớp lang từ hắn. Jim cưới vợ cách đây 16 năm, cũng là cô bạn học hàng xóm từ thuở nhỏ. Cô ấy là y tá gặp lại hắn khi đang là một bệnh nhân tái phát bệnh sốt rét ác tính trong chuyến đi phép về thăm nhà. Cuộc hôn nhân tình yêu ấy trải qua nhiều sóng gió vì người vợ đã không thể chịu nổi những cơn giận dữ và kinh hoàng bất thường của hắn, cùng những cơn ác mộng và hồi tưởng về cảnh chiến trận Việt Nam trong quá khứ. Hai vợ chồng ly thân sống riêng biệt trong hai năm, vẫn với sự chăm sóc gián tiếp của vợ hắn, nhưng rồi cũng phải kết thúc bằng cuộc ly dị không thể tránh sau đó. Hắn chối là đã không uống rượu hay dùng ma túy trong thời gian gần đây. Hắn bảo lần uống rượu chót cách đây một tháng, nhưng bác sĩ Phan lại ngửi thấy mùi rượu trong hơi thở hắn lúc này. Và cả các đường gân xanh trên cánh tay hắn không che giấu được những vết chích choác mới đây. Hắn xác nhận là đã từng uống rượu nặng và hút cần sa hồi còn ở Việt Nam với mục đích trấn an thần kinh và giảm sợ hãi. Hắn kể kinh nghiệm về những người tân binh khi hoảng sợ quá đến tê liệt đứng như chết trồng ngay giữa trận địa, họ đã là những cái bia rất tốt cho bọn VC đốn ngã. Đơn vị hắn nhiều tân binh cũng vì vậy là đơn vị có tiếng là bị tổn thất nặng nhất.

Từ chuyện nọ xọ sang chuyện kia không chút mạch lạc, và nói không ngừng. Jim thất nghiệp từ ba năm. Chỗ làm chót là trong một xưởng mộc. Hắn đã đánh viên quản lý vì nghi rằng tên này là *"gay"* có ý thích hắn. Dĩ nhiên là sau đó hắn mất việc. Một cách vắn tắt, Jim đã ở trong quân đội gần năm năm, từ 1966 tới 1971. Với một lý do nào đó, hắn đã không được nhận vào Thủy quân Lục chiến như ý nguyện. Do kỳ thị, hắn đã nghĩ vậy. Nhập ngũ, hắn được huấn luyện quân sự cơ bản chỉ trong tám tuần tại căn cứ Fort Jackson, tiểu bang Nam Carolina, sau đó học thêm cấp tốc 8 tuần lễ nữa về tác chiến bộ binh. Hắn được nghỉ phép ba tuần lễ về Compton với mẹ và các bạn hắn trước khi được gửi qua Việt Nam. Hắn nhắc tới những vấn đề của hắn bằng một giọng rất bất mãn và giận dữ. Gần năm năm sống chết với quân đội, tôi bị giải ngũ trong điều kiện được coi là không vinh dự – *less than honorable conditions.* Thường vắng mặt không phép và luôn luôn bị phạt sau đó. Không để cho bác sĩ Phan dừng lại ở một điểm nào, hắn tiếp tục kể một cách rất lộn xộn. Lần đầu tiên tới Việt Nam, được chỉ định gia nhập Sư đoàn 9, có biệt danh sư đoàn Gấu Mèo, hắn thuộc Tiểu đoàn 6 Trung đoàn 40 bộ binh. Cái trung đoàn khốn nạn bị tổn thất cao nhất vì quá nhiều những tên lính mới tay mơ, hắn cười cay đắng, nhưng cũng ở đó hắn được thưởng huy chương đầu tiên. Hắn là tay xạ thủ luôn luôn theo đơn vị, xuyên qua rừng già vào các làng mạc để lùng Việt cộng. Có lần tên Thiếu tá chỉ huy ngồi an toàn trong trực thăng từ trên cao ra lệnh cho đơn vị tiến vào một ngôi làng có tiếng nhiều VC, với lệnh rõ ràng là phải hủy sạch và diệt sạch. Gọi là làng Việt cộng mà không tìm ra một tên đàn ông nào trong đó. Là chỉ huy tiểu đội, Jim cho lệnh đốt nhà và các kho lúa nhưng từ chối lệnh giết đàn bà và trẻ em. Jim bị phạt quân kỷ theo điều 15, cả mười một tên tân binh kia theo lệnh hắn cũng bị phạt theo điều 15 như vậy.

Không ngưng nghỉ, hắn kể ngay sang một tình huống khác. Lần đó chiếc trực thăng đáp xuống một bãi đậu nóng – *Hot Landing Zone*, nghĩa là hạ ngay xuống giữa vùng địch để lùng địch. Cùng đi với Jim là một tên Trung úy và còn lại là đám tân binh. Vừa nhảy ra khỏi trực thăng với ba-lô và súng đạn nặng trĩu, họ đã bị hỏa lực địch tấn công. Khi mà mọi người như một phản xạ tự vệ nằm sát xuống mặt đất, thì một tên lính mới khiếp sợ quá vẫn đứng trơ ra như trời trồng. Ngay lúc đó Jim nhào tới, chụp vai ôm vật hắn xuống, cũng ngay lúc đó Việt cộng giật ngay một trái mìn định hướng claymore. Tên lính mới vẫn trong cơn kinh hoảng vùng đứng dậy định bỏ chạy. Mặc dầu vừa bị thương bởi mấy mảnh mìn, Jim lại chồm tới nằm phủ lên hắn. Chúng tôi bị cầm chân ngay tại bãi đáp, chỉ có súng M16, với rất nhiều lựu đạn và một máy truyền tin, chúng tôi giết được 4 hay 5 tên địch gì đó, mở đường máu, bắt liên lạc được với đơn vị tiếp cứu. Jim lại cười cay đắng tiếp: "Ở lần đó tôi lại được thưởng anh dũng bội tinh do can đảm chiến đấu và cứu sống đồng đội". Rồi chỉ những vết thương sẹo lồi trên cánh tay và cẳng chân, Jim tiếp: "Họ còn cho tôi thêm cả chiến thương bội tinh vì kỷ niệm mấy miếng mìn claymore này." Jim lại bất chợt nhảy qua một chi tiết khác. "Bác sĩ biết không, cả đến những vết thương tụi tôi cũng không được bình đẳng với bọn nó. Tên y tá ở mặt trận khi đang khâu các vết thương báo trước với tôi. Rất có thể mấy cái sẹo sơ sài này rồi ra sẽ phình lên ngoằn ngoèo xấu xí, nhưng không phải lỗi tại tao đâu, mà là do cái định mệnh sinh học của bọn đen tụi mày. *Biological Destiny*, cái chữ ấy thoát ra từ cửa miệng thối của thằng y tá, nhưng điều khốn nạn là nó đã nói đúng. Có lẽ Chúa không phải là da đen nên đủ thứ bất hạnh dành cho bọn này. Tôi còn bị bệnh máu tế bào lưỡi liềm nữa. Họ bảo bất hạnh ấy đã cứu bọn da đen Phi châu như tôi không chết vì bệnh sốt rét; nhưng bác sĩ biết đấy, tôi một lần suýt chết vì sốt rét ác tính ở Việt Nam. Có bất hạnh nào mà chừa tụi tôi ra đâu.'' Jim dông dài với nặng trĩu những mặc cảm nhưng cũng lại rất dễ quên, và rồi thản nhiên bước qua những chuyện khác. Không một chút hãnh diện, Jim lại vẫn rầu rầu bày tỏ các chiến công trên các mặt trận của mình. Không ngừng nghỉ, Jim kể qua trận tổng tấn công Tết Mậu Thân ở Sài Gòn. Khi ấy bọn VC cố sao chiếm cho được Sài Gòn để làm áp lực và gây tiếng vang với bọn chủ bại ở Hoa Thịnh Đốn. Khác với chiến trận trong rừng sâu, từ các hẻm ngõ ngách hay từ cửa sổ những căn nhà tồi tàn, chỗ nào cũng có thể lấp ló những cây súng bắn sẻ. Jim bị bắn tỉa nhưng rất may đạn chỉ xước nơi cẳng chân, chỉ cần băng bó sơ qua rồi lại tiếp tục chiến đấu. Khi đó bọn VC dùng cả vũ khí hơi cay nên Jim và đồng bạn phải đeo mặt nạ. Vì mặt nạ không vừa lại quá cồng kềnh, Jim tháo bỏ và liệng về phía sau, động tác này khiến Jim mất thăng bằng và té ngã xuống, cùng lúc đó hắn nghe tiếng nổ chát chúa bắn ra từ trong ngõ hẻm. Nếu không chết thì chắc chắn cũng bị thương nặng nếu hắn không bị ngã xuống như vậy. Ngay sau đó, hắn bắn xối xả về phía tên VC bắn sẻ, giết được tên ấy nhưng cuối cùng hóa ra là một thiếu nữ đặc công nếu không là sinh viên thì cũng đang còn là học sinh ở cái tuổi yêu đương và đi học. Jim rất buồn và ân hận nhưng cũng kể từ đó hắn lại say sưa thích tìm giết Việt cộng và xin được gia hạn ở lại Việt Nam. Trong khi bạn đồng đội hắn tính từng ngày mong sống sót mãn hạn để về Mỹ. Với Jim thì bất cần ngày về. Hắn chỉ muốn ở lại để được giết thêm Việt cộng. Hắn cảm thấy thú vị mỗi khi giết thêm được một tên VC nào đó, nhưng tâm trạng thì lại tràn ngập lo âu và sợ hãi khiến hắn không thiết nghĩ tới sống hay là chết. Hắn bắt đầu uống rượu nhiều và cả hút cần sa. Lại thêm nhiều lần bị phạt kỷ luật vì tội rượu chè và hút sách đó. Hắn thách đố cấp chỉ huy mà hắn cho là bất tài, hèn nhát và vi phạm kỷ luật nhiều lần nữa. Có một lần được tin bà mẹ ốm nặng, vẫn do bệnh tim. Vì thành tích vô kỷ luật, cấp chỉ huy nghĩ rằng đó chỉ là cái cớ để hắn rời đơn vị nên phép hắn bị từ chối. Hắn vẫn rời đơn vị không phép gần một tháng và sau đó tình nguyện trở lại đơn vị. Hắn bị xử theo điều 15 và bị phạt cấm giam 25 ngày. Sau đó lại một thời gian vắng mặt dài không phép, hắn bị đưa ra tòa mặt trận và bị xử tù 6 tháng. Cuối cùng hắn bị giải ngũ trong điều kiện không vinh dự. Hắn cảm thấy rất thất vọng và buồn bã khi ra khỏi tù và trở về đời sống dân sự. Hắn đã cống hiến tuổi trẻ tốt đẹp nhất của hắn cho quân ngũ, không nghĩ rằng mình bị đối xử tệ đến như vậy. Khi trở lại Compton, Jim thấy thật khó mà kể lại cho người khác, kể cả gia đình và bạn bè, hiểu được những kinh nghiệm Việt Nam của hắn. Jim thường xuyên phải sống trong những cơn ác mộng và hồi tưởng buồn bã về các kinh nghiệm chiến trận đau thương ở Việt Nam. Hắn cảm thấy phẫn nộ vì sự thờ ơ và cả thiếu kính trọng của xã hội đối với hắn và các bạn đồng đội, lẽ ra khi trở về chúng tôi phải được đối xử như những anh hùng.

Jim cảm thấy rất thất vọng và buồn nản, hắn có ý nghĩ sẽ tìm cách giết cấp chỉ huy đã phạt tù hắn, đã dám vu khống hắn là bịa chuyện bà mẹ ốm đau. Tụi nó đáng được đối xử như vậy. Nhưng rồi hắn lại đổi ý. "Bây giờ nếu gặp lại tụi nó, tôi cũng chẳng thèm giết làm gì, chỉ cần khinh bỉ nhổ nước miếng vào mặt là đủ."

Tệ hại nhất là gần đây, đêm nào hắn cũng sống lại ác mộng cầm lưỡi lê giết Việt cộng. Quá mỏi mệt và vô vọng hắn thường ra khỏi nhà vào ban đêm tìm cơ hội đánh lộn để bị giết hay được giết người khác.

Càng ngày càng cô độc, không chơi được với ai, không thích nghi được với đời sống gia đình, nghề nghiệp và xã hội. Jim đã thử rất nhiều "jobs" khác nhau và không giữ lâu được một công việc nào. Hoặc do tính tình thất thường, rượu chè và hay đánh lộn. Càng buồn rầu chán nản hắn càng uống rượu để quên. Vẫn không thể nào quên được nên hắn muốn phải làm một cái gì đó, hoặc giết người hoặc tự vẫn. Rồi hắn sợ hãi với ý nghĩ xung động đó, hắn leo lên xe bus đến trại cấp cứu để nạp mình nhập viện.

Vẫn cái cảnh bạo động kinh hoàng ấy sống lại và diễn ra mỗi ngày. Bọn VC biển người từng lớp từng lớp nhào lên hàng rào dây kẽm gai. Cây M16 đang nhả đạn xối xả rất hữu hiệu thì bị hóc đạn. Bọn tướng lãnh ở lầu Năm góc, liệu tụi nó biết được là có bao nhiêu tân binh chết tức tưởi vì cây súng M16 bị kẹt đạn như vậy. Có bao giờ ai nghe nói cây AK của VC phải dùng cây thông nòng ngay giữa mặt trận không? Vậy mà tụi con buôn súng đạn ấy không hết lời ca ngợi cây súng M16 là số một và vô địch. Trở lại lúc đó VC đã quá gần tuyến phòng thủ để có thể dùng lựu đạn. Tôi phải dùng tới lưỡi lê cận chiến với tụi nó. Lưỡi dao đâm lút cổ tên VC, máu vọt ra đầy mặt, rồi đầu và thân đứt lìa. Tôi, một tay trái cầm cái đầu đẫm máu hai mắt còn trợn trừng, tay kia nắm thân mình, điên cuồng la hét và dùng toàn sức liệng những mảnh thân thể ấy về phía mấy tên VC đang nhào tới như những con thú. Rồi trực thăng Cobra tiếp cứu xuất hiện xả hỏa tiễn ngay sát trên đầu chúng tôi, giết vô số bọn VC nhưng đồng thời cũng sát hại một số phe ta ngay trong vòng rào kẽm gai khi cả kho đạn bị phát nổ. Tôi thấy thân người mình bắn tung lên và sau đó không còn biết gì nữa. Hắn cứ phải sống đi sống lại hoài với cơn ác mộng đó. Vô cùng mỏi mệt hắn không còn nhớ được điều gì, cho đến cả đâu là ngày giờ trong tuần. Nỗi lo âu trầm cảm khiến hắn vô cùng thất thường, càng ngày càng không thể liên hệ bình thường được với ai. Hắn có thể đánh lộn với bất kỳ ai nói điều gì gây hắn khó chịu. Hắn sợ hãi với chính những xung động không kiểm soát được của mình và Jim bây giờ thì hoàn toàn và vĩnh viễn thực sự tật nguyền, không còn có thể trở lại bất cứ một công việc gì.

Jim sống mà như đã chết. Hắn thực sự đã chết cách đây từ 22 năm, cùng với Giấc mơ Mỹ quốc, và cả giấc mơ rất nhỏ bé được trở thành thầy giáo, khi bước ra khỏi vũng bùn và máu của chiến tranh. Jim cũng như đa số những người cựu chiến binh Việt Nam được gọi là còn sống, nhưng họ giống như những mảnh bom đạn vương vãi, thực sự chưa thoát ra khỏi trận địa Việt Nam. Liệu có còn thêm một bức tường thương khóc nào khác ở Hoa Thịnh Đốn đủ dài để có thể ghi tên và vinh danh họ.

Phan cũng tự hỏi đến bao giờ, cả chính chàng nữa, mới thực sự thoát ra khỏi cuộc chiến tranh đã vào quá khứ từ 17 năm rồi.

Brooklyn, New York 02/1991

IN RETROSPECT – NHÌN LẠI

Was the character of my valor less intense than those at Lexington?
Was the pain of my wounds any less severe than those at Normandy?
And was my loneliness any less sorrowful than those at Inchon?
Then why am I forgotten amongst those remembered as Heroes?

George L. Skypeck

*

Tạm gọi tên anh là Gumber để tôn trọng sự riêng tư của nạn nhân và gia đình. Do cái chết mới đây, anh ta chẳng còn dịp đôi lần là bệnh nhân của Phan nữa. Đã là thầy thuốc thì sự sống và chết đôi khi là sự tiếp cận của thường ngày, nhưng Phan cũng không tránh khỏi kinh ngạc khi nghe tin về cái chết đột ngột của anh, nhất là với cách thế mà anh chọn lựa để tự kết liễu đời mình.

Anh sống cô quạnh, một lần ly dị và không con. Sự thể cô vợ rất sớm phải bỏ anh vì không chịu được tính nết hung hãn bất thường của chồng cho dù họ vẫn còn thương nhau. Từng là lính "cổ da", thuộc một trong những đơn vị Thủy quân Lục chiến đặc trách xây dựng phòng tuyến McNamara từ trước Tết Mậu Thân, cựu chiến binh Mỹ ở Việt Nam, hai lần bị thương, với số tuổi nay đã gần 50. Anh đã bắt đầu nghiện rượu và hút cần sa từ lúc còn rất trẻ khi mới qua Việt Nam. Giải ngũ, thất nghiệp từ nhiều năm và không thấy có một tương lai. Anh sống qua ngày bằng số tiền trợ cấp tàn phế nhỏ nhoi. Tất cả đều liên hệ tới những mất mát từ chiến trường Việt Nam: chứng động kinh do vết thương sọ não. Anh đã từng bị sốt rét ác tính, và cũng là người duy nhất sống sót của một tiểu đội mất tích; tuy bị thương nặng ở bụng và chân do những miếng mìn claymore sau khi rơi vào ổ phục kích đêm của Việt cộng ở một nơi xa xôi nào đó trong vùng cao nguyên Trung phần Việt Nam cách đây 27 năm. Cũng phải kể tới vết thương khác không chảy máu *Bloodless Wounds PTSD* – hội chứng tâm thần sau chấn thương ở những năm sau khi anh đã trở lại nước Mỹ.

Chỉ vài tuần trước đây, cùng với khoảng 500 người tình nguyện khác, anh Gumber đã tham gia trong chiến dịch *Stand Down*, tổ chức mỗi năm ở thành phố này, để chăm sóc cho những người cựu chiến binh không cửa không nhà.

Stand Down – một thuật ngữ quân sự có nghĩa là di chuyển từ vùng chiến trận về một nơi an toàn – ở đây là một chiến dịch kéo dài ba ngày, tìm nhặt những người cựu chiến binh vô gia cư đang sống trên hè phố, đưa về một địa điểm tạm trú, cung cấp cho họ những dịch vụ cần thiết như những bữa ăn nóng, áo quần, thuốc men, cố vấn pháp luật mà đa số đều có vấn đề, rồi sau đó là giúp họ tìm việc làm.

Chỉ nguyên ở thành phố nhỏ này, theo ước lượng của Sở Xã hội, đã có khoảng hơn 600 cựu chiến binh không cửa không nhà. Họ không biết hoặc cũng chẳng thiết tìm nơi để được giúp đỡ. Và con số không đếm được sẽ là bao nhiêu ở các thành phố lớn khắp trên nước Mỹ thì không ai biết chắc.

Đã không thiếu những cuộc duyệt binh với rừng cờ sao và sọc và cả rực rỡ những dải băng vàng để chào mừng những người lính như những anh hùng trở về sau cuộc chiến tranh chớp nhoáng mấy tuần ở Vùng Vịnh Desert Storm và rồi cả với những cuộc chiến tranh khác; nhưng hình như đã không có một đối xử như vậy đối với những người cựu chiến binh trở về từ Việt Nam với hàng năm dài chịu trận ròng rã. Hai mươi năm sau, một số không ít vẫn còn mang những vết thương, vẫn lang thang trên đường phố, họ vẫn mãi chưa được trở về nhà.

Họ vẫn sống ngoài lề xã hội, thường xuyên phải chịu đựng thiếu thốn và bị gán cho những thói hư tật xấu của bọn nghiện ngập và dân phạm pháp, đẩy họ tới đáy vực sâu của sự sa sút niềm tin và mất cả lòng tự trọng. Họ, đa số là những cựu chiến binh Việt Nam bị lãng quên, phải chăng chỉ vì họ bước ra từ một trận chiến đã không có được chiến thắng vinh quang hay nói trắng ra là trận chiến mà lần đầu tiên nước Mỹ đã bị thua.

Trở lại câu chuyện anh Gumber. Bấy giờ là khoảng 7 giờ 30 sáng thứ Sáu, hạ tuần của tháng Sáu, mà Phan còn nhớ rõ như mới ngày hôm qua. Khi Phan vừa tới sân vận động, dưới một bầu trời hừng nắng của một ngày rất đẹp miền Nam California, thì khung cảnh trông đã giống như một trại lính với những lều vải kaki có phủ lưới ngụy trang màu xanh rừng.

Đi lại trong sân là những người cựu chiến binh vô gia cư, họ đã được những chuyến xe bus đón về đây từ chiều hôm qua. Cho dù râu tóc vẫn còn rậm rịt nhưng được tắm rửa với áo quần đã được giặt giũ, cũng khó mà phân biệt họ với đám thiện nguyện viên cũng là những người lính cũ năm nào. Nói chung họ đã là những người lính thuộc đủ mọi binh chủng, đủ hạng tuổi, màu da và đã từng tham dự vào những cuộc chiến tranh khác nhau, hy sinh một phần đời tuổi trẻ của họ, chịu đựng cả những mất mát – để phục vụ cho một xứ sở có tiếng là giàu có nhất thế giới, để rồi khi giải ngũ, một số không ít phải sống như những người vô gia cư trên các đường phố, chịu đói khát thiếu thốn trong tình cảnh cô đơn và tuyệt vọng. Câu chuyện nghe thật buồn và cả khó tin nhưng lại có thật. Trên nón, trên lưng hay ngực áo của họ là những dòng sử thật cô đọng, mà đa số liên hệ tới cuộc chiến tranh Việt Nam. *The Forgotten War, The Forgotten Warriors, It's Time To Remember. Nam Vet, Graduate From University of Khe Sanh. Vietnam Vets, We Were Always Right, And Proud of It...*

Như một khúc phim hồi tưởng, một thoáng Phan đã sống lại những kỷ niệm chiến trận gian lao với những người lính đồng đội Việt Nam của anh ngày nào. Và rồi ngay sau đó, trở lại với thực tại, Phan phải chuẩn bị bước vào một ngày biết trước là sẽ rất bận rộn. Đây cũng là năm thứ tư Phan lại có dịp làm việc chung với khoảng 500 thiện nguyện viên khác, như một chu kỳ hàng năm nhằm đem lại ít ngày nghỉ ngơi cho các cựu chiến binh không nhà.

Và Phan ngạc nhiên khi thấy anh Gumber đã có mặt ở đó. Anh ta rõ ràng là khác hẳn mọi ngày: rất ư là sạch sẽ và gọn gàng. Anh trẻ trung hẳn ra, với ánh mắt long lanh và khuôn mặt thì rạng rỡ. Hôm nay anh tới đây như một người thiện nguyện làm việc nơi bệnh xá, chứ không phải là người bệnh không cửa không nhà như mọi năm khác. Phan đọc được dòng chữ *You're Not Alone With your Pain* trên ngực chiếc áo T-shirt của anh. Trông anh tích cực khỏe mạnh và năng nổ làm người chạy dẫn – runner, mỗi khi anh được gọi tên. Rất nhanh nhẹn cho dù anh vẫn phải dùng gậy, chạy tới chạy lui qua các trạm hẹn khác nhau. Phan nhớ là anh ta đã phải dùng gậy chống từ nhiều năm vì vết thương cũ với những mảnh mìn nơi chân. Thật là khó mà tin rằng anh ta lại có thể hữu hiệu đến như vậy; trái ngược với hình ảnh vốn quen thuộc của anh Gumber lúc nào trông cũng buồn bã trầm cảm, cả xa cách nhưng cũng rất dễ nổi nóng và gây hấn và luôn luôn than vãn về những chuyện nhỏ nhặt không đâu. Như cơm bữa, anh thường hay lui tới các phòng ngoại chẩn, đi khám bệnh chỉ là cái cớ nhưng thực ra điều anh cần là chút hơi ấm nhân sinh. Cả với số điện thoại 911 và xe ambulance, anh cũng là khách quen. Lâu lâu anh lại được xe cứu thương chở tới phòng cấp cứu của những bệnh viện khác nhau, hoặc vì chứng động kinh tái phát do không chịu uống thuốc hoặc bị trúng độc thuốc vì uống quá liều, và phải kể cả đôi lần anh cắt mạch máu cổ tay để tự vẫn.

Chỉ mới năm ngoái thôi, anh Gumber tới đây như một cựu chiến binh không nhà. Nhưng năm nay thì khác hẳn, anh tới đây với một vị trí để giúp người khác. Hình như anh đã thực sự chán và mỏi mệt với cái hình ảnh bất ưng nơi chính mình: một anh Gumber vô gia cư và không có chút giá trị nào. Hôm nay thì anh tới đây như một con người có trách nhiệm, mong có cơ hội làm điều tốt và anh ta tỏ ra rất kiêu hãnh. Anh đã tự mình đứng dậy để được đếm xỉa tới, và không thể chấp nhận sự đối xử lạnh lùng vô ơn của xã hội đối với những người như anh – điều mà chính anh biết rằng nó đã có khả năng xô ngã và nhận chìm cả đời anh.

Sự hiện diện của anh Gumber nơi đây như là một thách đố. Rằng phải làm một cái gì cho nỗi thất vọng và cả chua xót với những người cựu chiến binh không nhà. Lẽ ra thì họ phải được kính trọng và quan tâm nhiều hơn. Anh Gumber và cũng như mọi cựu chiến binh khác, họ là những người sống sót sau chiến trận nhưng lại mang những dấu ấn xấu xí chỉ vì họ bước ra từ một cuộc chiến đã không có kết thúc bằng sự thắng trận vinh quang. Nhưng dù muốn hay không thì họ vẫn là một phần gắn bó thiết thân với thực-tại-nước-Mỹ này.

Và rồi chiến dịch Stand Down cũng qua đi, người ta lại thấy anh Gumber đến khu cấp cứu của một bệnh viện khác vào tuần trăng tròn – full moon. Anh trở lại vẻ buồn bã và xa cách. Anh không ăn từ mấy hôm nay, than mất ngủ, lo lắng vô cớ và tinh thần thì sa sút nhưng anh không hề có ý định tự vẫn. Trông anh xuống sắc hẳn nhưng anh đã từ chối nhập viện theo lời khuyên của bác sĩ.

... Một khoảng thời gian khá lâu sau không ai còn nghe nhắc tới anh. Tình cờ trong câu chuyện của mấy cô y tá nhắc tới những bệnh nhân đặc biệt của khu cấp cứu. Tên anh Gumber và cả tin anh chết *"he hung himself"* được dửng dưng nhắc tới, lẫn vào những cái tên quen thuộc khác. Nhưng riêng bác sĩ Phan thì không thể không bàng hoàng khi lần đầu tiên nghe tin này. Và bây giờ thì chính Phan phải lớp lang dàn dựng lại những gì đã xảy ra xoay quanh cái chết của anh Gumber...

... Hôm đó khi rời phòng cấp cứu, anh Gumber trở lại nơi tạm trú – là căn phòng tồi tàn của một khách sạn cũ dưới Downtown. Anh vẫn không thiết ăn, không ngủ và tinh thần thì thêm sa sút. Vậy mà hằng đêm, như một tra tấn, anh vẫn cứ phải nghe tiếng cánh quạt vần vũ của mấy chiếc trực thăng cảnh sát bay lượn trên bầu trời thành phố lúc nào cũng đen nghịt.

Vẫn tiếng trực thăng ấy vang vọng từ hơn 30 năm, vẫn bám riết và theo đuổi anh trên khắp vùng chiến trận từ đồng lầy của những thửa ruộng lúa xanh đồng bằng sông Cửu Long tới lớp lớp rừng già rậm rịt và đẫm chất da cam của núi non Trường sơn. Âm thanh ấy đã làm thức dậy ký ức và những kỷ niệm kinh hoàng từ Việt Nam – *Vietnam flashback* – đã làm bung mở tất cả những vết thương chưa bao giờ thực sự lành.

Trong cơn đau cùng cực với sợ hãi và cảm giác vô vọng, anh xuống giường và vội vã chống gậy bước ra khỏi cửa, để lao vào bóng đêm, khập khễnh lang thang trên những đường phố vắng, không mục đích không có nơi để tới và chẳng thể nào mà trở về. Bấy lâu thiếu ăn thiếu ngủ, anh mau chóng kiệt sức, anh phải dừng lại nơi một trạm xe bus ban đêm không một bóng ai.

Anh đã quá quen thuộc với trạm bus này, là phương tiện giao thông duy nhất để anh đi từ Shelter Downtown tới các bệnh viện hay cả một nơi bất định nào khác. Trước đây anh đã từng có hàng giờ ngồi chờ ở trạm bus và có dịp quan sát từ chiếc cột tới thanh xà, và như một khám phá anh thấy rằng chỉ cần một dây lưng da cho tốt thì bất cứ tên vô lại chán đời nào – nhưng không phải là anh – cũng có thể tự treo cổ dễ dàng.

Bụng đói lép kẹp, không ăn không ngủ anh ốm đi tới hai chục "pounds" chứ không ít đâu. Quần anh rộng như không còn bám lấy bụng mà cứ tụt trễ xuống, khiến anh phải luôn tay nắm dây lưng kéo lên. Chiếc dây lưng da và trạm xe bus – bấy giờ như một kết hợp gợi ý định mệnh và đúng lúc.

Nhìn quanh chẳng có tên vô lại nào khác ngoài chính anh. Ý nghĩ tự vẫn đến bất chợt, và rồi cứ thế như trên một sa bàn, anh thực hiện từng bước kế hoạch đã được điều nghiên trước. Anh đã tự treo cổ với chiếc dây lưng da to bản kiểu cowboy Texas, món quà sinh nhật mà vợ anh đã tặng cho năm nào.

Anh đã tự tử nhiều lần nhưng chẳng may lần nào anh cũng được cứu sống. Nhưng lần này thì anh toại nguyện. *No more Vietnam, Vietnam never again.* Cuộc chiến Việt Nam và cả nỗi đau của những vết thương thực sự chấm dứt từ đây. Việt Nam, nay thì anh đã thực sự giã từ.

Đã không có một bài báo hay cả đôi dòng tin ngay trên tờ báo nhỏ địa phương để cập tới cái chết của anh. Thực sự thì từ lâu anh đã chết như một người lính vô danh kể từ ngày bước ra khỏi trận địa Việt Nam để mãi mãi chẳng bao giờ về được tới nhà.

Sống trong thời bình, thật khó mà hiểu được là chiến tranh đã có hậu quả tác dụng lâu dài trên mỗi con người ra sao, như đối với anh Gumber. Người ta chữa trị cho anh bằng tất cả tiến bộ kỹ thuật y khoa, nhưng đồng thời cũng đã lạnh lùng phân đoạn con người và cuộc đời tình tự của anh. Điều mà lẽ ra không thể quên, từ một câu nói quen thuộc của Trousseau *"Không có bệnh mà chỉ có người bệnh"*, và mục đích tối hậu của y khoa phải là *"thêm sức sống cho tháng năm chứ đâu phải chỉ cộng thêm năm tháng để kéo dài đời người."*

Cho đến bây giờ trong ký ức Phan vẫn không thể nào xóa nhòa cái hình ảnh rạng rỡ và khuôn mặt hạnh phúc của anh Gumber khi bỗng chốc anh được thấy mình trở lại có ích, cho dù chỉ ngắn ngủi ở mấy ngày của chiến dịch Stand Down năm đó. Lẽ ra anh đã không chết và cả sống hạnh phúc nữa nếu anh thực sự được trở về nhà với một tấm căn cước và có cơ hội sống cho và sống với người khác. Và anh Gumber vẫn chưa phải là người lính Mỹ cuối cùng chết trong trận chiến tranh Việt Nam.

Long Beach, California 02/1996

NGƯỜI Y TÁ CŨ

Trên dải cát thấm máu của bờ biển Đông ở những ngày cuối tháng Ba 75 giữa tức tưởi hỗn mang của sống và chết, khi mà những đại bàng anh cả bỏ lính lại trên bờ để trốn lên tàu trước, trong cơn hồng thủy khi mà mọi người bất kể sống chết đổ xô xuống biển để hy vọng ngoi ra cho được con tàu cuối cùng thì vẫn ở trên bờ: "Chỉ có những người lính Quân y TQLC là những người đặc biệt trong số những người quần áo khô. Họ không nhấp nha nhấp nhỏm mà hoạt động thực sự. Họ tập họp thành những toán cấp cứu đặc biệt, lăng xăng hết tiêm thuốc cho người này, lại hô hấp nhân tạo cho người khác mới từ biển vào, hết băng bó cho người này lại đem băng ca khiêng người khác. Xin cám ơn và nghiêng mình kính phục những người lính Quân y này." [Cao Xuân Huy, Tháng Ba Gãy Súng]

*

Sau 1975 Tổng Y viện ấy mất tên, chỉ còn mang một con số, không khí lạnh lẽo như một trại lính. Thương bệnh binh là những người được đưa từ trong R ra hay mới từ chiến trường K chuyển về. Đám thương binh mới rất trẻ, đa số gốc lao động hay nông dân gầy ốm xanh xao ngơ ngác đến tội nghiệp. Đám tụi nó được kể là thế hệ thứ năm xuất thân từ những gia đình vẻ vang của giai cấp công nông được hy sinh. Ở đây không dễ gì mà tìm được những đứa con của "giai cấp đầy tớ nhân dân", chiến trường thực sự của bọn ấy nếu không là Liên Xô thì ít ra cũng là ở những thành phố hoa lệ của các nước Đông Âu khác.

Tụng, người thượng sĩ y tá cũ được kể trong số hiếm hoi những hạ sĩ quan ngụy được lưu dung. Tụng phải chứng kiến những chuyện đổi đời từ ngày được gọi là Giải phóng. Mà cũng chẳng có gì lấn cấn ngay từ những ngày đầu mới tiếp thu ấy. Thương bệnh binh cũ chẳng cần chờ đuổi, họ tự động bỏ viện, kể cả những người không nhà. Số bác sĩ và sĩ quan cũ được cho nghỉ đồng loạt để chuẩn bị đi trình diện cải tạo mười ngày hay một tháng. Riêng đám hạ sĩ quan và binh lính thì được mau chóng thanh lọc qua ý kiến tại chỗ của nhân dân, nhân dân đây là những tên lính nằm vùng. Đó cũng là dịp không phải để ơn đền nhưng oán thì phải trả. Chỉ một số ít y tá do có khả năng chuyên môn thì được tạm lưu dung. Tụng được giữ lại phục vụ tại khu liệt, dưới quyền một viên thượng úy gốc Nghệ Tĩnh, nghe nói từng du học ở Đông Đức, trình độ văn hóa lớp bảy trở thành bác sĩ qua diện chuyên tu. Là bác sĩ hồng nhiều hơn chuyên, nhưng với cái mác du học nước ngoài cùng gốc gác đảng, Tụng thấy hắn đầy quyền uy khiến đám bác sĩ chính quy phải rất nể vì.

Khu Tụng làm việc khá đặc biệt. Cùng một khoa nhưng lại gần như biệt lập hai khu: khu thương bệnh binh cách mạng, còn khu kia như một ốc đảo ảm đạm rất cách biệt lạnh lẽo mùi tử khí với mươi bệnh binh bại liệt cũ. Đa số bọn họ không có gia đình, liệt nặng và mức cao cả tứ chi, hay do biến chứng co rút không thể rời khỏi giường. Trước đó, những đứa liệt nhẹ còn chút khả năng di chuyển cũng đã bỏ viện, nếu cần thì ra nằm ngoài hè đường. Tụng làm việc ở cả hai khu, được giao khoán cho cai quản cả khu ngụy, muốn làm gì thì làm chẳng được bác sĩ ngó ngàng tới. Không phải chỉ riêng Tụng, mà với mỗi phái đoàn tới thăm đều bị viên thượng úy nhân danh đảng ủy nhồi sọ về tính nhân đạo của đảng đã không ném chúng ra đường không bỏ đói lại cả cho hưởng cùng chế độ dinh dưỡng với thương bệnh binh cách mạng. Vậy mà đa số bọn nó tử vong vẫn rất cao, nếu không chết vì lở loét nhiễm trùng đường tiểu thì cũng suy kiệt sau một thời gian không chịu ăn uống gì. Riêng y tá Tụng thì hiểu rất rõ là tại sao.

Đã bao lâu rồi, từng làm việc ở trại này, vậy mà sao Tụng vẫn không thể nào cầm được cảm xúc khi chăm sóc những người bệnh liệt trẻ tuổi ấy. Có người đã sống ở đó và được Tụng chăm sóc từ nhiều năm rồi. Họ thuộc đủ binh chủng, đã cầm súng chiến đấu và ngã xuống từ những địa danh khác nhau. Bây giờ tất cả nằm đây, chết khô dần như những con cá mắc cạn. Có nhiều người bị đạn vào cổ, liệt cả tứ chi sự sống chỉ còn chớp mở nơi đôi mắt. Có người chỉ còn da bọc xương và da là từng mảng dày khô đóng vảy bạc trắng như trên xác ướp. Trong nghịch cảnh này, họ còn dai dẳng sống mỗi từng ngày được thêm bao lâu nữa. Riêng thằng Lượng là đứa được Tụng coi như thằng em kết nghĩa không phải chỉ vì cùng quê mà còn do những sự kiện rất đặc biệt của đời nó. Nó gốc là lính mũ xanh, thích phiêu lưu, sửa cạo khai sinh tăng tuổi để sớm được vào lính, can đảm liều lĩnh chẳng biết sợ là gì. Trải bao chiến trận, kể cả những tình huống gian nguy nhất, có khi cả một đại đội tan hàng mà nó vẫn thoát về được và sống phây phây. Ai cũng nghĩ là đạn tránh nó. Bạn đồng đội đồn rầm lên là thằng Lượng có bùa. Không phải chỉ bùa hộ mạng mà cả bùa yêu nữa. Nếu không vậy thì làm sao hành quân khắp bốn vùng chiến thuật, tới đâu cũng có vô số con gái yêu nó. Kể cả các cô nữ sinh xinh đẹp và có học nữa chứ. "Xanh cỏ hay đỏ ngực" là cái triết lý liều lĩnh của Lượng khi vào lính. Nó được đặc cách thăng cấp hạ sĩ ngoài mặt trận và cả nhiều huy chương. Vậy mà bùa của nó lại hết linh khiến thằng Lượng suýt chết lãng xẹt ở mấy ngày Tết hưu chiến. Lượng bị đứt tủy sống ở mức ngực do một mảnh pháo bắn vào phi trường. Cả đơn vị không ai bị thương trừ nó. Vốn là đứa trẻ năng động và cả bay bướm nữa, làm sao mà nó chịu cho thấu cảnh chết cạn đó. Lượng tự tử nhiều lần nhưng đều được cứu sống. Rồi nó bắt đầu hiểu rằng sống lây lất như vậy đã chẳng dễ dàng gì nhưng chọn cái chết coi bộ còn khó khăn hơn. Nên tuy ban đầu nó tuyệt vọng giận dữ, chối từ thảm họa đã đến với nó, nhưng rồi nó vẫn phải chấp nhận sống. Lại có thêm đức tin vào Thiên Chúa nên tính tình hắn dần dần đằm trở lại. Cho dù chỉ còn nửa phần trên và hai tay, nó vẫn hăng say tập luyện phục hồi. Đây là đang nói về những ngày trước giải phóng. Ngoài giờ học thêm về văn hóa, Lượng còn vẽ tranh và cả chơi bạo làm thơ nữa. Như bản chất tự nhiên tâm hồn nó, tranh thì đầy ngập ánh sáng và màu sắc tươi sượng khỏe mạnh; thơ thì giản dị nhưng là hơi thở ấm áp của cuộc sống có đức tin, đủ làm xúc động sâu xa cả lòng người. Bài thơ "Riêng mỗi từng ngày" của nó được các bệnh nhân khác luân phiên chuyền tay nhau chép lại:

Đường tôi đi, khi phẳng lặng khi gập ghềnh
Hôm qua tội lỗi, ngày mai thì bất trắc
Thôi, bổn phận sao cho làm đủ mỗi ngày
Hôm nay mới thực sự là ngày của chúng tôi
Của Chúa cho và của riêng tôi
Và hành trình tôi, chỉ là riêng mỗi từng ngày*

Vì cái gọi là chính sách, đám người có nợ máu như Lượng với chứng tích hai chữ "sát cộng" còn rành rành trên tay, với sự sống còn thoi thóp mà vẫn chưa bị tống ra khỏi viện. Những ngọn đèn cạn dầu ấy chưa biết rụi tắt khi nào. Chẳng bao giờ được bác sĩ ngó ngàng tới, chăm sóc chỉ còn trông vào đám hạ sĩ quan y tá cũ lưu dung với đồng lương chết đói nhưng thủy chung nghĩa tình cho tới giờ phút cuối cùng. Có lẽ suốt cuộc đời còn lại, chẳng bao giờ Tụng có thể quên được những đôi mắt trống vắng lạnh tanh của những người thương binh cũ, còn xa hơn cả sự tuyệt vọng buồn thảm, họ chưa chết hết phần xác nhưng đã chết cả phần hồn. Cuộc sống chỉ là đếm thêm cho riêng mỗi từng ngày.

Không phải mới bây giờ, bản chất Tụng lúc nào cũng ít nói nhưng có sức làm việc khỏe như trâu. Nó gốc gác nông dân, như người cày bám ruộng chỉ biết cặm cụi vun xới thửa đất của mình cho dù thời tiết tốt xấu là thế nào. Tụng vốn hiền lành và ẩn nhẫn nhưng phải tính cộc. Khổ bao nhiêu cũng chịu được nhưng nó không chịu được nhục. Chăm sóc lính bị thương chứ gì đâu mà bảo là có tội, cả ít nhiều có nợ máu nữa. Tôi tự xét chẳng làm gì nên tội cả. Trong tổ thảo luận, Tụng đã nói huỵch toẹt ra như vậy. Tuy buồn bực nhưng Tụng vẫn tận tụy chăm nom những người bệnh của cả hai bên mỗi từng ngày và chưa biết bao giờ là ngày cuối cùng. Nếu Tụng có quan tâm hơn tới mươi người bệnh cũ chỉ tại tụi nó quá khổ, hoàn toàn bị bỏ rơi và chẳng có ai thăm nuôi. Phù thịnh, như nước chảy xuống chỗ trũng là cái lẽ thường chứ ai dại gì mà phù suy bao giờ. Nhưng như dòng nước chảy ngược, Tụng lại là thứ người phù suy ấy. Có lẽ vì vậy mà Ban Lãnh đạo và Phòng Tổ chức bệnh viện không mấy ưa Tụng. Nhưng lại chẳng tìm ra lỗi gì để khiển trách vì Tụng cùi cụi làm việc năng suất gấp đôi cả chiến sĩ thi đua, nhưng cách mạng vẫn khó chịu về cái nhìn trắng đen không rõ rệt nơi Tụng. Cho học tập cải tạo tại chỗ bao nhiêu Tụng cũng không phân biệt được tính giai cấp với vị trí khác nhau của thương bệnh binh hai phía. Với Tụng thì chỉ có người bệnh mà hắn hết tâm phục vụ. Lãnh đạo nhìn Tụng như một thứ đầu có sạn, dù có nhồi nhét thêm bao nhiêu lý thuyết Mác Lê cũng chẳng thay đổi được gì cái thứ luân lý bà Sơ, nghĩa là nhân đạo một cách chung chung ấy. Không phải chỉ có tận tụy chăm sóc đám bệnh binh mà Tụng còn hết lòng chỉ dẫn đám y tá mới, cái bọn đã nuôi sẵn ác tâm chỉ rình hất Tụng ra khi nắm được đôi chút chuyên môn.

Thế rồi cái ngày cuối cùng không thể tránh cũng đã tới. Hoàn toàn không được báo trước, giữa buổi sáng đang bề bộn công việc, tắm rửa cho mấy người bệnh liệt trong đó có thằng Lượng. Tụng bất ngờ được gọi lên Phòng Tổ chức, báo cho nghỉ việc ngay từ hôm nay. Tụng không được phép và cũng chẳng có cơ hội trở lại trại bệnh nói lời từ biệt, nhất là với thằng Lượng. Tụng được cấp một giấy giới thiệu mẫu in sẵn duy chỉ có tên tuổi được viết tay, với yêu cầu chính quyền địa phương giúp đỡ.

Bấy lâu xa quê hương nhớ mẹ hiền, Tụng vui mừng được trở về quê với mẹ, trở lại nghề ruộng. Tụng thì quá mộc mạc nghĩ rằng mình chẳng cần thứ giấy tờ như vậy và không hiểu thấu được cái thâm ý báo cho chính quyền địa phương cảnh giác về cái gốc gác của Tụng.

Tụng quê Bến Tre, chỉ còn mỗi bà mẹ già sống trong căn nhà ba gian của hương hỏa và mấy sào ruộng bấy lâu gia đình vẫn tự làm lấy. Gốc gác như vậy chẳng được là bần cố nông nhưng bấy nhiêu chắc chưa thể bị coi là tư sản địa chủ bóc lột. Những năm chiến tranh về sau này, do tuổi già neo đơn lại thêm nỗi buồn vì hai trong ba đứa con trai chết trận liên tiếp: một đứa là lính Biệt động quân, còn đứa kia vào lính Nhảy dù mới ra trận cũng đã chết tốt, nên đất đai bị bỏ lây lất.

Nay có Tụng về, còn mỗi thằng con trai là nó, là dịp để cho hai mẹ con trở lại khai khẩn đất làm cho kịp vụ. Không có đại hội không nghị quyết cũng chẳng có kế hoạch thập niên hay ngũ niên nào nhưng hai mẹ con đã vẽ ra trước mắt một tương lai thật rõ ràng: cố sao làm trúng vài vụ, nuôi thêm vài con heo, bỏ ống dành dụm chút đỉnh rồi bà sẽ đi cưới con Bé Tư cho Tụng.

-- Nó cứ hỏi thăm mày hoài, nhà đâu còn ai, chỉ có nó tới lui, má coi nó như con ruột của má vậy đó, mà bộ mày còn trẻ lắm sao, lấy vợ sớm có cháu cho bà nội nựng...

Tụng cười hiền lành chấp nhận kế hoạch của mẹ cho dù chưa biết mặt mũi con Bé Tư hồi rày ra sao. Tụng thật thương nói đùa với má:

-- Má đã ưng là con chịu, con nhà binh mà, thi hành lệnh má trước có chi khiếu nại sau. Mà chắc con không có chi để khiếu nại đâu mà má sợ...

Bây giờ không còn nỗi lo sợ tiếc nuối của những kỳ về phép qua mau. Lần này bà thực sự an tâm sung sướng trước hạnh phúc lâu dài của hai mẹ con.

-- Hòa bình rồi được có con về là má vui, mặc cho họ nói chi thì nói, cái mửng bắt má dẹp khung hình thằng Ba thằng Tư trên bàn thờ là không khi nào má chịu. Lính ngụy hay không lính ngụy tụi nó vẫn là con má. Chòm xóm có gia đình nào mà không có con vô lính rồi chết trận, vẻ vang hay không vẻ vang có cái đau nào bằng cái đau của bà mẹ mất con. Họp tổ phường khóm má nói toáng ra như vậy, chịu hay không chịu thì thôi... Con tổ trưởng phụ nữ thấy má làm dữ quá nên cũng nín khe...

Tuy không thật còn trai trẻ nhưng Tụng vẫn còn rất mạnh. Mỗi sáng sớm ra đồng với con trâu kéo, cày lật mấy thửa đất, tới sẩm tối mới về tới nhà đau rêm cả mình mẩy, nhưng bù lại được mẹ già chăm sóc cho từng miếng ăn manh áo chứ không còn cảnh thịt hộp gạo sấy với suốt ngày đêm đôi giày trận hôi rình như hồi nào. Chén cơm lúc nào cũng là cơm nóng ăn với cá kho tộ – món mà Tụng vẫn thích má nấu cho ăn từ hồi còn bé, xì xụp với tô canh rau hái ngay từ vườn sân sau nhà. Bà chăm sóc cho Tụng từng chút, ép con từng miếng ăn như hồi còn bé, cứ vậy mà bà quên là mình đã già. Hạnh phúc bình thường đơn giản vậy mà bao năm sau mẹ con mới tìm lại được.

-- Món cá kho tộ má nấu ngon khỏi chê...

Bà cười làm bộ mắng nựng con:

-- Cứ khen tưới đi mày, đồ con nhà bất hiếu, chưa chi mà đã tâng bốc nó quá vậy. Má nhờ con Bé Tư đi chợ rồi nấu luôn cho má đấy.

Tụng sung sướng và cười bẽn lẽn. Trong hạnh phúc đó, không hiểu sao Tụng cứ nhớ tới thằng Lượng và mươi người bệnh binh cũ quanh nó. Rồi Tụng kể lể cho má nghe về hoàn cảnh tụi nó như đám con bà Phước.

-- Khổ hơn tụi mồ côi con bà Phước nữa má à.

Bà nghe mà sụt sùi thương cảm:

-- Không sao, để má sắp xếp với con Bé Tư mấy bữa nữa lên thăm đem chút quà vô cho tụi nó. Thì má cũng thương tụi nó như đám con nuôi của má.

Chuyện xa gần, chuyện chòm xóm, hai mẹ con thủ thỉ bên ngọn đèn dầu đến tận khuya. Tụng mệt ngủ ngon lành lúc nào không hay, nhưng vẫn nhớ như in là được má kéo tấm mền đắp cho lúc nửa khuya khi trời thật se lạnh.

Buổi sáng hôm sau như thói quen Tụng dậy thật sớm, ăn lùa mấy bát cơm kiểu thợ cày rồi dắt trâu ra ruộng. Đạp chân trên những luống đất vừa cày vỡ, Tụng miên man nghĩ tới hạnh phúc những ngày được gần bên mẹ, rồi nghĩ tới Bé Tư thấy thương con nhỏ ngay; chẳng vì một lý lẽ nào khác là má rất thương nó. Mặt trời lên cao hơn nửa con sào, gió mát dịu nhẹ vậy mà Tụng bắt đầu thấy nực với cả lưng rườm ướt mồ hôi. Tính rằng đi nốt mươi luống nữa thì nghỉ xả hơi rít điếu thuốc lào say cho đảo điên trời đất. Tụng nghiện thuốc lào từ hồi mới bắt đầu vô lính lận. Cuộc đời y tá của Tụng không quên được chuyện lính tráng đập đạn làm ống thuốc lào nổ bị thương cả chùm, lại có đứa say thuốc té nhào vô đống lửa cháy rụi cả lông mày phỏng cả mặt mũi... Ruộng bỏ cả mấy mùa, mưa rồi nắng, nắng rồi mưa làm đất ruộng khô keo lại cứng như đất sét. Cả trâu và người bở hơi tai vì thẻo đất bướng bỉnh.

Tắc tắc, Tụng vẫn luôn tay nghiêng tách lưỡi cày để bớt sức trâu, cảm giác dịu mát thấm vào lòng bàn chân mỗi bước đạp trên tảng đất mới... Đang miên man giữa cái hạnh phúc của đất và người, bất chợt bàn chân Tụng đạp lên một vật như thép lạnh cứng – chưa kịp rút chân lại thì "ụp" tiếp theo là tiếng kêu "má ơi!" Cảm giác đau như xé khiến Tụng ngã quỵ, nhìn xuống thì một bàn chân đã bị đứt rời. Kinh nghiệm chiến trận khiến Tụng nhận ra ngay không phải lựu đạn mà là thứ mìn muỗi chống cá nhân, chẳng biết ai đã ném vô và nằm im trong đám ruộng nhà mình tự bao giờ.

Không chỉ đau vì mất chân, Tụng biết mình vẫn còn sống nhưng đau xót hơn chỉ sợ làm mẹ buồn. Tụng xé ngay mảnh áo làm vòng garrot tự cấp cứu cầm máu. Tụng nổi tiếng lì khi còn trong chiến trận, trong đời Tụng chưa từng biết khóc là gì nhưng bây giờ thì đôi mắt mờ lệ nhìn về phía nắng hanh chiếu vàng trên những bụi tre phía xa, thấp thoáng đâu đó là nóc nhà quen thuộc, nơi đó có bà mẹ già và cả con Bé Tư đang lúp xúp lặt mớ rau cho nồi canh chuẩn bị bữa ăn chiều. Tụng không nghĩ tới mình, không màng tới cái đau như xé truyền lên từ mỏm chân cụt mà lại cứ miên man với ý nghĩ là sắp tới đây, phải ăn làm sao nói làm sao với má bây giờ, để cho bả khỏi khổ.

Hòa bình rồi hạnh phúc tính là dài lâu nhưng rồi ra cũng chỉ là tính riêng cho mỗi từng ngày.

Tổng Y viện Cộng Hòa 04/1975 - California 04/1994

---

* *thơ Brady Jackson*

SẼ RỰC RỠ MÙA THU NÀY

*Khung cảnh nhân vật chỉ là cái cớ
và là hư cấu của tiểu thuyết.*

Bay sang Cali lần này, cho cuộc họp sơ bộ chuẩn bị Hội nghị Y sĩ Thế giới lần thứ 5 tại Palo Alto mùa thu tới. Tám giờ đồng hồ đủ cho một chuyến bay xuyên lục địa đang từ vùng tuyết giá lạnh của Montréal bước sang vùng nắng ấm Cali cùng ngày. Cũng khoảng thời gian này nếu là ở một cuộc hành quân mùa mưa trên cao nguyên chắc cũng chưa thoát ra khỏi cái vũng lầy lội cách đấy chưa đầy mươi cây số. Điều đáng kể là kết hợp với chuyến đi này, Chính sẽ có dịp đến thăm Trương, người bạn rất thân mới từ Việt Nam qua chưa đầy một tuần lễ. Hy vọng Trương có thể cung cấp cho Chính những tin tức tại chỗ và nóng hổi của tình hình bên nhà. Với một người bạn đã coi là thân, thì cho dù xa nhau bao lâu, ở đâu và bao giờ Chính vững tin rằng cũng sẽ không có gì đổi thay trong cái tâm của bạn.

Những biến đổi dồn dập gần đây, nhất là ngay trong gia đình Chính khiến anh phải suy nghĩ. Những đứa con anh ngày càng trở nên độc lập và tách ra khỏi bố mẹ. Điều đáng nói là cách nhìn của tụi nó về đời sống và thời thế khác xa nếu không muốn nói là đối chọi với Chính. Sau kinh nghiệm của một chuyến về Việt Nam với sự không đồng ý của Chính, Toàn đứa con trai lớn của Chính trở nên ít nói. Nếu có thì là tâm sự nhiều hơn với mẹ nó qua những phát triển tình cảm mới của nó với cô bạn gái nhà báo cũng từ Mỹ mà nó gặp khi cả hai đứa cùng lặn lội ngoài miền Trung. Vợ chàng cho biết có nhiều triển vọng cô gái Việt 100% nhưng lại không đọc được và viết thạo tiếng Việt ấy sẽ lại là con dâu tương lai của gia đình chàng. Tuy chưa gặp mặt nhưng Chính đã lại xúc động sâu xa qua bài báo kể lại câu chuyện thật của một người con 22 năm sau trở lại Việt Nam với quyết tâm đi tìm người cha mất tích. Trong suốt cuộc hành trình đi về quá khứ và quê hương cũ, vẫn còn rách nát nghèo đói với nguyên vẹn chân dung của kẻ chiến thắng tham lam và không có lòng từ. Cô đã cảm nhận được sự mỉa mai đến phẫn nộ khi chứng kiến hai kẻ thù cố cựu tìm tới nhau, chia sẻ tin tức chiến trường cũ với hy vọng tìm được người mất tích phe mình. Nhưng rõ ràng họ chẳng đếm xỉa gì đến số phận của cha cô và toàn thể những người lính Việt Nam Cộng Hòa từng chiến đấu cho lý tưởng tự do mà họ tin là đúng cho xứ sở. Tất cả lặng lẽ biến mất trong "khoảng không trí nhớ" suốt hai thập niên qua và không hề là mối bận tâm của bất cứ một chính quyền nào. Một sự lãng quên tàn nhẫn và toàn thể đối với số phận cha cô, cùng với sự ngoảnh mặt làm ngơ trước những phân biệt và kỳ thị đối xử đối với những người còn sống không thuộc về phe họ. Truyện tưởng như khó tin nhưng rất thật là cho đến cả bài vị của cha cô đặt trong một ngôi chùa rất nhỏ ở vùng

ngoại ô Sài Gòn cũng chẳng còn dấu tích nào nữa khi mà
chính người cộng sản chiến thắng nhưng độc ác nhỏ nhen
với cả người chết đã xông vào chùa cướp đoạt và hủy đi tự
bao giờ. Khi những người sống quên người chết, thì người
chết ấy chết đi lần thứ hai. Vị sư trụ trì trong ngôi chùa ấy
đã tìm cách an ủi nói với cô ta như vậy. Và chính cô đã
không để mình rơi vào sự thất vọng nên vẫn luôn luôn cầu
nguyện cho cha cùng bao nhiêu những anh hùng vô danh
bất hạnh khác được trở lại đời sống mỗi người bằng cách
không bao giờ quên họ...

Quả thực Chính đã bị xúc động mạnh mẽ. Bấy lâu qua
bao nhiêu hội nghị, chưa có bản nhận định hay tuyên cáo
nào lại có được sức thuyết phục và tố cáo sắc bén như bài
báo của một cô gái mới bước qua ngưỡng tuổi trưởng thành
ấy. Hồi tưởng lại cách đây hơn 10 năm, Chính là một trong
những thành phần chủ chốt sáng lập và tổ chức mỗi hai năm
một hội nghị có quy mô quốc tế, quy tụ đông đảo các bác
sĩ Việt Nam hiện sống ở nước ngoài. Nếu kể mỗi hai thập
niên là một thế hệ, thì đã một thế hệ qua đi từ sau 75. Và
phải nói là Chính đã thành công lèo lái một tập thể phức tạp
như vậy với một lập trường nhất quán về vai trò y giới Việt
Nam ở hải ngoại đối với hiện tình đất nước. Đó là thái độ
dứt khoát "không làm gì" cho tới thời kỳ hậu cộng sản. Và
hơn thế nữa còn phải ở thế tiến công bằng vận động duy trì
phong tỏa cấm vận và chống bang giao cho đến khi không
còn chế độ cộng sản. Bài học Nam Phi, Cuba là những
minh chứng củng cố niềm tin của Chính. Rồi trước tin Mỹ
bỏ cấm vận, biết trước là cái ngày không thể tránh được ấy
– Chính vẫn phản ứng rất xúc động như là Mỹ đã phản bội
Việt Nam một lần thứ hai. Và người ta đã không ngạc nhiên
khi đọc bài viết của Chính ở "cột phải – right column" trên
tờ nhật báo LA Times phát hành hơn một triệu số phản

ánh quan điểm cực hữu của Chính "về sự phản bội đáng hổ
thẹn và đầu hàng nhục nhã của Mỹ dưới sự lãnh đạo của
một tổng thống đã từng có thành tích trốn quân dịch trong
trận chiến tranh Việt Nam". Bố Chính gốc Quốc Dân đảng,
gần như cả dòng họ Chính xa gần đều có liên hệ tới cuộc
khởi nghĩa Yên Báy và kháng chiến chống Pháp. Nhưng
với cộng sản, ai không cùng chiến tuyến với họ đều là phản
động Việt gian, và kinh nghiệm xương máu đối với gia đình
Chính là cái giá của tù đày và cả bằng cái chết tức tưởi của
ba Chính: gia đình chỉ được biết ông bị Việt minh bắt và
sau đó không còn tin tức gì nữa. Ai cũng hiểu rằng ông đã
bị thủ tiêu, xác ông đã bị vùi nông nơi sông rạch hay một xó
xỉnh không tên nào đó mà vĩnh viễn gia đình Chính chẳng
bao giờ biết được. Bản thân anh cũng nếm mùi tù cộng
sản bốn năm. Thiếu thốn khổ cực bao nhiêu anh cũng chịu
được, nhưng anh không thể nào sống chung với những con
người giả dối độc ác, như là bản chất chứ không phải hiện
tượng. Có phải vì thế mà Chính trở thành một con người
chống cộng rất cực đoan, dưới mắt anh thì "bọn đỏ" đó là
một lũ quỷ mất hết nhân tính không đáng được đối xử như
con người mà phải tiêu diệt. Chính như người dùng chất
Antabuse, chỉ chút hơi rượu không thôi, một chút gì dính
dáng đến cộng sản cũng đủ gây lợm giọng nôn mửa, kinh
tởm và cả tránh xa. Bằng cái ý nghĩ duy nhất đúng ấy, anh
đã không tương nhượng ngay cả với những bạn bè không
cùng suy nghĩ rập khuôn như anh. Chính không biết mình
đã gây tổn thất cho cộng sản tới mức bao nhiêu, điều ấy anh
không kiểm kê được, nhưng thiệt hại trước mắt là anh đã
không ngần ngại hy sinh cả những người bạn lâu năm, đã
từng là đồng nghiệp đã đi cùng chặng đường với anh ít ra
là đã hơn 14 năm sống ở hải ngoại. Bình tâm mà xét, bạn
anh vẫn là con người của nhân cách đáng kính trọng, yêu
nước và suy nghĩ độc lập. Điều gì đã xảy ra để khiến anh

phải nhẫn tâm hy sinh họ. Chỉ vì vợ chồng Văn thì muốn linh đình tiếp đón một người bạn cố tri mới từ Việt Nam qua, nhưng điều đáng nói người bạn ấy vốn là một nghệ sĩ nổi danh của Sài Gòn cũ mà sau này Chính cho là hắn thân Cộng. Riêng Thiện thì can tội vận động tổ chức một cuộc triển lãm tranh cho một họa-sĩ-trẻ-cách-đây-30-năm với thành tích huy chương vàng, nhưng trước đó đã lại có một cuộc triển lãm ở trong nước với nhiều tiếng vang và những dư luận rất mâu thuẫn. Với năng khiếu sắc bén của một con thú chính trị, và bằng tất cả kinh nghiệm của những năm hoạt động, Chính đã dễ dàng tạo được áp lực dư luận trong và ngoài để ép cả Văn và Thiện trước sau phải ra đi khỏi Ban Chấp hành hội mà chính họ đã là những thành viên sáng lập. Điều mà Chính sau này tự trách mình là anh đã không phân biệt được rõ ràng đâu là tình bạn lâu dài, đâu là nhu cầu chính trị giai đoạn khi mà cả Chính cũng đang đứng trong một vùng xám. Chính bề ngoài cứng rắn và dứt khoát nhưng thâm sâu lại giàu tình cảm. Lòng Chính đã không tránh khỏi bị chùng xuống khi đọc một bài viết của Văn, với tất cả nỗi cay đắng của một người ty nạn cộng sản ngay từ 75 nay lại phải nghĩ tới một cuộc di tản lần thứ hai để trốn chạy khỏi làn đạn của chính những người bạn hướng tới từ phía sau lưng mình.

Buổi mai thật yên tĩnh. Cũng thật là yên tĩnh cho một bữa ăn sáng từ trong nhà hàng sang trọng của một khách sạn "bốn sao" nhìn ra khu vườn cây xanh. Thực đơn nhẹ: cà phê hương vị từ Colombia, cam tươi vắt từ Florida, và trái cây là những trái dâu đỏ thắm từ Cali. Mấy miếng French toast tẩm trứng rắc chút đường trắng khô thơm mềm mại. Cái tiện nghi bình thường của bấy nhiêu năm sống ở Bắc Mỹ, bỗng dưng tại sao hôm nay Chính lại quá chú ý tới những chi tiết. Phải chăng do cuộc gặp mặt đầy xúc động với Trương ngày hôm qua cũng trong khung cảnh này nơi chiếc bàn này, đã khiến anh bất chợt nhìn lại cuộc sống mình. Trương vừa tới Mỹ chưa đầy một tuần, ở vào giai đoạn cuối của bệnh non-Hodgkin lymphoma, chứng ung thư có tỉ lệ bệnh cao ở những cựu chiến binh Mỹ bị nhiễm chất da cam trong trận chiến tranh Việt Nam. Là bạn cùng lớp với Chính trong suốt bảy năm học y khoa, Trương vốn cởi mở, ngôn ngữ thì ra vẻ phi luân có óc hài hước nhưng thực sự có lòng và dấn thân. Tết Mậu Thân khi các bệnh viện tràn ngập người bệnh thiếu bác sĩ, Trương ở luôn trong bệnh viện, làm việc ngày đêm cho đến khi im tiếng súng. Ra trường nghiệp lính tráng chẳng phải do chọn lựa, tuy là tay dao mổ có hạng nhưng cái chỗ cuối danh sách còn lại mà người ta dành cho anh là y sĩ của một tiểu đoàn Thủy quân Lục chiến. Trong bộ rằn ri dữ dằn Trương vẫn hiện nguyên vẻ thư sinh nho nhã. Nhưng rồi như mọi người, anh đã lội đủ hai năm làm hơn nhiệm vụ của một quân y sĩ với công tác dân sự vụ xen kẽ giữa các thời điểm nóng của trận địa cho tới khi anh được cử đi Mỹ du học; học xong anh trở về tiếp tục làm việc trong một quân y viện. Khác với rất nhiều người, chưa bao giờ Trương lấy màu mũ với bộ áo rằn ri và chiến công của đơn vị như là một thành tích để kiêu hãnh. Trương rất lì trong trận mạc được lính nể trọng nhưng anh lại ít được cấp chỉ huy ưa thích vì cái thái độ hòa mà không đồng của anh. Và cũng không ngạc nhiên là cho đến ngày rời tiểu đoàn Trương vẫn mang cấp bậc trung úy của ngày nhập ngũ, và anh cũng chẳng có được lấy một huy chương. Với anh, thì vòng hoa và huy chương chỉ xứng đáng cho những người lính đã hy sinh nằm xuống. Năm 75, cho dù có người anh là tư lệnh Không đoàn, có phương tiện di tản nhưng anh lại không ở trong số những người tới Mỹ sớm. Để sau đó đi tù 5 năm. Ra tù vào đầu năm 80, anh trở

lại làm bác sĩ giải phẫu của bệnh viện Sài Gòn giữa cao trào
của những chuyến đi bán chính thức do công an tổ chức.
Anh cũng lại không có mặt trong số từng đợt từng đợt của
những người ra đi ấy, trong đó có Chính là bạn thân và rất
nhiều đồng nghiệp của anh, họ đều tới được bến bờ mới an
toàn. Trương vẫn sinh hoạt bình thản cho dù bị khiêu khích
từ nhiều phía, rằng anh là thứ Cách mạng Ba mươi nghĩa là
xu thời, rằng anh là loại trí thức ba "N" nếu không Nghèo
thì Nhát hoặc Ngu nên mới không biết tính chuyện ra đi.
Trương thấy rất rõ anh là anh, không lẫn vào bất cứ loại
người nào khác. Anh thông minh, nhạy cảm, hiểu rất sớm
về những người cộng sản mà anh có cơ hội chung đụng và
làm việc với. Theo anh thì không phải không có người tốt
nhưng nói chung thì đa số đó là một bọn "giả dối, độc ác và
dốt". Anh đã nhận xét rất vắn tắt với Chính như vậy ở lần
gặp gỡ chót trước khi Chính ra đi. Nhưng rồi anh vẫn là
người ở lại, vẫn cứ bộc trực rất ít quan tâm về những mối tư
lợi cá nhân, sẵn sàng chia sẻ kiến thức với những đồng
nghiệp mới kém cỏi, bằng cách ấy anh nghĩ tới lợi ích mang
lại cho người bệnh. Anh không chỉ có những bệnh nhân
nghèo và bất hạnh, mà còn có cả những cán bộ cao cấp giấu
tung tích trốn ra từ bệnh viện Thống Nhất đầy đủ thuốc
men dành riêng cho họ, để được tới cho anh mổ và chăm
sóc. Với họ, anh không hề có phân biệt đối xử. Rồi các bạn
anh, những người ra đi trước sau, đa số đều trở lại y nghiệp,
ổn định được cuộc sống nơi quê người. Gạt qua một thiểu
số bất chính, ngay trong mấy năm đầu mau chóng trở thành
những triệu phú đô la trên các vùng đất lành đã cưu mang
họ. Thành công và những hệ lụy do đám này gây ra vẫn còn
là vết thương gây đau nhức cho cả một thế hệ di dân thứ
nhất. Nhưng tuyệt đại đa số, chỉ bằng những cuộc sống
lương thiện và thuần túy nghề nghiệp, là bác sĩ cho dù ở lục

địa nào: Pháp, Úc hay Bắc Mỹ — họ không phải chỉ có tự do mà có cả những tiện nghi sung túc của một thành phần xã hội trên cao. Họ nhớ tới Trương, quý cái tâm tốt của anh nhưng vẫn coi anh như một người bạn gàn, họ hiểu rằng cái tính gàn bướng ấy đã làm khổ cả người vợ và đám con của anh. Thế rồi những thùng quà được các bạn hữu gửi về như một hình thức tiếp tế cho gia đình anh. Nhưng anh thì lại không muốn như vậy. Anh không cấm đoán nhưng giảng giải cho những đứa con anh hiểu rằng chúng không nên ỷ lại mà hãy sống như mọi người chứ không bằng những trông ngóng các thùng quà và viện trợ từ bên ngoài. Anh vẫn giữ mối liên lạc bình thường với bạn bè, nhắn gửi những cuốn sách chuyên môn mà anh cần. Qua thư anh, vẫn là những dòng bút tự đẹp và tài hoa, đề cập tới một cách tinh tế những nét đổi thay đi xuống của xã hội mới, vẫn với cái giọng hài hước nhẹ nhàng tuy thoáng buồn nhưng không lộ vẻ đắng cay; và chưa bao giờ có một dòng chữ kể khổ nào liên hệ tới anh và gia đình. Có lẽ phải nói là xúc phạm nếu như ai đó thấy tội nghiệp cho Trương. Anh tự do chọn lựa và cảm thấy hạnh phúc. Anh chẳng thuộc về phe nào và đã chọn một chỗ đứng độc lập cho riêng anh. Và có điều chắc chắn là cũng chẳng có một phía nào hợp với tâm hồn nhạy cảm và ưa tự do như anh. Trương an nhiên tự tại, thấy được cái tương đối của mọi sự trong cuộc sống nên anh chưa bao giờ hành động như một con người cực đoan hay quá khích. Anh chưa hề tỏ ra sùng tín một điều gì. Bây giờ ngồi đây, trước mắt Chính là Trương. Hai mươi năm sau 75, nhưng thật sự là mười bốn năm sau với Chính. Trương y phục vẫn đơn giản, áo sơ mi trắng và quần kaki, với cặp kính cận trắng gọng vàng. Vẫn dáng dỏng cao, tuy gầy và nước da hơi xanh, tóc muối tiêu nhưng đôi mắt vẫn rất sáng như thuở nào. Có phần nào sáng hơn như ánh tro than lóe lên trước khi chợt tắt. Tia mắt sáng ấy đã làm đau nhói cả trái tim Chính. Nếu không có người em trai của Trương báo cho biết trước, Chính chẳng thể nào nghĩ rằng trước mắt mình là một người bạn sắp sửa vĩnh viễn ra đi khỏi cuộc sống này. Có lẽ bấy lâu sống đã như một thói quen nên Chính và các bạn chàng đã không suy nghĩ và không sẵn sàng chuẩn bị cho cái chết có thể đến cho mỗi người. Và chỉ khi đối diện với một cái chết rất gần gũi như Trương, Chính mới lại có dịp suy nghĩ về cái chết không thể tránh của chính bản thân mình. Là thầy thuốc Chính đã thấy được những ý nghĩa rất khác nhau về cái chết ở mỗi người bệnh. Đối với một số thì đó là một giải thoát cho những đau đớn hoặc thống khổ khôn nguôi. Với số khác bằng đức tin họ tự cho là một thăng hoa vào một cuộc sống khác. Có cả những cái chết tự nguyện của kẻ tuẫn đạo hay một chọn lựa hy sinh anh hùng. Phải kể cả cái chết nhằm làm đau người khác, hay mong tìm được một tình cảm thương yêu không sao có được khi họ đang còn ở cuộc sống thế gian này. "Cái hộp đen" không biết gì hết ở đằng sau cái chết mới chính là nguồn gốc sợ hãi của con người. Tuy rằng không hề có hai cái chết thực sự giống nhau, nhưng người ta vẫn vẽ ra được trong sách vở từng bước để đi vào cái chết. Từ phủ nhận chối bỏ, đến giận dữ, qua đến thương thuyết trả giá, rồi buồn bã trầm cảm, và cuối cùng là chấp nhận buông xuôi. Chính đã không tìm được ở Trương một mẫu nào trong các mẫu nhân gian ấy. Cuộc sống Trương như là một dòng suối trong mát, chẳng biết bắt đầu từ đâu và kết thúc nơi nào. Hình như không có một biên thùy rõ rệt giữa hai cõi tử sinh nơi Trương. Nếu Trương chết đi thì cái dòng suối trong mát ấy vẫn hiển hiện chảy rì rào đâu đó trong tâm khảm của nhiều người. Ở lứa tuổi ngoài 50, không ai có thể nói chắc về sức khỏe của mình. Trong đám bạn Chính cũng đã có một số đột ngột ra

đi. Với Chính, thì tuổi tác bệnh tật như một thứ định mệnh
sinh học đâu có chừa ai. Nhưng không hiểu tại sao lúc này
Chính lại rất quan tâm tới những gì đang xảy đến với
Trương. Tại sao lại là Trương. Không có câu trả lời cho căn
bệnh ung thư của Trương. Phải chăng chính cuộc chiến
tranh Việt Nam đã giết chết Trương. Chiến dịch trải thảm
chất Da Cam – Agent Orange, làm trụi lá những khu rừng
già cao nguyên mà Trương và những người lính đã phơi
mình lặn lội ở trong đó. Làm sao khẳng định được rằng
những người lính và dân chúng Việt Nam trong đó có
Trương lại có được cái khả năng miễn nhiễm với các chứng
bệnh ung thư quái ác ấy khi mà chính những cựu chiến binh
Mỹ đã không thể tránh khỏi. Vấn nạn lương tâm ấy sau
Việt Nam phải chăng đó là điều cấm kỵ – một *sujet tabou*
khá gai góc đòi hỏi quá nhiều trí tuệ và công sức khiến
không ai muốn và dám nghĩ tới. Trương vẫn bình thản,
không nói gì tới chuyện bệnh tật của mình. Anh nói chuyện
về bạn hữu, chuyện mới cũ, chuyện xa gần. Nhắc tới kỷ
niệm với những đứa con của Chính. Anh có cái tâm rộng rãi
thật sự vui mừng khi biết sau 14 năm, hai trong ba đứa con
trai của Chính đã vừa ra trường y khoa. Cũng thật là vô tình
khi Chính than thở với anh về cách suy nghĩ rất khác anh
của những đứa con lớn lên và sống lâu ở bên này. Nhưng
Trương thì lại bênh vực tụi nó. Anh bảo hãy để cho tụi nó
hồn nhiên, sống như hoa nở như trăng lên. Đừng bắt tội tụi
nó phải sang vai cái quá khứ nặng trĩu của thế hệ mình. Thì
ra chính Trương lại rất ư gần gụi với đám con của Chính.
Không ồn ào, không chiêng trống, trong những hoàn cảnh
khác nhau Trương vẫn thấy đám trẻ âm thầm trở về làm
những công việc mà tụi nó thấy là có ích. Thằng Toản, đứa
con trai lớn của Chính, khi đang còn là một bác sĩ thường
trú về giải phẫu, trong một chuyến trở về Việt Nam, nó

cũng đi tìm tới gặp Trương để có thể nói với anh những chuyện mà bố con nó không thể nói êm thắm được với nhau. Toản tới Mỹ từ tuổi không còn nhỏ. Xong bậc trung học khi còn ở Việt Nam, tuy là học sinh xuất sắc muốn thi vào trường Y khoa Sài Gòn nhưng bị loại vì lý lịch xấu. Mọi phấn đấu của nó đều vô ích cho tới khi nó theo Chính sang được tới Mỹ. Nó vào học Y khoa ra bác sĩ một cách dễ dàng và ngay năm đầu được bầu làm "Nội trú xuất sắc nhất trong năm". Từng là nạn nhân của phân biệt đối xử bất công nhưng nó không để tâm nhớ lâu để mà nuôi thù hận hay trở nên cay đắng. Được học và trưởng thành ở Mỹ, nó dễ dàng tự coi nó là một người Mỹ. Nhưng khi phải đương đầu với những câu hỏi liên quan tới Việt Nam nó cũng chẳng thể quên được cái gốc gác của nó. Toản kể lại rằng khi nó đang là Chief Resident, thì một thằng đàn em Mỹ chính gốc trở về từ Việt Nam sau một tour làm công tác thiện nguyện. Nó đã say sưa kể lại những kinh nghiệm Việt Nam của nó. Điều đó đã khiến thằng Toản phải rát mặt. Và sau đó bất kể tới ý kiến chống đối và cả cấm đoán của bố, Toản đã bỏ ra nguyên một tháng nghỉ hè về Việt Nam, đi suốt từ Trung vào Nam, cùng với một bác sĩ cũ vốn là bạn đồng nghiệp cùng lớp với ba Toản trước kia. Khoảng thời gian ấy chẳng bao giờ có được đến hai ngày giống nhau, Toản không phải chỉ sống và làm việc trong những điều kiện cực kỳ thiếu thốn chữa trị cho những dạng bệnh mà nếu ở Mỹ chắc cả đời Toản chẳng bao giờ được gặp và sách báo y khoa cũng rất ít hay chẳng còn đề cập tới. Làm việc không ngơi nghỉ, bỏ qua cả dự định ban đầu kết hợp đi thăm các thắng cảnh quê hương, cũng để thấy rằng so với nhu cầu, nỗ lực của Toản chỉ như một hạt cát trên bến sông Hằng. Nhưng Toản vẫn có thể vá sửa cho hàng loạt những đứa trẻ dị tật bẩm sinh môi thỏ và cả giải phẫu phục hồi cho rất nhiều người bệnh với đủ loại thương tật chiến tranh khác. Bữa ăn trưa muộn của đoàn có khi chỉ là mấy khúc sắn hay nải chuối thâm đen. Đám người lớn và trẻ em mà Toản được gặp và chăm sóc có một mẫu số chung: tất cả đều thiếu ăn và suy dinh dưỡng. Nhưng điều đáng phẫn nộ và xót xa là sự bất công và cách biệt đến nhẫn tâm giữa thiểu số đảng viên và đa số dân chúng. Bước ra từ một xã hội mà thực phẩm chưa bao giờ là mối ưu tư hàng ngày, khi chứng kiến sự đói khổ của những đồng bào ruột thịt mình, những ngày lưu lại Việt Nam đối với Toản là nỗi khắc khoải và vật vã lương tâm; tình cảm ấy vẫn đeo đẳng tới khi Toản đã trở về sinh hoạt bình thường trên đất Mỹ. Sau này Toản không còn thấy hào hứng theo chân ba mẹ đi dự những hội nghị diễn ra ở các kinh đô ánh sáng, thường thì bao giờ cũng kết thúc bằng linh đình những yến tiệc dạ vũ hay ngoạn cảnh trên các du thuyền. Cha và các bác thì vẫn cứ khắc khoải về quá khứ, nhưng Toản thì muốn nhìn về tương lai. Toản vẫn thương yêu cha nhưng đồng thời cũng hiểu rằng mình không còn bé nữa để tiếp tục làm cái đuôi của ba mẹ. Toản muốn tự mình khám phá cuộc sống, tự mình mở cánh cửa ra cho một tương lai đi vào.

Ngồi bên Trương, Chính thấy bạn lớn lao hơn mình. Trương tự do trong chọn lựa, an nhiên trong cuộc sống, và thanh thản từng bước đi vào cõi chết. Những lời nói cuối cùng của Trương, phát ra nhỏ nhẹ từ một lồng ngực yếu nhưng từ cả một hùng tâm: Đã gọi là nhân đạo thì không có điều kiện Chính ạ. Mà ai lại đi nói chuyện nhân đạo với người trong gia đình mình với đồng bào mình bao giờ. Trương cười xanh xao tiếp. Vả lại trước niềm đau làm gì có hàng rào ngôn ngữ nào. Rồi anh nhắc lại câu nói của Goethe. *Lý thuyết nào thì cũng màu xám, chỉ có cây đời là vẫn mãi xanh tươi.* Chính vẫn là con người của nguyên tắc. Anh sẽ chẳng thể nào đổi thay như một thứ triết lý tùy thời hay từ bản chất của bọn người cơ hội, nhưng rõ ràng là Trương đã giúp cho anh có một cái nhìn toàn cảnh thay vì cái-nhãn-quan-đường-hầm, thay vì chỉ thấy "bệnh" anh đã thấy "người bệnh" như một toàn thể. Sinh mệnh và niềm đau người bệnh phải là đầu mối quan tâm của người thầy thuốc. Khi người sống quên người chết... Khi người ta ngoảnh mặt trước niềm đau thì nỗi đau ấy tăng gấp hai. Trương đã dạy cho anh bài học về sự bao dung. Để cũng thấy rằng đám trẻ lửa tuổi con anh đã trưởng thành trong những bước dấn thân của tụi nó. Hiện diện của tụi nó nơi quê nhà là chất men thăng hoa những bước tiến bộ đồng thời như một thứ lương tâm trong sáng có sức mạnh tố cáo những bất công của xã hội. Vấn đề bây giờ không phải là tiếp tục hoài nghi hay ngăn chặn sinh hoạt của tụi nó, nhưng là làm sao tách chúng ra để không lẫn vào bọn cơ hội. Nhưng làm thế nào và dễ gì để mở rộng tầm nhìn của cái tập thể đồng nghiệp trong đó có anh, bị ngưng đọng tự bấy lâu và đang từng bước chậm vào tuổi già. Tất cả hầu như đã bị điều kiện hóa bởi thù hận và đắng cay như những kinh nghiệm bản thân tự bao nhiêu năm rồi. Hơn bao giờ hết, lúc này anh mới thật sự cảm thông với Văn và Thiện và có thể chính anh sắp tới đây nếu tỏ lộ sự đổi thay anh cũng sẽ là nạn nhân – như một thứ *boomerang effect*, của những định kiến khắt khe mà bấy lâu anh ta từng nhiệt tình bảo vệ và cổ võ. Điều khá mỉa mai là tuy sống trên những xứ sở được mệnh danh là tự do nhưng thực ra Chính và các bạn anh lại rất có ít tự do để mà lựa chọn ngoài con đường đơn giản và thẳng băng đã tự vẽ ra trước mặt. Không bước trên con đường đó nữa, số phận dành cho ai đó cũng không khác với số phận của Văn và Thiện, nghĩa là đương nhiên sẽ bị hất về phía bên kia. Có thể Chính sẽ phải chịu những trận pháo cường tập nổ chụp lên đầu với rổn rảng những câu những chữ có thể làm vỡ tim anh: thành phần chao đảo, tên trở cờ, kẻ cơ hội hay là bọn cá sấu. Chính tự hỏi, một con người như anh liệu có đủ hùng tâm để mà vượt qua đoạn đường chiến binh ấy hay không. Trương thì bước đi thênh thang trên con đường của chính anh. Cả đứa con anh và thế hệ tụi nó thì đầy ắp tự tin, chúng nó không bị một quá khứ điều kiện hóa nên có tự do hơn anh. Trước khi nghĩ tới những gì có thể và cần phải làm cho mùa thu này, thì ngay từ bây giờ Chính phải bắt đầu cuộc hành trình tự giải phóng đi tìm tự do cho chính anh.

Thảng thốt nhìn lại ngót hai mươi mùa thu vàng. Cả những mùa thu chết. Không, đó là những mùa thu của quá khứ. Hiện tại ở tây bán cầu mùa thu này thì đang đầy màu sắc rực rỡ. Và chắc chắn sẽ rực rỡ hơn nữa ở Palo Alto mùa thu tới.

Palo Alto, California 1994

GIẤC MỘNG CON NĂM 2000

*Khung cảnh nhân vật chỉ là cái cớ
và là hư cấu của tiểu thuyết.*

*CÂU CHUYỆN CUỐI NĂM. Người đàn ông nông
dân ấy gốc lính cũ, hai mươi năm sau đã bước vào
tuổi trung niên, chưa tới tuổi năm mươi nhưng cuộc
sống lao động lam lũ khiến anh ta trông xanh xao
và già xọm. Anh mất một bàn chân trái khi đã mãn
lính do đạp phải mìn ngay trên ruộng nhà. Không
cần là bác sĩ cũng biết là anh ta mang trên người đủ
thứ bệnh tật: thiếu ăn suy dinh dưỡng, sốt rét kinh
niên và thiếu máu. Tất cả sinh lực và nhân cách
của anh là nơi đôi mắt sáng tuy hơi buồn nhưng
luôn luôn nhìn thẳng vào mặt người đối diện. Hôm
nay anh tới đây vì một lý do khác. Một mảng đen
bầm nơi lưng không đau rỉ nước vàng từ bấy lâu,
trị cách gì cũng không hết. Chầu chực lên trạm y
tế huyện được y sĩ cách mạng cho ít viên thuốc tây,*

rồi đến thầy Đông y cho bốc thuốc Nam và cả châm cứu nữa mà bệnh thì vẫn không chuyển trong khi người anh cứ gầy rốc ra. Nay nghe có đoàn y tế thiện nguyện ở ngoại quốc về, anh cũng muốn tới thử coi, biết đâu anh lại được gặp ông thầy cũ – người y sĩ trưởng của anh năm nào. Và rồi anh chỉ gặp toàn những khuôn mặt trẻ lạ, nhưng anh vẫn cứ đưa lưng ra cho người ta khám. Một tiếng ồ rất đỗi kinh ngạc của cả toán. Tim người bác sĩ trẻ trưởng đoàn như lạc một nhịp. Không cần một chẩn đoán phức tạp, Toản nhận ra ngay đây là một dạng ung thư mêlanin ác tính – malignant melanoma, chắc chắn với di căn đã tràn lan. Dĩ nhiên căn bệnh có thể trị khỏi nếu phát hiện sớm; nhưng trường hợp này cho dù với phương tiện tiên tiến nhất trên đất Mỹ cũng đành bó tay. Chẳng phải là người bệnh mà là người thầy thuốc trẻ nói giọng buồn bã: Ông tới trễ quá, lẽ ra bệnh có thể trị khỏi... Bệnh nhân không tỏ vẻ bối rối, anh vẫn nhìn thẳng vào mặt người thầy thuốc, ánh mắt tím thẫm xuống vừa giận dữ vừa nghiêm khắc: Tới trễ? Chỉ có bác sĩ các ông là Những Người Tới Trễ chứ tôi cũng như mọi người dân vẫn ở đây từ bao giờ... Dứt khoát không chờ đợi một điều gì thêm ở đám thầy thuốc xa lạ ấy, anh quay lưng bước ra khập khễnh trên đôi nạng tre mắt vẫn nhìn thẳng về phía trước, khắc khổ cam chịu và vẫn can trường như một người lính thuở nào.

*

Hội nghị Y sĩ Thế giới lần thứ 5 sẽ là một Đại hội Y Nha Dược. Với Chính đó là một tin vui biểu hiện sức mạnh đoàn kết của ngành y ở hải ngoại. Buổi họp cuối cùng ở Palo Alto kết thúc quá nửa khuya, sáng hôm sau như thói quen của người có tuổi, Chính vẫn dậy rất sớm chuẩn bị cho một ngày đi Las Vegas thăm con. Chỉ còn mấy tháng nữa Toản – đứa con trai lớn của Chính, hoàn tất bốn năm Thường trú Giải phẫu tổng quát. Sau đó nó sẽ đi New York học tiếp thêm 4 năm về giải phẫu bổ hình. Một ngành mà đã có lần Toản cho là một số các bác bạn của ba đã tha hóa *– prostitution of plastic surgery*, biến thành kỹ nghệ sửa sắc đẹp nâng mũi đệm mông. Toản khỏe mạnh, cao lớn hơn bố, sống như một thanh niên sinh đẻ ở Mỹ, rất năng động xông xáo trong công việc cũng như giải trí vui chơi; suy nghĩ và hành động đơn giản. Không phải chỉ cách suy nghĩ mà cách đặt vấn đề của tụi nó cũng khác xa với thế hệ của Chính. Sinh đẻ ở Việt Nam sống ở nước ngoài, là công dân hạng nhất hay hạng hai, chưa bao giờ là một "issue" đối với nó.

Tuy chỉ có một ngày để cho hai bố con gặp nhau hàn huyên, nhưng Toản vẫn lái xe đưa bố lên một khu trượt tuyết rất xa khu giải trí Las Vegas. Toản tâm sự với bố là không phải tình cờ mà nó chọn đi về chuyên khoa bổ hình mà chủ yếu là phẫu thuật bàn tay. Chẳng phải chỉ vì Toản có tâm hồn nghệ sĩ, là tay chơi guitare classic có hạng mà nó biết quý bàn tay của nó. Với Toản chức năng đôi bàn tay là một biểu tượng vô cùng quý giá của cuộc sống lao động và nghệ thuật. Khác với bố và các bạn đồng lứa, Toản may mắn được trời cho đôi bàn tay vàng. Ông giáo sư dạy Toản đã phải thốt ra như vậy. Trong mọi trường hợp từ thông thường tới những "cas" mổ đầy thử thách, qua từng nét rạch đường cắt rất tiết kiệm, trường hợp nào cũng được đánh giá như là đạt tới mức nghệ thuật – *"state of art"*. Từ lâu Toản đã bị thuyết phục bởi tên của một bác sĩ chỉnh hình Anh Paul Brand, phục vụ tại Ấn Độ, người mà không phải chỉ với tài năng mà còn cả với niềm tin và sự tận tụy can đảm đã có nhiều cống hiến to lớn trong lãnh vực phẫu thuật phục hồi bàn tay cho người bệnh Hansen, đem lại hy vọng cho hàng triệu người bệnh trên khắp thế giới. Toản đã thích thú theo dõi các công trình của Brand trong suốt bốn thập niên qua. Gần đây Toản cũng đã vô cùng xúc động khi lần đầu tiên được đọc một cuốn sách tiếng Việt xuất bản ở hải ngoại của một linh mục nói về thực trạng bi thảm của những trại cùi ở quê nhà nhất là ở miền Bắc. Toản tâm niệm sẽ không phải Brand hay một bác sĩ ngoại quốc nào khác mà là chính Toản và các bạn sẽ là thành viên của Chiến dịch Phục hồi Hy vọng – *Mission Restore Hope*. Toản mơ một giấc mơ năm 2000, bệnh Hansen không còn là vấn đề y tế công cộng nơi quê nhà.

Toản tâm sự với bố là gần đây đã liên tiếp nhận được những thư và các cú điện thoại mời mọc từ Colorado, Boston, Houston để về làm việc tại Á châu, ưu tiên là ở Việt Nam với những điều kiện hết sức hấp dẫn: lương khởi đầu 6 digits nghĩa là trên trăm ngàn đô la một năm, đi kèm theo bao nhiêu những bảo đảm quyền lợi khác kể cả không phải đóng thuế khi làm việc ở hải ngoại. Toản có thái độ dứt khoát: nếu chỉ vì mục đích làm giàu, con chẳng cần phải trở về Việt Nam. Họ cũng cho con biết đã có những phái đoàn bác sĩ Mỹ gốc Việt, không phải chỉ có nhóm lớn tiếng ồn ào như Lê Hoàng Bảo Long mà còn những toán khác "có đầu óc hơn" âm thầm lặng lẽ đi về chuẩn bị cho mạng lưới y tế thị trường này. Cơ sở đầu tiên sẽ là bệnh viện Thống Nhất, sẽ được tân trang và upgrade đúng tiêu chuẩn Mỹ và bác sĩ hoàn toàn được đào tạo tại Mỹ. Không có gì thay đổi là bệnh viện ấy vẫn ưu tiên điều trị cho các cán bộ cao cấp. Chỉ có khác và "đổi mới" cho phù hợp với kinh tế thị trường, đây còn là nơi chữa trị cho khách ngoại quốc có bảo hiểm giàu tiền bạc thuộc bốn biển năm châu. Nam Triều Tiên có, Tàu Đài Loan có, Tàu Hồng Kông có,

Mỹ, Pháp, Úc, Gia Nã Đại có đủ cả. Làm sao bảo đảm sức khỏe cho họ với tiêu chuẩn cao nhất để họ yên tâm khai thác làm ăn và cả hưởng thụ trên khắp ngõ ngách của Việt Nam từ ải Nam Quan cho đến mũi Cà Mau. Và đây cũng là món lợi nhuận béo bở không phải chỉ có các hãng bảo hiểm Mỹ đang muốn nhảy vào mà phải kể tới đám bác sĩ Mỹ gốc Việt cũng đang nao nức rất muốn "về giúp Việt Nam". Chưa qua tuổi 30, Toản suy nghĩ trong sáng độc lập và tự tin trên bước đường dấn thân của nó. Không hẳn là Chính đã đồng ý, nhưng lại rất hiểu tính cứng cỏi độc lập của con, Chính không muốn có lần đụng độ thứ hai giữa hai bố con. Chính tạm yên tâm khi thấy con mình cho dù với chọn lựa nào cũng thôi thúc bởi những động lực trong sáng, nó không thể lẫn vào đám bọn người cơ hội. Và theo một nghĩa nào đó, Chính thấy hơi ganh ty với tuổi trẻ và sự cả tin đến trong suốt của con; rồi cho đó như một ý nghĩ kỳ quái anh lắc đầu tự mỉm cười khi một mình lái xe đổ dốc trên con đường về...

Hơn một lần viếng thăm Cali, nhưng mỗi chuyến đi đều đem lại cho Chính những cảm tưởng đổi mới của những cộng đồng Việt Nam rất sinh động. Thay vì chỉ hơn một giờ bay, Chính đã quyết định thuê một chiếc xe của hãng Hertz từ phi trường, đích thân lái từ Palo Alto về tới Little Saigon. Chuyến đi hướng về một thành phố trẻ trung của tương lai nhưng cũng lại là một cuộc hành trình ngược về quá khứ nhìn lại khoảng thời gian đã mất. Anh nghĩ cho dù trong bối cảnh lạnh lùng của thực tế chính trị, đương đầu với những vấn đề của Việt Nam tương lai ở ngưỡng cửa thế kỷ 21, không phải chỉ có vận dụng bộ óc mà phải là sự hòa hợp với rung động của con tim. Quỷ dữ không chỉ là bóng ma cộng sản mà ngay chính cõi lòng sao vẫn cứ chai đá của chúng ta.

Tuy chỉ là câu nói đùa của Thiện nhưng sao vẫn cứ ám ảnh Chính mãi. Rằng nếu có tên quá khích điên khùng bắn chết Lê Hoàng Bảo Long, chắc Little Saigon sẽ buồn bã biết chừng nào. Chắc rồi cũng phải tìm cho ra một Lê Hoàng Bảo Long thứ hai. Không có chống cộng thì còn đâu là sự sinh động của Little Saigon. Chỉ có điều cộng sản thì ẩn hiện, lúc nào mục tiêu cũng di động và xảo quyệt, vô hình trung bọn chúng đã khiến các tay xạ thủ chống cộng cũng di chuyển để rồi tự nguyện sắp theo đội hình vòng tròn tự lúc nào và dĩ nhiên ngay từ loạt súng đầu tiên tổn thất có thể kiểm kê được là nơi chính các đồng bạn... Chính có dự định sẽ gặp Thiện – tác giả của Project 2000, nhằm kết hợp toàn y giới ở hải ngoại mà Chính cho là táo bạo và hấp dẫn với quan niệm "vận dụng và chuyển hóa tài lực của thế giới thành tài lực của Việt Nam, khai thông những hưng thịnh của thế giới chuyển đổ về quê hương, thực hiện vận mạng Việt Nam bằng những phương tiện của thế giới"... Dự trù hình thành một tổ hợp vô vị lợi, mỗi y nha dược sĩ đóng 2000 Mỹ kim như một phần khấu trừ thuế rất nhỏ trong phần thuế khóa rất lớn mà họ đóng góp hàng năm trên các vùng đất tạm dung đang cưu mang họ, thì với một ngàn người tham gia số tiền hành sự đã lên đến 2 triệu đô la tiền mặt. Với tiềm năng ấy thì không có việc gì mà Hội Y Nha Dược Thế giới không làm được, từ đáp ứng tức thời như cứu trợ đồng bào nạn nhân trong bạo loạn ở Los Angeles, nạn nhân bão lụt thiên tai ở đồng bằng sông Cửu Long, đến các công trình dài hạn như xây dựng "Convention Center" – Nhà Văn hóa Công viên Việt Nam cạnh thủ đô Little Sài Gòn, tham gia dứt điểm một dự án y tế của OMS thanh toán bệnh Hansen ở Việt Nam vào năm 2000... Chính thấy rằng chỉ ngay trong trái tim Tiểu Sài Gòn ấy giữa đa số thầm lặng đã có biết bao nhiêu người có lòng với cái tâm

thành: ông Đại tá chỉ huy đơn vị cũ với thành tích 14 năm
tù mới sang được tới Mỹ trong tình trạng sức khỏe suy kiệt
chẳng biết lo thân đã ngồi viết ngay thư đầu tiên liên lạc
với Chính yêu cầu anh với uy tín sẵn có giúp ông vận động
dựng lại được bức tượng Thương Tiếc để mọi người không
quên những người lính đã chết. Tiến, người bạn đồng môn,
gốc tráng sinh Bạch Mã, chỉ có hai niềm say mê: phục hồi
phong trào Hướng Đạo Việt Nam tại hải ngoại cho giới trẻ
và thiết lập một bệnh viện Việt Nam đầu tiên trên đất Mỹ.
Nguyễn, lớp đàn anh của Chính, tuổi ngót 60 rồi mà vẫn
còn độc thân, vẫn bền bỉ trong bấy nhiêu năm liền là người
bạn thiết tận tụy của thuyền nhân và cũng là thầy thuốc
miễn phí của giới văn nghệ sĩ các gia đình H.O. Liên, một
bác sĩ muộn màng mới từ đảo qua, đang sống mái ngày
đêm đèn sách để trở lại hành nghề nhưng vẫn tích cực mơ
ước thực hiện một tượng đài vĩ đại *Mẹ Bồng Con* lao vào
đại dương theo nước non ngàn dặm ra đi – biểu tượng cho
một cuộc di dân khổng lồ của 2 triệu người Việt đi khai
sinh một siêu Việt Nam trong lòng thế giới... Và còn biết
bao nhiêu, bao nhiêu những điển hình và ý nghĩ tốt đẹp
khác nữa, vậy mà -- Chính tự hỏi, tại sao anh và các bạn
vẫn lạc nhau trong bóng đêm của "kiêu khí, đố ky và mê
chướng", lại vẫn theo ngôn từ của Thiện.

Bao nhiêu chục năm rồi, Chính vẫn là con người trăn
trở, vẫn là trí thức chứng nhân của những bi kịch của một
thời nhiễu nhương và lừa dối hào nhoáng. Giữa rất nhiều
ồn ào và tiếng động của ngôn từ sa đọa và những thực tế
chính trị giả dối, nhiều lúc Chính cũng muốn tĩnh lặng, từ
bỏ những suy nghĩ khúc mắc, chỉ làm khổ chính anh và
cảm tưởng như cũng chẳng ích gì cho ai; nhưng như vậy
thì anh đâu còn là Chính nữa. Trước sau anh vẫn là anh,
con người của xác tín. Dùng ngôn từ của điện toán, thì con

người anh đã được thảo chương – *programmed*, chẳng thể nào mà nói đến chuyện đổi thay, chỉ có thể anh sẽ nhạy cảm hơn, chấp nhận đối thoại với những khác biệt mà anh tin rằng vẫn có thể có đoàn kết, cho dù đó là một liên kết nhiều màu sắc -- *rainbow coalition*, và theo anh sự đa dạng chính là chất men của sáng tạo. Anh hiểu rằng số người còn theo và ủng hộ anh ngày càng ít đi. Không ra mặt chống anh nhưng họ tách ra và mỗi người chọn đi theo hướng riêng của họ. Riêng anh chắc hẳn rằng trong suốt phần cuộc đời còn lại, anh sẽ vẫn cứ đi trên con đường thẳng băng đã vạch ra cho dù quạnh quẽ. Sự mau quên và thỏa hiệp của những người Việt hải ngoại – mà anh cho là thương tổn tới nhân cách chính trị và quyền tỵ nạn của họ, cộng thêm với sự vui mừng quá độ của người dân trong nước trước những điều được gọi là "đổi mới" chỉ làm cho anh thêm đau lòng. Rồi ra ai cũng tìm cách thích nghi để mà tồn tại, cuộc sống ngổn ngộn bản năng thì vẫn cứ dễ dàng thay da đổi màu và bừng bừng đi tới. Số rất ít người cứng rắn nguyên tắc và nhất quán như anh hình như đang có nguy cơ trở thành một chủng loại hiếm hoi sắp bị tiêu diệt – *endangered species*. Chính còn lại bà mẹ già bên Việt Nam, mái tóc đã trắng bạc như sương. Anh mơ một giấc mơ đơn giản, cũng chỉ mong đất nước thanh bình để kịp về thăm mẹ, về thăm ngôi làng cũ, ngắm đàn trẻ thơ nô đùa nơi sân trường làng, và hạnh phúc biết bao nhiêu khi được trở lại khám bệnh chăm sóc cho những nông dân thân thuộc bao giờ cũng đôn hậu và chất phác mà y phí có khi chỉ là một nải chuối ít trái cây hay mấy hột gà tươi. Ước mơ có gì là cao xa đâu nhưng sao vẫn ở ngoài tầm tay và có vẻ như còn rất xa vời. Bởi vì anh vẫn dứt khoát tự nhủ lòng mình anh sẽ không thể và không bao giờ trở lại quê hương như một kẻ bàng quan, một khách du lịch hay tệ hơn nữa như một tên mại bản với vênh vang áo gấm về làng. Mặc dầu rất muốn gặp mẹ nhưng anh vẫn không thể nào về với tâm cảnh và ngoại cảnh bây giờ.

Kể từ giữa thập niên 70, cùng với sự sụp đổ của miền Nam, là một làn sóng ồ ạt dân ty nạn Đông Dương rải ra khắp nước Mỹ, nhưng đông đảo nhất vẫn là tiểu bang Cali. Khó khăn của những người tới sớm không phải là ít. Từ ngoài các căn cứ Pendleton, Fort Chaffee không phải chỉ có những bảo trợ người Mỹ giàu lòng bác ái tới giúp đỡ họ mà cả không thiếu những người địa phương kỳ thị thù ghét trù ẻo và muốn đuổi họ về nước. *"We Don't Want them, May They Catch Pneumonia And Die…"*. Và trong đám người ty nạn ấy đã có các đồng nghiệp của Chính. Cho tới nay con số bác sĩ Việt Nam lên tới 2000 chỉ riêng ở Mỹ, chưa kể một số không ít khác sống ở Canada, Pháp, Úc và một số nước khác. Hơn 2500 bác sĩ trên tổng số 3000 của toàn miền Nam đã thoát ra khỏi xứ, không khác một cuộc tổng đình công của toàn ngành y tế, liên tục kéo dài từ 75 tới nay. Chính cũng biết rất rõ anh là một trong số ít người đã vận động và lãnh đạo một cách có hiệu quả cuộc đình công dài bất tận một cách không tiền khoáng hậu ấy.

Chính sẽ lần lượt ghé thăm: San Jose thung lũng điện tử hoa vàng, Los Angeles thành phố thiên thần nhưng lại sắp kết nghĩa với thành phố mang tên Hồ Chí Minh, Orange thủ đô ty nạn chống cộng với Sài Gòn Nhỏ và San Diego nơi nổi tiếng khí hậu tốt nhất thế giới – đều là những nơi có đông đảo người Việt, và con số ấy tiếp tục gia tăng không phải chỉ bởi những người mới tới; mà còn do hiện tượng "di dân lần thứ hai" của những người Việt đã tới sinh sống ở những tiểu bang khác, cuối cùng rồi cũng lựa chọn trở về Cali nơi có nắng ấm, có khí hậu nhiệt đới giống Việt Nam như ở Đà Lạt, họ nói với nhau như thế.

Tiêu chuẩn hóa, đó là đặc tính rất Mỹ. Thành phố lớn nhỏ nào ở Mỹ thì cũng rất giống nhau, với những trạm xăng, các siêu thị và những tiệm fast food McDonald's. Đi vào những phố chợ Việt Nam sầm uất ngay trên đường Bolsa là thấy những tiệm phở, các siêu thị lớn nhỏ, phòng mạch bác sĩ, hiệu thuốc tây, các văn phòng luật sư và dĩ nhiên cả những tòa báo.

Các đồng nghiệp của Chính đã có mặt ngay từ đầu trong số đông đảo những người tới sớm. Họ biểu tượng cho một tập thể trí thức khoa bảng, được sự giúp đỡ của chương trình tỵ nạn như mọi người, đa số đã mau chóng trở lại hành nghề trong những điều kiện hết sức thuận lợi. Sau đó phải chi ai cũng có trí nhớ tốt về những cảm xúc đầu tiên khi dứt bỏ hết mọi thứ bất kể sống chết ra đi. Chính còn nhớ như in về những ngày ở trên đảo, Ngạn đã nhiều lần tâm sự là chỉ mong có ngày đặt chân tới Mỹ anh chẳng bao giờ còn mơ ước tới một nơi nào xa hơn nữa, cũng chẳng hề có cao vọng trở lại nghề cũ mà hạnh phúc nếu có là được hít thở không khí tự do, được sống như một con người và được khởi sự lại từ đầu, gây dựng mái gia đình bằng sức lao động của tay chân, hy sinh cho tương lai thế hệ những đứa con. Nhưng sự thể lại tốt hơn với mong đợi, chính Ngạn bằng trí thông minh nghị lực làm việc và dĩ nhiên cả may mắn nữa, chỉ trong một thời gian ngắn anh là một trong số những người trở lại hành nghề rất sớm. Là bác sĩ ở Mỹ có nghĩa là đã thuộc vào thành phần xã hội trung lưu trên cao, địa vị hoàn cảnh của họ là ước mơ ngay cả đối với rất nhiều người dân Mỹ bản xứ. Nhưng Ngạn và một số người khác đã không dừng lại ở đó. Và điều gì phải đến đã đến. Hậu quả là một cuộc ruồng bố được mệnh danh là *gian lận y tế lớn nhất trong lịch sử tiểu bang Cali*. Để trở thành tin tức hàng đầu nơi trang nhất của báo chí và các đài truyền hình khắp nước

Mỹ. Mới chín năm từ ngày sụp đổ cả miền Nam đang còn
là một cơn ác mộng chưa nguôi, biến cố tháng Hai 1984
là một cơn mộng dữ thứ hai nhưng với bản chất hoàn toàn
khác. Chưa bao giờ hai chữ Việt Nam lại được nhắc tới
nhiều như thế trong suốt tuần lễ. Cũng chưa bao giờ quá
khứ bị đối xử tàn nhẫn đến như thế. Cảnh tượng hàng loạt
bác sĩ dược sĩ trong đó có Ngạn bị các cảnh sát sắc phục
còng tay ngoài đường, bêu trước nắng gió đã bị báo chí
Tivi Mỹ khai thác triệt để. Ai cũng cảm thấy bị thiệt hại về
mặt thanh danh, cộng thêm với những cảm giác bất an và
sợ hãi. Rõ ràng sau đó đã có một làn sóng nguyền rủa của
người dân bản xứ nhắm chung vào người Việt ty nạn. Trong
các xưởng hãng bọn sỗ sàng trực tiếp thì xách mé gọi các
đồng nghiệp Việt Nam là đồ ăn cắp, hoặc gián tiếp hơn họ
cắt những bản tin với hình ảnh đăng trên báo Mỹ đem dán
lên tường chỗ có đông các công nhân Việt Nam làm việc.
Những người dân Việt bình thường lương thiện, tới Mỹ với
hai bàn tay trắng, đang tạo dựng lại cuộc sống từ bước đầu
số không, bằng tất cả ý chí và lao động cần mẫn của đôi
bàn tay nay bỗng dưng trở thành nạn nhân oan khiên của
kỳ thị và cả khinh bỉ. Có người uất ức quá đã phải la lên:
Hỡi các ông trí thức khoa bảng ơi, ngay từ trong nước bao
giờ và ở đâu thì các ông cũng là người sung sướng, sao các
ông không có mặt ở đây để nhận lãnh sự nhục nhã này...
Chuyện xảy ra đã hơn mười năm rồi mà vẫn tưởng như
mới hôm qua, như một *flashback* nặng nề diễn ra trong đầu
óc Chính. Hiện giờ anh cố chủ động thoát ra khỏi những
ngưng đọng của ký ức về một giai đoạn bi ai quá khứ. Đưa
tay bấm nút tự động hạ mở kính xe, gió biển thổi cuộn vào
trong lòng xe vỗ phần phật. Trời xanh biển xanh, vẫn màu
xanh thiên thanh ấy, có gì khác nhau đâu giữa hai bờ đại
dương này. *Khổ hải vượng dương, hồi đầu thị ngạn.* Ở đâu
thì nỗi khổ cũng mênh mông, nhìn lại chẳng thấy đâu là bờ.

Con đường 101 dọc theo bờ biển Thái Bình dương lúc này lại gợi nhớ Quốc lộ 1 bên kia đại dương trên đất nước thân yêu của chàng. Vẫn những giọt nước ấy là nước mắt và làm nên biển cả, những dải cát sáng long lanh như thủy tinh, những ruộng muối trắng, những hàng dừa xanh. Quê hương của trí nhớ đó sẽ đẹp đẽ biết bao nhiêu nếu không có những khúc phim hồi tưởng của *"dọc đường số 1"*, của *"đại lộ kinh hoàng"*, của *"những dải cát thấm máu"* ở những ngày cuối tháng Ba 1975.

Little Saigon vẫn được coi là thủ đô của những người Việt tỵ nạn. Theo nghĩa nào đó là một Sài Gòn nối dài. Nếu khảo sát về địa dư chí, thì như một điều trở trêu của lịch sử, tên người Việt Nam đầu tiên đến ở quận Cam rất sớm này lại là một người Việt xấu xí -- có tên là Phạm Xuân Ẩn, một đảng viên cộng sản. Bề ngoài anh ta là một ký giả của tuần báo Times trong suốt 10 năm, nhưng điều mà không ai được biết là từ lâu anh vốn là một điệp viên cao cấp của Hà Nội. Ẩn đã từng được học bổng của Bộ Ngoại giao đi du học tại Mỹ vào cuối những năm 50, học xong Ẩn đi tham quan khắp nước Mỹ rồi trở về sống ở quận Cam; sau đó trở lại Sài Gòn làm cho hãng thông tấn Reuters của Anh, rồi tuần báo Times của Mỹ cho tới những ngày cuối của miền Nam. Mãi sau này người ta mới được biết Ẩn đã gia nhập phong trào Việt minh rất sớm từ những năm 40, khởi từ vai trò một giao liên chẳng có gì là quan trọng để rồi cuối cùng trở thành một điệp viên chiến lược qua mắt được bao nhiêu mạng lưới CIA với danh hiệu phóng viên rất an toàn của một tờ báo Mỹ uy tín... Hiện giờ đã có tới khoảng ba trăm ngàn người Việt đang chiếm chỗ của Ẩn trước kia. Còn riêng Ẩn thì lại đang sống lặng lẽ ở Sài Gòn, tiếp tục là chứng nhân cho cuộc cách mạng thất bại mà Ẩn đã trung thành và toàn tâm phục vụ trong suốt hơn 40 năm.

Trở về với thực tại của quận Cam hôm nay, nếu Ẩn có dịp trở lại đây chắc cũng chẳng thể nào nhận ra chốn cũ. Biến từ một khu phố chết với những vườn cam xác xơ, nay trở thành một Sài Gòn Nhỏ trẻ trung và sầm uất. Con em của những người Việt mới tới, ngay từ thế hệ di dân thứ nhất đã rất thành công trong học vấn và nâng tiêu chuẩn giáo dục địa phương cao thêm một bước mới. Chúng tốt nghiệp từ đủ khắp các ngành. Hơn cả giấc mộng Đông Du, chỉ trong khoảng thời gian chưa đầy hai thập niên, nước Việt Nam tương lai có cả một đội ngũ chuyên viên tài ba để có thể trải ra cùng khắp.

Trong kiếp sống lưu dân, chưa làm được gì trực tiếp cho quê hương nhưng Chính vẫn có thể mơ một *Giấc Mộng Con Năm 2000*. Trải qua bao nhiêu hội nghị, Chính có cảm tưởng anh và các bạn vẫn như những người không nhà cho dù các nơi tạm trú đều là những đệ nhất khách sạn không dưới bốn sao. Chuyến đi thực tế này, dự định rằng là bước khởi đầu vận động hình thành không phải chỉ là một mái nhà cho Hội Y sĩ, mà bao quát hơn là một "convention center", một tòa Nhà Văn hóa, một Viện Bảo tàng, một Công viên Việt Nam. Đó phải là công trình biểu tượng có tầm vóc, sẽ được thực hiện ưu tiên qua từng giai đoạn. Nếu nghĩ rằng ngôi Đình là biểu tượng cho cái thiện của làng, thì khu Công viên Văn hóa ấy là biểu tượng cho cái gốc tốt đẹp không thể thiếu của các thế hệ di dân Việt Nam từ những ngày đầu đặt chân tới lục địa mới của cơ hội này, nó sẽ như một mẫu số chung rộng rãi cho một cộng đồng hải ngoại đang rất phân hóa, giúp đám trẻ hãnh tiến hướng Việt tìm lại được cái căn cước đích thực của tụi nó. Dự phỏng rằng Công viên Văn hóa sẽ được thiết lập trong vùng tây nam Hoa Kỳ, tọa lạc trên một diện tích rộng lớn phía bờ nam của xa lộ 22 và 405 tiếp giáp với khu Little Saigon.

Đó là nơi có khả năng giới thiệu một cách sinh động những nét đặc thù của văn hóa Việt qua những bước tái thể hiện các giai đoạn lịch sử hào hùng và cả bi thảm của dân tộc Việt từ buổi sơ khai lập quốc. Đây không phải thuần chỉ là công trình của một Ủy ban Đặc nhiệm, gồm tập hợp những tinh hoa trí tuệ của mọi ngành sinh hoạt. Đó phải là một công trình của toàn thể những người Việt tự do ở hải ngoại, không phân biệt màu sắc cá nhân phe nhóm. Bước khởi đầu đơn giản chỉ một đô la cho mỗi đầu người mỗi năm, thì chúng ta đã có hơn một triệu Mỹ kim cộng thêm với hai triệu Mỹ kim nữa của Hội Y Nha Dược, Hội Chuyên gia và các giới doanh thương. Sẽ không phải là nhỏ với ba triệu đô la mỗi năm để làm nền móng khởi đầu cho Dự Án 2000 ấy. Ngũ niên đầu là giai đoạn sở hữu một khu đất đủ lớn cho nhu cầu quy hoạch Công viên Văn hóa với một "convention center" là công trình xây cất đầu tiên: đó như một cái nôi cho sinh hoạt cộng đồng văn hóa và nghệ thuật. Chính cứ vẫn phải nghe một điệp khúc đến nhàm chán rằng người Việt Nam không đủ khả năng tạo dựng những công trình lớn có tầm vóc. Viện cớ rằng do những cuộc chiến tranh tàn phá lại cộng thêm với khí hậu ẩm mục của một Á châu nhiệt đới gió mùa, đã không cho phép tồn tại một công trình nhân tạo lớn lao nào. Nhưng bây giờ là trên đất nước Mỹ và Chính muốn chứng minh điều đó không đúng. Yếu tố chính vẫn là con người. Làm sao có được một giấc mơ đáng gọi là giấc mơ. Để rồi cái cần thiết là chất xi măng hàn gắn và nối kết những đổ vỡ trong lòng... Chính đã hơn một lần chứng tỏ khả năng lãnh đạo một tập thể trí tuệ nhất quán không làm gì trong suốt hai thập niên qua; bây giờ thì anh đang đứng trước một thử thách ngược lại, vận dụng sức mạnh cũng của tập thể ấy để phải làm một cái gì nếu không phải ở trong nước thì cũng ở hải ngoại, trong một kế hoạch ngũ niên cuối cùng của thế kỷ trước khi bước sang thế kỷ

21. Một ngũ niên có ý nghĩa của kế hoạch và hành động thay vì buông xuôi.

Chỉ qua một vài bước thăm dò Chính cảm nhận được ngay rằng quả là dễ dàng để mà đồng ý với nhau khỏi phải làm gì nhưng vấn đề bỗng trở nên phức tạp hơn nhiều khi bước vào một dự án cụ thể đòi hỏi sự tham gia và đóng góp của mỗi người kéo theo bao nhiêu câu hỏi "tại sao và bởi vì" từ ngay chính những người bạn tưởng là đã rất thân thiết của anh đã cùng đi với nhau suốt một chặng đường. Hội nghị Palo Alto sẽ là một trắc nghiệm thách đố không phải của riêng anh mà là của toàn thể y giới Việt Nam hải ngoại.

Thay vì đứng ngoài bàng quan, Hội Y sĩ Thế giới sẽ tiên phong trực tiếp tham gia ngay từ bước đầu hình thành Công viên Văn hóa ấy. Đó là một chuẩn bị thao dượt, như một ấn bản gốc cho mô hình của Viện Bảo tàng Chiến tranh Việt Nam của ISAW. Người Mỹ có dự án ISAW (Institute for the Study of American Wars) thiết lập một Quảng trường Hào hùng tại Maryland gồm một chuỗi viện bảo tàng liên quan tới bảy cuộc chiến tranh mà người Mỹ đã trực tiếp can dự kể từ ngày lập quốc. Dĩ nhiên trong đó có chiến tranh Việt Nam, cũng là cuộc chiến tranh duy nhất có chính nghĩa mà miền Nam Việt Nam và Mỹ đã bị thua. Cung cấp dữ kiện đi tìm đáp số cho những câu hỏi vấn nạn tại sao sẽ phải là nội dung của viện bảo tàng tương lai này. Hai triệu người thoát ra khỏi nước bằng một cuộc di dân vĩ đại, họ không thể chấp nhận cuộc thất trận lần thứ hai khác lâu dài và vĩnh viễn tại Valor Park với lặp lại những gian dối lịch sử cũng vẫn do người cộng sản chủ động sắp xếp. Không phải chỉ là vấn đề ai thắng ai; nhưng đó là nhân cách chính trị của hai triệu người di dân tỵ nạn đang phấn đấu cho một thể chế chính trị tự do nơi quê nhà. Và Chính quan niệm những bước hình thành khâu Viện Bảo tàng Việt Nam tại ISAW phải được khởi đầu từ dự án khu Công viên Văn hóa Việt Nam năm 2000 ngay giữa thủ đô tỵ nạn. Đó là một phác thảo và chọn lọc tất cả các hình ảnh tài liệu và chứng tích của các giai đoạn Việt Nam Tranh đấu sử. Đó là nơi giúp thế hệ trẻ hướng Việt tìm lại khoảng thời gian đã mất, giúp chúng hiểu được tại sao chúng lại hiện diện trên lục địa mới này.

Giữa hai bố con Chính đang âm thầm diễn ra tranh chấp về trận địa của những giấc mơ. Giấc mơ của Toản thì xa hàng vạn dặm mãi tận bên quê nhà. Giấc mơ nào là không thể được, bên trong hay bên ngoài? Hiện thực của giấc mơ nào đi nữa không phải chỉ do hùng tâm của một người mà là ý chí của cả một tập thể cùng nhìn về một hướng, cùng trông đợi và ước ao niềm vui của sự thành tựu. Riêng Chính thì đang ao ước không phải để có một ngôi đền thờ phụng, mà là một mái ấm của Trăm Họ Trăm Con, nơi ấy sưu tập và lưu trữ những giá trị của quá khứ, nơi hội tụ diễn ra sức sống sinh động của hiện tại, và là một điểm tựa thách đố hướng về tương lai, chốn hành hương cho mỗi người Việt Nam đang sống bất cứ ở đâu trong lòng của thế giới.

Little Saigon, California 01/1995

BẠT & NHẬN ĐỊNH

Bạt của TẠ TỴ

Tạ Tỵ [1921-2004] họa sĩ tốt nghiệp Cao Đẳng Mỹ Thuật Đông Dương 1943, đi đầu trong phong cách hội họa Lập Thể ở Việt Nam từ thập niên 1940 đến 1960, sau đó chuyển sang Trừu Tượng. Ông còn là nhà thơ, nhà văn sáng tác nhiều thể loại như thơ, truyện, bút ký với nhiều tác phẩm xuất bản trước năm 1975 và cả ở hải

Tạ Tỵ tự họa

ngoại. Tạ Tỵ còn rất nổi tiếng với phác họa chân dung các văn nghệ sĩ.

*

Ngô Thế Vinh, một cây bút quen thuộc đã có những tác phẩm văn chương từ mấy thập niên qua. Viết, đối với Ngô Thế Vinh phải được coi như một cái "nghiệp", vì nếu không anh đã chỉ sống thuần với nghề y sĩ. Mỗi bài anh viết với khí thế hừng hực của ngòi bút, với chất lửa cháy bừng

bừng trong mỗi câu văn, làm người đọc vừa say mê vừa choáng váng. Vâng, đúng như vậy, sau khi tôi đã được đọc những truyện ngắn chọn lọc để cho in vào tập sách này, tôi nhận thấy cách hành văn của Ngô Thế Vinh thật đặc biệt, nó chứa đựng một sức sống dồi dào, tưởng như không bao giờ ngơi nghỉ. Qua nội dung mỗi truyện, người đọc cảm thấy đau, thấy buồn, thấy tức giận, nhưng cũng may Ngô Thế Vinh viết với sự kiểm soát của lý trí, do vậy nếu có gì quá mức cũng do hoàn cảnh tạo nên, chứ nhà văn không muốn vậy.

Đọc *Mặt Trận Ở Sài Gòn*, người ta có cảm tưởng chiến tranh vẫn quanh quẩn đâu đây và bộ quân phục rằn ri của những người lính Biệt Cách Dù Mũ Xanh vẫn thường xuyên di động, như những bóng ma chập chờn, tạo nên ảo giác. Nội dung mỗi truyện đưa ta vào khung cảnh riêng, thật riêng rẽ, có những mất mát, có những chia lìa, những oán thù và phản bội, tất cả hình như đã an bài do định mệnh. Như truyện Người Y Tá Cũ, người lính ấy can đảm mộc mạc và luôn luôn đôn hậu kể cả khi làm việc trong một quân y viện với những người thương bệnh binh cộng sản. Khi họ hết cần anh là hết thời gian lưu dung, anh bị cho nghỉ việc. Về quê với Mẹ già sống bằng nghề nông, dự định sẽ lấy vợ, nhưng rồi anh đã lại đạp phải mìn mất một chân, không phải trong chiến trận mà ngay trên mảnh ruộng nhà, gãy đổ luôn cả giấc mơ của cả hai mẹ con. Hòa bình rồi hạnh phúc tưởng sẽ dài lâu nhưng rồi ra cũng chỉ là tính riêng cho mỗi từng ngày...

Mạch văn của Ngô Thế Vinh đi thẳng vào tâm cảm ta, rồi ở lại đó, để kể lể một cách trung thực từng sự kiện hiển nhiên đã do chiến tranh và thù hận tác động vào các ngõ ngách của tâm linh, bắt ta phải giải quyết với tình huống nào mà lẽ phải có thể chấp nhận được. Những người lính

Biệt Cách Dù Mũ Xanh, dưới nét mực của Ngô Thế Vinh đều thuộc những mẫu người "lì" không thích phải xa rời trận địa, họ muốn được luôn luôn đối mặt với kẻ thù chấp nhận cả cái chết để giữ gìn từng thước đất của quê hương, chứ họ không muốn về thành phố để chỉ làm "nút chặn" cho thời cuộc. Người lính Việt Nam chiến đấu dũng mãnh không nề hy sinh gian khổ, họ đánh trận giỏi không thua bất cứ loại quân đội nào giỏi nhất thế giới, từng làm khâm phục ngay cả những viên cố vấn Mỹ. Sự thua trận, chắc chắn không tại họ mà do những kẻ đứng bên ngoài cuộc chiến ấy, vừa thụ hưởng vừa hò hét kêu gào người khác phải hy sinh chiến đấu. Họ thua vì bị phản bội bởi chính giới lãnh đạo và đồng minh của họ, có thế thôi.

Ngòi bút của Ngô Thế Vinh còn nghiêng xuống tình thương đối với cả kẻ thù khi thất thế, chăm sóc nhân đạo với người thương binh địch. Đã từng bị kẻ thù cạm bẫy với xác của đồng đội, nhưng các bạn anh đã không làm như vậy với trái lựu đạn rút chốt đặt dưới xác người tù binh, với ý nghĩ cho dù có gây thêm một vài chết chóc, cũng không vì thế mà ngày mai hòa bình sẽ sớm hơn.

Đối với Ngô Thế Vinh, cuộc chiến Việt Nam không chấm dứt ở ngày 30-04-75, nó còn dằng dai, kéo lê trong tâm trí của nhà văn cho dù ở đâu và bao giờ. Nhưng đồng thời Ngô Thế Vinh cũng hướng về tương lai với *Giấc Mộng Con Năm 2000*, với ước mơ hình thành một *Công Viên Văn Hóa Việt Nam* ở hải ngoại với sự đóng góp công sức của hàng triệu bàn tay và khối óc, đó sẽ như là điểm nối kết và dung hợp những quan điểm bất đồng, để cùng nhìn về một hướng như một biểu tượng của hòa bình và xây dựng cho cả những thế hệ mai sau.

Sau khi đọc xong tập truyện *Mặt Trận Ở Sài Gòn*, chúng ta không dễ dàng gì mà quên đi những "vấn nạn" chưa được trang trải dứt khoát trong tập sách. Cái "hay" của Ngô Thế Vinh là ở chỗ đó. Những điều nhà văn viết ra, tuy người đọc đều thấy có đó từ lâu trong thực tế, trong suy nghĩ. Nhưng chúng ta chỉ suy nghĩ rồi ngậm ngùi thương cho dân tộc có quá nhiều đau thương do chiến tranh, rồi thiên tai cùng những thiếu thốn triền miên trong một xã hội chậm tiến lại bất công và tham nhũng làm cho đất nước đã suy thoái lại càng suy thoái hơn, cả trong đời sống thực tế cũng như trong tâm tưởng...

Cám ơn nhà văn Ngô Thế Vinh, đã vì tình "cầm bút" cho tôi cái vinh dự được viết mấy dòng cảm nghĩ này, tuy chưa trọn vẹn nhưng ao ước được chia sẻ phần nào cùng với ý nghĩ của tác giả.

TẠ TỴ

Little Saigon, Tháng Giêng 1996

BÁCH KHOA Đàm Thoại với Ngô Thế Vinh
từ *Vòng Đai Xanh* đến *Mặt Trận Ở Sài Gòn*

Tạp chí Bách Khoa số 370, ngày 01 tháng 6 năm 1972
từ trang 77-80 [tư liệu Phạm Lệ Hương]

*

L.T.S. Nhà văn Ngô Thế Vinh, tác giả truyện dài "Vòng Đai Xanh" vừa nhận được giải thưởng bộ môn Văn trong Giải Văn học Nghệ thuật toàn quốc 1971 trước Tết, thì sau Tết lại nhận được trát gọi ra Tòa về bài "Mặt Trận Ở Sài Gòn" trên tạp chí Trình Bầy số 34, có "luận điệu phương hại trật tự công cộng và làm suy giảm kỷ luật, tinh thần chiến đấu của quân đội." Nếu giải Văn trao cho Vòng Đai Xanh không gây dư luận sôi nổi như giải Thơ thì trái lại vụ án Ngô Thế Vinh đã là đề tài cho rất nhiều anh em cầm bút trên các nhật báo cũng như tuần báo, tạp chí, trên báo dân sự cũng như báo quân đội và dư luận đã nhất trí bênh vực nhà văn quân đội mà ngày lĩnh giải thưởng văn chương vẫn còn lận đận hành quân ở Cao nguyên. Do đó mà có cuộc đàm thoại sau đây để độc giả Bách Khoa biết rõ tác phẩm trúng giải Vòng Đai Xanh đã được thai nghén hình thành ra sao, và tác giả VĐX đã quan niệm vụ án của anh thế nào.

Cũng xin ghi lại: Ngô Thế Vinh sinh năm 1941 ở Thanh Hóa. Anh đã là Chủ bút báo Tình Thương, cơ quan tranh đấu văn hóa xã hội của Sinh viên Y khoa 63-67. Tốt nghiệp Y khoa năm 1968, anh gia nhập Quân y phục vụ tại Lực Lượng Đặc Biệt và đã giữ chức vụ Y sĩ trưởng Liên đoàn 81 Biệt Cách Dù. Tác phẩm đã xuất bản: những tiểu thuyết Mây Bão (1963), Bóng Đêm (1964), Gió Mùa (1965) và Vòng Đai Xanh (1970).

Từ phải: Chủ nhiệm Lê Ngộ Châu và Ngô Thế Vinh tại tòa soạn Bách Khoa, 160 Phan Đình Phùng, Sài Gòn [hình chụp của Chị Lê Ngộ Châu 11.1999]. Nhà báo Lê Ngộ Châu, sinh năm 1922, tại Hà Nam, Bắc phần. Ông từng làm hiệu trưởng một trường trung học ở Hà Nội (1951). Vào Sài Gòn, làm chủ nhiệm kiêm chủ bút điều hành tạp chí Bách Khoa từ 1957 tới 1975. Lê Ngộ Châu kiến thức rộng, khiêm tốn và trầm tĩnh trong cách ứng xử. Bách Khoa là một tạp chí dung hòa mọi khuynh hướng, giới thiệu khá đầy đủ các phong trào tư tưởng mới, từ văn học đến triết học trong và ngoài nước. Ông mất năm 2006 tại Sài Gòn, thọ 83 tuổi.

*

BÁCH KHOA: *Cuốn "Vòng Đai Xanh" của anh đã được giải thưởng Văn học Nghệ thuật toàn quốc 71. Xin anh cho biết hoàn cảnh nào đã gợi ý cho anh viết tác phẩm trên?*

NGÔ THẾ VINH: Trong khoảng thời gian 63-66 cùng các bạn hữu ở trường Đại học Y khoa chủ trương tờ *Tình Thương*, chúng tôi có dịp đề cập tới nhiều vấn đề, từ những sinh hoạt giới hạn trong vòng thành Đại học tới cả các biến cố sôi bỏng của đất nước. Vấn đề "Nổi dậy" của người Thượng và Cao nguyên là một trong những biến cố được chú ý ở giai đoạn đó. Từ năm 1957, người ta đã nghe thấy những tin đồn về một "Phong trào Thượng tự trị". Tiếp theo là các vụ nổi dậy chính thức bộc phát vào những năm sau. Sau mỗi vụ tàn sát của người Thượng, vấn đề Cao nguyên được đặt ra sôi nổi rồi cũng lại rơi vào quên lãng. Nhưng cho đến biến cố tháng 12- 65, cả một âm mưu Tổng nổi dậy của người Thượng tại khắp các tỉnh Cao nguyên của Phong trào đòi tự trị FULRO, cùng với những vụ thảm sát người Kinh, hiểm họa đe dọa Cao nguyên đã trở thành một sự thực. Lại thêm những lời tuyên bố úp mở của một số nhà lãnh đạo Việt Nam lúc đó về "những hành động vô ý thức của những tay sai ngoại bang", sự đả kích gần xa của báo chí về một thứ "Thực dân Mới", khiến cho mọi người cảm thấy một điều gì thiếu minh bạch đằng sau những biến cố đó. Nói trắng ra, thái độ lúng túng của chính quyền thời đó về vấn đề này càng làm cho người dân tin rằng đã có bàn tay và áp lực từ phía người Mỹ, nhất là khi mà các thành phần nổi dậy lại thường phát xuất từ các trại Lực Lượng Đặc Biệt và Dân Sự Chiến Đấu Thượng, huấn luyện và trợ cấp trực tiếp bởi người Mỹ. Đó là những lý do của các chuyến đi của tôi lên Cao nguyên với tư cách một nhà báo sinh viên. Và một số báo *Tình Thương* đặc biệt về phong trào FULRO và vấn đề chủ quyền Việt Nam được hình thành sau đó.[1] Phải nói là tôi bị xúc động sâu xa bởi những chuyến đi này, khi ý thức được rằng cả người Thượng lẫn người Kinh chỉ là nạn nhân của một âm mưu lớn lao.

Như anh biết, chế độ kiểm duyệt thời đó đã giới hạn tối đa mọi phổ biến trên báo chí và do đó tôi có ý định viết một cuốn sách, không phải là tiểu thuyết, sưu khảo về vấn đề Cao nguyên.

BK: Rồi tại sao từ cuốn sưu khảo dự định viết lại trở thành cuốn tiểu thuyết mà khung cảnh là Cao nguyên?

NTV: Ra đến số 30, tờ *Tình Thương* bị Nội các Chiến Tranh đóng cửa. Không có những bận rộn về báo chí, tôi đã có thì giờ để khởi viết những chương đầu tiên của cuốn sách và tiếp tục thu thập thêm tài liệu, tiếp xúc với các giới chức liên hệ kể cả những người Thượng.

Phải ghi nhận ở đây là kiểm duyệt là mối ám ảnh thường xuyên mỗi khi tôi cầm bút. Và cũng thật khó để mà có thể giữ nguyên hứng khởi và cả kiên nhẫn nữa để hoàn thành một cuốn sách khi không thấy tương lai có thể xuất bản.

Bởi vậy sau một thời gian gián đoạn, tôi phải tìm cách vượt qua khó khăn này bằng một lựa chọn hình thức tiểu thuyết cho cuốn sách.

BK: Và anh đã viết và cho xuất bản cuốn "Vòng Đai Xanh" trong những trường hợp nào?

NTV: Có lẽ do bởi mối duyên với người Thượng, nên khi vừa tốt nghiệp Y khoa, gia nhập quân đội, tôi đã tình nguyện chọn binh chủng Lực Lượng Đặc Biệt, với địa bàn hoạt động là vùng Cao nguyên chung đụng rất nhiều với các sắc dân thiểu số. Tôi đã viết tiếp được một số chương của Vòng Đai Xanh trong giai đoạn này.

Nhưng ý định xuất bản Vòng Đai Xanh chỉ thật mãnh liệt khi tôi có trong tay cuốn The Green Berets của Robin Moore, một cuốn sách *best seller* trong nhiều tuần và nổ như một trái bom trên đất Mỹ, với nội dung ca ngợi những chiến sĩ Mũ xanh LLĐB Hoa Kỳ, còn lại là sự xuyên tạc và hạ giá người Việt cùng với sự kỳ thị tệ hại của các sắc dân Kinh Thượng ở Cao nguyên. Đối lại với The Green Berets, Vòng Đai Xanh sẽ là một "lối nhìn Việt Nam" về vấn đề Cao nguyên, cùng với thực chất và huyền thoại *De Oppresso Liber* của những người lính LLĐB Mũ xanh Hoa Kỳ lúc nào cũng tự nhận là anh hùng giải phóng các dân tộc bị trị. Họ quan niệm đang làm một cuộc giải phóng cho những người Thượng bị áp bức ở Cao nguyên...

BK: Việc xuất bản Vòng Đai Xanh gặp khó khăn gì không và tại sao anh lại chọn nhà xuất bản Thái Độ để cho ra đời tác phẩm của anh?

NTV: Với kinh nghiệm từ ba cuốn sách trước về những khó khăn của kiểm duyệt, để Vòng Đai Xanh có thể được chấp thuận ra mắt, tôi đã phải tự cắt xén đi gần một nửa số trang của cuốn sách. Đó gần như một sự phá hỏng tác phẩm với mục đích để được xuất bản. Bởi vì như tôi đã trình bày với anh, tôi thiết tha mong muốn cho Vòng Đai Xanh ra đời được khá sớm để kịp đối lại với The Green Berets của Robin Moore. Nhưng Sở Kiểm Duyệt vẫn làm khó dễ, vẫn cấm đoán. Thoạt tiên anh Thế Nguyên, chủ trương nhà Trình Bầy, nhận xuất bản. Sau anh chịu thua kiểm duyệt. Anh Thế Uyên chủ trương nhà Thái Độ lại nhảy vào vòng tranh đấu và anh kiên nhẫn làm đơn từ lên xuống mãi, rồi sau cùng thì kiểm duyệt nhượng bộ, Thế Uyên thành công và Vòng Đai Xanh được ra đời sau những hậu thuẫn nhiệt thành của các anh em cầm bút trên báo chí.

BK: Tại sao anh có ý kiến gửi Vòng Đai Xanh dự giải Văn học Nghệ thuật 71 và xin anh cho biết cảm tưởng khi trúng giải.

NTV: Sống với người Thượng và Cao nguyên tôi không ngừng nghĩ tới tương lai Vùng Đất Hứa này, tương lai đó ra sao là do mức độ quan tâm của nhiều người. Từ một cuốn sách bị cấm đoán cho tới khi VĐX được xuất bản, việc tham dự giải văn chương đối với tôi là một cách thế bày tỏ thái độ. Sự kiện VĐX được chọn, hay chính quan điểm VĐX được công khai chấp nhận, đối với tôi là một dấu hiệu khích lệ trong một hoàn cảnh nhiều thách đố như hiện tại.

BK: Hôm phát giải anh cũng không có mặt ở Dinh Độc Lập?

NTV: Trước Tết, sau cuộc hành quân vượt biên ở Krek, tôi theo đơn vị trở lại Sài Gòn để rồi sau đó lại trở lên Cao nguyên vì tình hình được coi là khẩn trương lúc đó. Có nhiều dấu hiệu của một cuộc tổng tấn công của cộng sản Bắc Việt trên khắp lãnh thổ, nhất là ở Cao nguyên vào dịp Tết, điều mà Hà Nội gọi là "cú đấm then chốt" để tạo một "dấu ngoặc lịch sử"; trong sự căng thẳng chờ đợi đó, tôi nhận được công điện từ hậu cứ báo tin về kết quả của giải thưởng văn chương. Vì nhu cầu hành quân, tôi đã không về Sài Gòn và quyết định ở lại đơn vị. Cũng như cách đấy gần một năm, tôi đã không thể về Sài Gòn để dự buổi ra mắt cuốn VĐX do nhà xuất bản Thái Độ tổ chức.

BK: Gần đây anh vừa bị ra tòa về một bài báo trên tập san Trình Bầy?

NTV: Dứt cuộc hành quân kéo dài gần hai tháng, trở lại Sài Gòn, tôi được anh Thế Nguyên cho biết tin bị truy tố vì một bài viết ở Trình Bầy số 34, mà theo anh, ngoài Chủ nhiệm, Bộ Nội Vụ còn truy tố đích danh tác giả. Tuy là một vụ án truy tố theo quy chế báo chí, điều 28, nhưng tôi quan niệm ngay tính cách văn nghệ của vụ án này, liên quan tới nhà văn và quyền phát biểu trong sáng tác. Đó là lý do tôi quyết định sẽ ra Tòa chứ không chấp nhận một bản án khuyết tịch như ý kiến một số bạn hữu khác.

BK: Anh có thể cho biết qua nội dung bài báo mà anh bị truy tố không?

NTV: Đó là bài *"Mặt Trận Ở Sài Gòn"* một bút ký ngắn ghi lại cuộc hành trình ý thức của một người lính chấp nhận cuộc hy sinh chiến đấu gian khổ hiện tại, đồng thời cũng có những mơ ước về một xã hội tốt đẹp hơn trong tương lai. Chỉ với nội dung đó mà tôi bị truy tố dùng báo chí phổ biến luận điệu phương hại trật tự công cộng và làm suy giảm kỷ luật, tinh thần chiến đấu của quân đội, một tập thể mà chính tôi là một thành phần trong đó!

BK: Vụ án diễn tiến ra sao?

NTV: Như anh biết vụ án đã được đem ra xét xử sáng ngày 18-5-72 sau hai lần bị đình hoãn. Các luật sư Vũ Văn Huyền, Mai Văn Lễ và Đinh Thạch Bích đã biện hộ theo chiều hướng một vụ án văn nghệ chứ không phải một vi phạm báo chí. Về việc tách rời một câu một đoạn ra khỏi một bài hay một tác phẩm để buộc tội, luật sư Huyền có đem cuốn Vòng Đai Xanh ra tòa trích ngay một đoạn đầu đọc lên và nói rằng nếu tách ra riêng đoạn đó thì không phải là phát giải Văn học Nghệ thuật cho tác giả mà có thể lại truy tố tác giả thật nặng nề là khác nữa. Phải xét sự nhất trí của lập luận toàn bài hay toàn tác phẩm chứ không thể cắt rời một mảnh mà phê phán được. Tuy nhiên phán quyết của ông Chánh án Nguyễn Huân Trình vẫn là xác nhận tội trạng của tác giả bài *"Mặt Trận Ở Sài Gòn"* và phạt án treo 100.000 đồng tiền vạ, cùng bồi thường 1 đồng bạc danh dự cho Bộ Nội Vụ.

Đây là vụ án có tính cách tượng trưng và để tránh một tiền lệ cho nhà văn có thể bị truy tố ra tòa bất cứ lúc nào về những phát biểu trong sáng tác của họ, nên tôi quyết định kháng án lên Tòa Thượng Thẩm.

BK: Sau cùng xin anh cho biết dư luận báo chí và các hội đoàn văn nghệ về vụ án của anh?

NTV: Mặc dù vụ án xảy ra giữa một tình hình sôi bỏng của chiến cuộc, như anh thấy, đã có một hậu thuẫn khá tốt đẹp trên dư luận báo chí, kể cả những tờ báo đại diện cho khuynh hướng của quân đội. Và tôi nghĩ rằng một dư luận báo chí như vậy sẽ có tác dụng ngăn chặn những vụ án tương tự xảy ra trong tương lai. Riêng đối với Hội Bút Việt, sự im lặng của Hội cho đến hôm nay là một sự kiện đáng phàn nàn. Ngoài những cuộc tiếp xúc riêng tư với các cấp lãnh đạo của chánh quyền, tôi nghĩ một khuyến cáo chính thức của Hội với Nhà Nước là một sự cần thiết. Phải chăng đó là một thái độ không làm chính trị như linh mục Thanh Lãng đã xác nhận, đúng với Hiến chương của Văn Bút Quốc tế, chính trị ở đây phải hiểu bao gồm cả những phát biểu của nhà văn trong sáng tác tự do của họ. Một lý lẽ thứ hai để giải thích sự không lên tiếng của Bút Việt là vụ án chưa xử hay bản án chưa thành hình, trong khi tiếng nói đó có thể ngăn chặn lại vụ án. Không lẽ Ban Chấp hành của một Hội Nhà văn lại tự giới hạn trong cái quyền đi xin nhà nước gia ân tha cho những văn nghệ sĩ đã bị án tù tội chứ không phải là ngăn chặn những sai lầm của chính quyền trong quyết tâm bảo vệ nhân quyền, với văn nghệ sĩ là quyền tự do được thể hiện trong các sáng tác phẩm của họ.[2]

Dù trong hoàn cảnh nào, tôi vẫn không ngừng tin tưởng rằng trong tương lai miền Nam vẫn có một chỗ đứng xứng đáng cho nhân phẩm và trí tuệ để có thể giữ vững cuộc chiến đấu.

BÁCH KHOA CCCLXX

[Số 370 ngày 01.06.1972[3]]

---

(1) *Tình Thương* số 25, 1965.

(2) Sau khi có bản án của Tòa Sơ Thẩm Sài Gòn, trong phiên họp Ban Chấp hành ngày 24-5-72 vừa qua, Hội Bút Việt đã quyết định lên tiếng về vụ án Ngô Thế Vinh và một bản tuyên bố đã được phổ biến ngày 25-5 phản đối bản án xử các nhà văn Ngô Thế Vinh và Thế Nguyên *"là một trường hợp xâm phạm đến tự do tư tưởng và ngôn luận"* và *"tố cáo trước dư luận trong nước và quốc tế, cùng kêu gọi các vị có thẩm quyền xét xử tại Tòa Thượng thẩm hãy sáng suốt duyệt xét nội vụ để tiêu hủy bản án."* (Ghi chú của tòa soạn Bách Khoa.)

(3) Ghi chú của Ngô Thế Vinh: cuộc đàm thoại do Anh Lê Ngộ Châu, Chủ Nhiệm báo Bách Khoa thực hiện tại tòa soạn ngày 01-06-1972.

NGUYỄN MẠNH TRINH
Phỏng Vấn Nhà Văn Ngô Thế Vinh

 *Nguyễn Mạnh Trinh, sinh năm 1949 tại Hà Nội, lớn lên ở miền Nam. Phục vụ tại Sư đoàn 6 Không quân Pleiku. Sau biến cố 1975, tỵ nạn tại Hoa Kỳ và tham gia vào sinh hoạt văn học nghệ thuật. Ngoài viết văn và làm thơ, ông thường viết những nhận định văn học và phỏng vấn các tác giả. Nguyễn Mạnh Trinh cùng với Nhã Lan thực hiện chương trình "Tản Mạn Văn Học" trên đài Little Saigon mỗi sáng thứ bảy, được đông đảo người Việt theo dõi. Tác phẩm: Thơ Nguyễn Mạnh Trinh (Người Việt, 1985), Tập truyện 23 Người Viết Sau 1975 (cùng Trịnh Y Thư, Văn Nghệ, 1989); Tạp Ghi Văn Nghệ (Người Việt 2007).*

*

NGUYỄN MẠNH TRINH [NMT]: Xin anh cho biết tiểu sử của mình?

NGÔ THẾ VINH [NTV]: Tôi sinh năm 1941 tại Thanh Hóa, không phải quê nhưng cha tôi dạy học ở đó. Tốt nghiệp Y khoa Sài Gòn 1968. Trong ban biên tập, nguyên tổng thư ký rồi chủ bút báo sinh viên Tình Thương trường Y khoa Sài Gòn từ 63 tới khi báo bị đình bản. Nguyên Y sĩ trưởng Liên Đoàn 81 Biệt Cách Dù. Tu nghiệp ngành Y Khoa Phục Hồi tại Letterman, San Francisco. Trở về Việt Nam, làm việc tại trường Quân Y. Sau 75, tù cải tạo 3 năm. Ra trại, về Sài Gòn, một thời gian sau trở lại làm việc tại trường Vật Lý Trị Liệu và Trung Tâm Phục Hồi Sài Gòn. Tới Mỹ 8 năm sau, cải tạo thêm 5 năm, chỉ có khác ở lần này là tính cách tự nguyện để trở lại ngành Y: thời gian đầu làm volunteer đẩy cáng ở bệnh viện để có thêm credit, làm một số công việc ngoài giờ với minimum wages, trước khi trở lại làm bác sĩ nội trú rồi thường trú các bệnh viện Đại học SUNY Downstate, Brooklyn, New York. Tốt nghiệp ngành Nội khoa American Board of Internal Medicine và hiện làm việc tại một Bệnh viện miền Nam California...

NMT: Anh bước chân vào văn nghiệp như thế nào, có kỷ niệm nào đáng nhớ?

NTV: Cha tôi dạy học, môn văn chương. Tôi sớm được dịp đọc những cuốn sách trong tủ sách của cha tôi. Cha tôi mất sớm sau di cư 54 một năm khi trở lại Huế lần thứ hai và dạy học ở trường Khải Định. Vẫn còn mẹ và anh, nhưng tôi ra đời sớm. Vào ở Đại học xá Minh Mạng khi vừa xong trung học. Cả thế giới mới như mở ra với rất nhiều va chạm giữa mộng và thực, *Mây Bão* là tiểu thuyết đầu tay, hoàn tất năm tôi 21 tuổi trong bối cảnh ấy, có mang nhiều dự phóng nhưng không ngờ cũng lại tiên tri cho một cuộc hành trình với rất nhiều gian truân nhưng không tới.

Kỷ niệm đáng nhớ về bản thảo cuốn *Mây Bão* lúc đó là với Bộ Thông Tin, khi lần đầu tiên được ông giám đốc Hội đồng Kiểm duyệt lên lớp thế nào là trách nhiệm của người cầm bút, rằng phải phản ánh chính diện cái xã hội mà nhà văn đang sống thay vì phản diện. Dĩ nhiên quan niệm viết của tôi lúc đó rất khác ông và ngay cho đến bây giờ vẫn không thay đổi.

NMT: Là một sinh viên có nhiều hoạt động chính trị, một bác sĩ và ở trong một binh chủng thiện chiến của QLVNCH, một nhà văn tới giờ này vẫn còn thao thức về dân tộc, những cái "là" ấy đã ảnh hưởng thế nào trong suy nghĩ và văn phong của anh?

NTV: Khi còn là một sinh viên, như các bạn đồng trang lứa, chúng tôi quan tâm tới những vấn đề xã hội. Mơ ước và phấn đấu cho công bằng xã hội, tôi nghĩ đó là giấc mơ chung của lứa tuổi thanh niên. Dĩ nhiên không đơn giản để tìm một con đường đi tới giấc mơ ấy. Từ những quan niệm khác nhau, phương thức hành động khác nhau, nảy sinh ra những đấu tranh và thuyết phục. Hòa mình vào dòng sinh hoạt chung ấy, bảo rằng đó là hoạt động chính trị, theo một nghĩa rộng điều đó không sai. Nhưng nếu chính trị hiểu theo nghĩa phe nhóm đảng phái, thì tôi chưa hề tham gia và cũng không muốn dấn thân vào con đường chông gai ấy...

Chọn ngành học thì Y khoa thường được ví von là "làm sinh viên suốt đời", nhưng rồi sau 7 năm anh vẫn phải ra trường, đương nhiên chấm dứt thời sinh viên, để trở thành một bác sĩ quân y. Khi tôi ra trường, cuộc chiến Việt Nam đang ở giai đoạn cao điểm và trước đó đã có những y sĩ tiền tuyến bị tử trận. Tuy chỉ là bác sĩ trưng tập nhưng tôi đã chọn về binh chủng Lực Lượng Đặc Biệt, với địa bàn hoạt động là vùng cao nguyên, cũng do bởi mối nhân duyên sẵn có với những người Thượng ngay từ thời còn là sinh viên.

Đó như anh thấy, những cái "là" ấy chỉ là một và nhất quán, đánh dấu những giai đoạn khác nhau của đời người.

NMT: Anh nghĩ thế nào về nhà văn-bác sĩ và bác sĩ-nhà văn? Hai danh xưng ấy cái nào thích hợp với anh nhất?

NTV: Khi tôi mới chân ướt chân ráo vác Sac Marin về Tiểu đoàn, thì chỉ mấy ngày sau có hai đại đội được điều động đi tăng viện cho một đơn vị bạn. Theo thông lệ, ở cấp hành quân ấy chỉ cần đám y tá dưới đại đội và thêm một sĩ quan trợ y, nhưng tại phi trường tôi đã được ông Thiếu tá biểu lộ ngay quyền uy với một khẩu lệnh ngắn ngủi: *Trung úy chuẩn bị hành trang đi hành quân hôm nay* – Ông cố tình dằn giọng chỉ gọi tôi bằng cấp bậc. Tôi đã chuẩn bị cho cái giây phút này, nên rất bình thản và cũng thú vị với cuộc hành quân yên thấm ra ràng đầu tiên ấy. Binh nghiệp không phải là điều tôi lựa chọn nhưng tôi hiểu rất sớm thế nào là đời sống quân đội, nhưng phần quan trọng hơn theo tôi là thứ kỷ luật nơi chính mình...

Một số đồng nghiệp bạn tôi phân biệt rõ ràng sự khác nhau giữa y sĩ trung úy và trung úy y sĩ, nhưng đó đã chẳng phải là một "issue" đối với tôi lúc ấy và cho cả đến sau này. Dù ông Thiếu tá ấy có gọi tôi bằng danh xưng nào thì tôi vẫn là người bác sĩ của đơn vị với những người lính mà tôi có bổn phận phải chăm sóc. Tôi nghĩ bằng câu chuyện ấy tôi đã trả lời câu hỏi nhà văn-bác sĩ hay bác sĩ-nhà văn rồi... Kết hợp danh xưng theo cách nào thì cũng không có gì bảo đảm cho tính chất văn chương của tác phẩm ngay như đó là của một nhà văn được gọi là thành danh, phải không anh?

NMT: Nghề và nghiệp đôi khi có gì hỗ tương nhau hoặc có gì đối chọi nhau, thí dụ như nghề bác sĩ và nghiệp viết văn?

NTV: Cả hai công việc đều được tôi ưa thích nên có tính cách hỗ tương. Trong nghề thuốc, mỗi ngày tiếp xúc với bao nhiêu cái tôi không phải là tôi: không phải chỉ có bệnh mà là những người bệnh với từng hoàn cảnh, để đôi khi tôi được cùng theo họ leo lên cái dốc chênh vênh của cõi tử sinh ở những chặng đường khác nhau của mỗi đời người... Các nhà văn miền Bắc trước đây được nhà nước nuôi ăn cho đi thực tế các nhà máy, vùng mỏ hay nông thôn để có chất liệu viết. Theo một nghĩa nào đó nghề thuốc dù muốn hay không, đương nhiên là những chuyến đi thực tế mỗi ngày. Chất liệu, cảm xúc có đó và chồng chất nhưng lại có rất ít thì giờ để viết. Cái đối chọi của nghề thuốc và công việc viết văn là ở cái thời khóa biểu rất chặt và không cân bằng đó.

NMT: Khi viết, có khi nào anh tự hỏi: viết để làm gì? Nhân vật của anh có nhiều người là người lính thật sự cấp bậc khiêm nhường. Theo anh có phải họ mới là những người đáng nhắc nhở nhất trong cuộc chiến Việt Nam?

NTV: Tôi không có nhu cầu phải viết nếu không khởi đi từ một hoàn cảnh xúc động nào đó. Như truyện *Người Y Tá Cũ*, được viết trong bối cảnh sau 75 khi gặp lại người y tá cũ, tuy đã giải ngũ nhưng anh đã bị mất một chân khi đạp phải mìn ngay trên mảnh ruộng nhà. Người Thượng sĩ can trường ấy đã dạn dày qua bao chiến trận kể cả bao lần Nhảy Toán vẫn là người sống sót trở về; nhưng nay thì... Tôi nhớ ở lần gặp cuối ấy, thầy trò không nói với nhau được gì ngoài những câu dặn dò về sức khỏe, qua giọng nói ấy ánh mắt ấy hình như anh ta không bỏ cái thói quen thường là quên mình để chăm sóc người khác trong đó có cả tôi như khi tôi vẫn còn là y sĩ trưởng của anh năm nào.

Tôi mong được viết nhiều hơn về những con người bình thường nhưng cũng rất lớn lao trong cuộc chiến đã qua ấy... Bảo rằng viết là để giải tỏa được ký ức nhưng thực sự là sống lại nỗi xúc động ấy lần thứ hai. Hạnh phúc và cũng cực nhọc lắm chứ? Nhưng bao giờ thì cũng có niềm vui ở ngay những bước đang hình thành chứ không phải chỉ ở sự hoàn tất.

NMT: Vậy mục đích của anh ra sao khi viết văn? Để nổi tiếng, để giãi bày tâm sự mình, để mang suy nghĩ của mình chia sẻ với người khác, hay...?

NTV: Tôi quan niệm tiểu thuyết như những hoàn cảnh được nhìn qua lăng kính của người cầm bút. Người viết nào cũng mong người đọc cùng tham dự vào đời sống của tác phẩm. Bởi những trang sách viết ra không có người đọc cũng không khác bức tranh không có người thưởng ngoạn. Đành rằng một cuốn sách hoàn tất và được in ra rồi, từ lúc đó có một số phận và hành trình riêng của nó; nhưng cái gọi là feedback từ phía độc giả, họ chia sẻ những cảm xúc ra sao đối với tác phẩm thì không thể không có tác động đối với người viết.

Bước vào lãnh vực văn chương, tôi không có được những bước khởi đầu giống như nhiều nhà văn khác, khởi đi từ một số truyện ngắn đầu tiên được đăng báo, từ đó được khích lệ tiếp tục sáng tác rồi thành danh một nhà văn. Tôi không có một truyện ngắn nào đăng báo trước đó khi hoàn tất Mây Bão là cuốn tiểu thuyết đầu tay, mà động lực viết lúc đó không phải với ảo tưởng đi tìm sự nổi tiếng. Sự nổi tiếng như một tấm huy chương đối với một người lính, nếu anh ta có can đảm xông pha trận mạc chắc động lực lúc đó không phải là để đi tìm tấm huy chương.

NMT: Đời sống bây giờ với thời giờ rất bận rộn đã ảnh hưởng thế nào trong đời cầm bút của anh?

NTV: Sau 75 ở Việt Nam, người ta luôn luôn nhắc tới 8 giờ vàng ngọc, lao động tiên tiến với những chiến sĩ thi đua, nhưng xem ra vẫn có nhiều thời giờ để tùy nghi hơn ở nước

Mỹ này. Họ không có anh hùng lao động, làm việc mà cứ trông đợi những ngày thứ sáu cuối tuần TGIF, các long weekends. Sống trong mainstream ấy, hình như chúng ta cảm thấy có ít thời giờ hơn cho những công việc ưa thích hoặc cần làm. Cái thú của những giọt cà phê phin nhẩn nha buổi sáng đã chuyển thành ly instant coffee ngồi uống trong xe trên đường tới sở làm, để rồi thực sự bắt đầu 8 giờ vàng ngọc.

NMT: Trở lại thời trước khi còn làm báo Tình Thương và hoạt động sinh viên, anh có ý nghĩ gì về vai trò của tờ báo cũng như về các phong trào thanh niên sinh viên trong những năm xáo trộn ấy?

NTV: Thời gian ở trường Y khoa, đó thực sự là những năm xanh của một đời người. Không phải chỉ có học, tôi còn có những bận rộn ngoài chuyên môn y khoa: hoạt động ban đại diện sinh viên và cùng các bạn trông nom tờ báo Tình Thương. Tờ báo ấy ra đời trong một hoàn cảnh và thời điểm đặc biệt ngay sau biến động tháng 11 năm 63. Hầu như các phân khoa đại học khác cũng ra báo trong khoảng thời gian đó. Riêng với trường Y khoa, tờ báo lấy tên là Tình Thương do ý nghĩa phù hợp với chức năng của Những Người Áo Trắng. Khởi đầu với một ban biên tập khá hùng hậu, có chủ nhiệm và chủ bút đầu tiên là Phạm Đình Vy và Nguyễn Vĩnh Đức. Phải nói là có rất nhiều khuynh hướng trong tòa soạn từ những ngày đầu cho tới khi báo bị đình bản. Khuynh hướng academic phải kể tới Nghiêm Sỹ Tuấn (sau ngày ra trường đã tử trận ở Khe Sanh 1968), Hà Ngọc Thuần, Đặng Vũ Vương; thiên về chính trị Phạm Văn Lương, Phạm Đình Vy, Trương Thìn, về văn nghệ Trần Xuân Dũng, Trang Châu, sinh hoạt sinh viên Ngô Thế Vinh và rất nhiều những cây bút khác viết về nhiều đề tài như Đường Thiện Đồng, Trần Xuân Ninh, Lê Sỹ Quang, Trần Đông A, Trần Đoàn,

Vũ Thiện Đạm, Đặng Đức Nghiêm, Nghiêm Đạo Đại, Đỗ Hữu Tước... và cũng không thể không kể tới những bài đóng góp do các cây viết từ những phân khoa khác.

Tuy gọi là báo sinh viên nhưng cũng có sự góp mặt khá thường xuyên của cả các giáo sư y khoa như Khoa trưởng Phạm Biểu Tâm, các Giáo sư Trần Ngọc Ninh, Nguyễn Đình Cát, Ngô Gia Hy, Bằng Vân Trần Văn Bảng... Về trình bày và biếm họa cho tờ báo là hai họa sĩ cây nhà lá vườn nhưng rất tài hoa là Liza Lê Thành Ý, Kathy Bùi Thế Khải, không thể không nhắc tới họa sĩ Nghiêu Đề cũng đóng góp những mẫu bìa rất đẹp cho tờ báo. Ban đầu tờ báo sống hoàn toàn nhờ quảng cáo của các hãng thuốc và một số tiền báo bán được trong giới sinh viên y khoa. Nhưng sau đó do số độc giả ngày một tăng thêm, không phải chỉ trong giới sinh viên mà cả ngoài dân chúng nữa. Tiến tới giai đoạn tờ báo có thể hoàn toàn tự túc về phương diện tài chánh, có cả tòa soạn riêng ở trên đường Nguyễn Bỉnh Khiêm, là nơi sinh hoạt hội họp của ban biên tập, chỗ thăm viếng của các phái đoàn sinh viên quốc tế và các nhà báo ngoại quốc – một người mà tôi còn nhớ tên Takashi Oka phóng viên của báo New York Times tại Việt Nam thời bấy giờ. Tờ báo còn có khả năng – dĩ nhiên bằng phương thức nhà nghèo, gửi phóng viên như tôi ra miền Trung, lên Cao nguyên để làm những phóng sự đặc biệt tại chỗ. Vài kỷ niệm mà tôi còn nhớ từ những chuyến đi đó: một Quảng Ngãi trắng khăn tang sau vụ lũ lụt lớn nhất miền Trung; chứng kiến đơn vị Thủy quân Lục chiến Mỹ đầu tiên đổ bộ vào Lệ Mỹ – nước mắt người Mỹ ở Đà Nẵng; sinh hoạt cố đô Huế khi sinh viên chiếm đài phát thanh và nhất là những lần lên Pleiku, Kontum, Ban Mê Thuột để theo dõi các vụ bạo loạn của người Thượng thuộc phong trào FULRO...

NMT: Đang là một sinh viên y khoa rất ư là bận rộn làm sao anh có thời giờ cho những công việc ngoài y khoa như vậy?

NTV: Quả thật lúc đó tôi không phải là một sinh viên y khoa gương mẫu theo cái nghĩa cổ điển của trường ốc, lẽ ra tôi ra trường sớm hơn, ở vào năm thứ tư mà tôi còn có ý định bỏ học để có toàn thời gian theo đuổi những sinh hoạt báo chí mà tôi đang rất say mê. Bây giờ nhớ lại, tôi không thể không cám ơn anh tôi đã khuyên tôi hoàn tất hai năm còn lại để ra trường và lúc đó không có ai cản trở tôi làm những công việc mà tôi thích. Và rồi tôi cũng học xong y khoa, làm đủ bổn phận người thầy thuốc đồng thời vẫn có cơ hội theo đuổi công việc viết lách.

NMT: Hình như trong giai đoạn đó không có phân khoa đại học nào mà không có ra báo: Báo Đất Sống của Dược khoa, các báo của Văn Khoa Luật khoa, rồi báo của Tổng hội Sinh viên... Anh còn điều gì nói thêm về tờ báo sinh viên Tình Thương?

NTV: Theo tôi sự bền bỉ sống còn của tờ báo là điểm thành công đầu tiên, cho dù không thiếu sóng gió trong sinh hoạt nội bộ của tòa soạn và có cả áp lực từ bên ngoài muốn ảnh hưởng chi phối tờ báo. Về nội dung tờ báo, nay có dịp nhìn lại, ngoài những mục thường xuyên có tính thời sự đáp ứng nhu cầu chính trị xã hội và văn hóa của giai đoạn ấy, cũng có một số công trình có giá trị dài hạn được đăng tải liên tục trong suốt những số báo, nhưng rồi cũng bị dở dang do tờ báo bị đình bản, vào khoảng tháng 8 năm 67. Tôi còn nhớ tên một vài công trình ấy như: *Lịch sử Y khoa* của Hà Ngọc Thuần, *Dưới Mắt Thượng Đế* của Nghiêm Sỹ Tuấn, Nguyễn Vĩnh Đức dịch nguyên tác từ tiếng Đức, *Nuôi Sẹo* tiểu thuyết xã hội của nhà văn Triều Sơn mà bản di cảo duy nhất do giáo sư Trần Ngọc Ninh còn giữ được từ những năm 40, thì nay cũng thất lạc.

Thế mà đã hơn 30 năm kể từ ngày báo Tình Thương bị đình bản. Nếu tờ báo đã tạo được tiếng vang và một thành quả nào thì đó là cái thành công chung của cả một tập thể sinh viên y khoa chứ không do từ một vài cá nhân nào. Kinh nghiệm quý giá nhất mà chúng tôi học được trong thời gian ấy là sinh hoạt dân chủ và đoàn kết trong tinh thần Tự trị Đại học của tập thể sinh viên y khoa. Ngay trong nội bộ tòa soạn, mặc dầu có nhiều khuynh hướng rất khác nhau đôi khi cả đối nghịch nữa, đưa tới những cuộc tranh luận kể cả bút chiến công khai tưởng như có thể gây đổ vỡ nhưng do nơi ý thức trách nhiệm đối với sự sống còn của tờ báo, biểu tượng cho sinh hoạt dân chủ nên cuối cùng thì chúng tôi vẫn đi tới được sự dung hợp với một mẫu số chung rộng rãi: tờ báo luôn luôn như một open forum, diễn đàn tự do của những quan điểm khác nhau về mọi vấn đề chính trị giáo dục và xã hội.

Tôi còn nhớ sau 63, giữa những năm cực kỳ xáo trộn, với những cuộc biểu tình dắt dây ngoài đường phố. Ngay trong vòng thành trường Y khoa cũng là cái nôi của thứ sinh hoạt quá độ ấy. Điển hình là cuộc bút chiến, mà tôi còn nhớ rõ giữa hai anh, đều trong ban biên tập báo Tình Thương. Bùi Thế Hoành chủ trương sự ổn định và Tôn Thất Chiếu nghiêng về các phong trào tranh đấu, cả hai đều có những luận cứ sắc bén và thuyết phục. Cuộc bút chiến ấy lan cả ra báo chí bên ngoài, không ai thắng ai, mỗi người kéo theo được một đám đông. Và theo tôi đó mới thực sự là sinh hoạt dân chủ. Bây giờ thì cả hai anh ấy hiện đang sống ở Mỹ, nhưng hình như họ xích gần lại với nhau hơn ở quan điểm nhận định về tình hình đất nước...

NMT: Về các phong trào thanh niên sinh viên lúc ấy ra sao? Có thế lực nào chi phối đằng sau những phong trào ấy? Và anh rút ra được bài học gì trong những năm 60 ấy?

NTV: Theo tôi, do những động lực trong sáng, ở đâu và bao giờ thì các phong trào thanh niên sinh viên cũng rất dễ có quần chúng và vai trò của họ lúc nào cũng như một chất men làm thăng hoa xã hội. Họ thực sự chưa là một lực lượng chính trị đúng nghĩa nhưng họ là sức mạnh áp lực thúc đẩy tiến trình dân chủ. Có thể kể một vài trong rất nhiều những phong trào sinh viên thanh niên lúc đó: Tổng hội Sinh viên, Hội đồng Đại diện Liên khoa, Summer Program hay Chương trình Hè, Đoàn Thanh niên Thiện chí, Phong trào Thanh niên Sinh viên Hướng về Nông thôn, Phong trào Thanh niên Trừ gian, Đoàn Văn nghệ Gió Khơi, Đoàn Văn nghệ Nguồn Sống, Phong trào Du ca... Mọi công thức đều được đưa ra thử thách, tuy hiệu quả tác động trên xã hội lúc đó cũng hạn chế nhưng có khía cạnh tích cực là những người trẻ tuổi ấy đã được thử thách, và tôi không ngạc nhiên khi thấy những năm rất xa sau này họ vẫn dễ dàng xáp lại để cùng làm việc với nhau. Tuy nhiên ở bất cứ thời điểm nào, trong hoàn cảnh nào, cũng không phải là không có lẫn vào một số "tuổi trẻ cơ hội", tuy rất ít (hoặc bị lợi dụng hoặc có ý thức chủ động) nhưng chính thiểu số này lại là yếu tố phân hóa mạnh mẽ và làm mất niềm tin của quần chúng trong giai đoạn ấy. Có lẽ cũng cần sớm rút ra những bài học từ các phong trào thanh niên sinh viên sau 63, là những năm xáo trộn với rất nhiều giận dữ ồn ào nhưng đã kết thúc như một cơn mộng lỡ.

NMT: Đến bây giờ qua nhiều thay đổi, những ý nghĩ ấy có khác biệt gì với thời trước? Anh còn thích viết về cuộc chiến không? Và coi như một trang sách đã lật qua hay vẫn coi đó là vấn đề còn nhiều bức thiết cho chúng ta ngày nay?

NTV: Cuộc chiến tranh đã đi vào quá khứ hơn 20 năm rồi, bảo rằng coi đó như một trang sách đã lật qua cũng không phải là sai, nhưng vấn đề đặt ra là chúng ta đã rút ra được bài học gì qua cái trang sách đẫm máu và nước mắt ấy. Dĩ nhiên chúng ta hướng về tương lai nhưng làm sao qua trang sử mới, đó không phải bước lặp lại của những lỗi lầm mà chính chúng ta cũng như các thế hệ sau đang phải gánh trả.

Mà làm sao có thể bảo rằng cuộc chiến tranh Việt Nam đã hoàn toàn đi vào quá khứ. Ngay bản thân tôi không ngày nào mà không có hơn một người cựu chiến binh Việt Nam trong số bệnh nhân của tôi: những vết thương với các mảnh đạn AK, B40 còn ghim trong hàm trong cổ họ và hơn 20 năm sau vẫn còn gây đau nhức... Họ vẫn còn nhớ và nhắc tới những địa danh Khe Sanh, Lộc Ninh, Cửa Việt mà họ đã trải qua và sống sót; có anh còn nhớ lõm bõm câu tiếng Việt như điên cái đầu, chắc là học được từ các cô gái Việt Nam trong các quán Bar mọc lên như nấm quanh các doanh trại Mỹ hồi đó. Cũng có cả bệnh nhân từ chối để tôi khám bệnh chỉ vì không muốn có flashback về những kỷ niệm kinh hoàng của anh ở Việt Nam. Rồi tôi không thể không liên tưởng tới những người lính Việt Nam và thương binh cũ còn ở lại bên quê nhà, bị chế độ mới nếu không ngược đãi thì cũng hoàn toàn bỏ rơi họ. Nỗi khổ của họ chắc là ngàn lần thấm thía hơn... Đấy như anh thấy, làm sao mà thực sự bước ra khỏi cuộc chiến tưởng như đã thực sự đi vào quên lãng từ hơn hai chục năm rồi...

Còn về ý nghĩ, quan niệm của tôi hiện nay thì không có nhiều khác biệt so với thời trước, chỉ có cách nhìn trầm lắng hơn và muốn đi tìm sâu vào những nguyên nhân. Bảo rằng thích viết về cuộc chiến tranh ấy thì không đúng, nhưng có lẽ ký ức của cuộc chiến ấy sẽ đeo đẳng với tôi tới cuối cuộc đời còn lại. Đọc và viết đối với tôi có ý nghĩa như một tìm kiếm về *Những Kinh nghiệm Việt Nam*. Khi đọc những bài báo viết về một thời đã qua, tôi có thói quen sưu tập nếu như tìm được ở đó một chi tiết soi sáng những câu hỏi vấn nạn về cuộc chiến Việt Nam.

Như một chuyện bên lề. Chắc anh còn nhớ cuộc di cư 54. Khi ấy tôi mới 13 tuổi, tuổi anh chắc còn ít hơn. Hình ảnh người bác sĩ Mỹ trẻ Tom Dooley, mới ra trường tình nguyện sang Việt Nam tận tụy phục vụ đồng bào di cư nơi các trại lều vải ở cảng Hải Phòng, đẹp đẽ như một thần tượng. Cuốn sách *Đến Bến Bờ Tự Do* của anh trở thành best seller, làm xúc động cả nước Mỹ. Sau đó Tom Dooley lại tình nguyện qua Bắc Lào, mở bệnh viện để chăm sóc người nghèo và các trẻ em thương tật. Lúc đó anh như một hình ảnh sáng rỡ của một Schweizer Á châu, thần tượng của các thế hệ trẻ sắp bước chân vào y khoa – trong đó có cả tôi. Để cho đến mãi về sau này, hơn 40 năm sau cũng chính những người cộng tác với anh xác nhận anh chỉ là một bác sĩ bị sa thải khỏi Hải quân Mỹ trong trường hợp không danh dự vì bị phát hiện là đồng tính luyến ái, anh tự nguyện trở thành công cụ rất sớm của CIA trong cả một hệ thống chiến dịch quy mô thông tin tuyên truyền sai lạc, chuẩn bị cho nước Mỹ thực sự phiêu lưu vào một vùng đất Á châu rối bời sau này...

Một thí dụ khác, hơn 40 năm sau ngày Tom Dooley đặt chân tới Hải Phòng, chúng ta lại phải chứng kiến cái cảnh ông McNamara bước thấp bước cao trên vỉa hè Hà Nội, tới hỏi ông Võ Nguyên Giáp là có vụ tấn công tàu Maddox hay không? Sau khi đã cả triệu người Việt và ngót 60 ngàn lính Mỹ chết, ông ấy thú nhận rằng chính ông và cả nước Mỹ đã lầm, rất sai lầm trong vụ can thiệp vào Việt Nam. Đâu là sự thật đằng sau cuộc chiến tranh Việt Nam ấy? Giả dối và tuyên truyền sai lạc là bản chất của cộng sản nhưng còn về phía những người bạn đồng minh thì sao? Nếu chúng ta không *Nhìn Lại – In Retrospect* (chữ của ông McNamara), không lẽ trong một tương lai không xa Việt Nam, sau tấm thảm kịch tiền đồn của thế giới tự do, nay mai lại sắp được vinh danh là tiền đồn lần thứ hai để ngăn chặn chủ nghĩa bành trướng của Trung cộng?

Đấy như anh thấy, trong trang sách đã lật qua ấy có che đậy rất nhiều *"cái chết của những ảo tưởng"* mà ngay thế hệ chúng ta và thế hệ tương lai không thể không tìm hiểu. Hội chứng Việt Nam không chỉ là của người Mỹ mà của chính người Việt chúng ta. *No More Vietnam, Vietnam Never Again*, phải là điều tâm niệm của giới trẻ lãnh đạo cả bên trong lẫn bên ngoài Việt Nam trong tương lai.

NMT: Trong các nhân vật Mây Bão, Bóng Đêm, Gió Mùa, Vòng Đai Xanh, có phảng phất con người thực với đời sống thực của Ngô Thế Vinh không? Trong tác phẩm của anh như Vòng Đai Xanh chẳng hạn, chất thời sự và thực tế đã hiện diện rất nhiều. Như vậy hư cấu chiếm một tỉ lệ thế nào trong những điều mà anh giãi bày trong tác phẩm?

NTV: Anh nhận xét đúng là chất thời sự và thực tế đã hiện diện rất nhiều trong các tiểu thuyết của tôi, điển hình là cuốn *Vòng Đai Xanh*. Nhưng đó không phải là ký sự hiểu theo cái nghĩa báo chí. Thực tại trong *Vòng Đai Xanh* chứa đựng rất nhiều chất liệu của cuộc sống nhưng đã được chọn lọc qua cảm quan của người viết để thấy được mối tương quan toàn cảnh, tiến tới một sự thực của tiểu thuyết.

Nhìn lại lúc đó không thiếu những bài báo viết về các biến động Cao nguyên, và báo Tình Thương cũng đăng tải những phóng sự tôi viết trong khoảng thời gian đó. Xúc động về tấn thảm kịch Kinh Thượng, nhưng đồng thời tôi cũng nghĩ rằng đây là một vấn đề lớn có tầm vóc dân tộc nên thay vì viết ký sự, tôi đã sử dụng những tư liệu ấy cho một cuốn tiểu thuyết mà tôi nghĩ sẽ có tác dụng lâu dài hơn nơi người đọc qua các hình tượng văn học.

Vòng Đai Xanh đã được bắt đầu viết ngay khi tôi còn là phóng viên của tờ báo Tình Thương có nhiều dịp lên cao nguyên khi có những biến cố đẫm máu phát khởi từ phong trào các sắc dân thiểu số có tên gọi tắt là FULRO (*Front Unifié de Lutte des Races Opprimés* – Mặt Trận Thống nhất Giải phóng các Dân tộc bị Áp bức). Đó là những diễn tiến rất khúc mắc phức tạp tưởng như rất nghịch lý giữa người Việt thuộc các sắc dân Kinh Thượng, người Mỹ, Cộng sản và cả người Pháp nữa. Báo Tình Thương đã dành riêng những số chủ đề để theo dõi và phân tích các biến cố đó với slogan "Cao nguyên miền Thượng: một cỗ xe với ba tên xà ích", *Vòng Đai Xanh* thực sự là một cuộc chiến tranh không kém phần bi thảm bị lãng quên giữa cuộc chiến tranh Việt Nam được nhắc nhở tới nhiều nhất trong lịch sử báo chí Mỹ.

Có một chi tiết mà tôi còn nhớ liên quan tới chủ đề của cuốn sách lúc đó, là qua Tập San Sử Địa ở Sài Gòn, tôi đã nhận được một bức thư dài của giáo sư Hoàng Xuân Hãn gửi từ Pháp, chia sẻ mối quan tâm về vấn đề chủng tộc ở Việt Nam và cả bày tỏ thái độ khác biệt với quan điểm các nhà nghiên cứu Mỹ tới thăm ông... Theo tôi, vấn đề sắc tộc và địa phương ở Việt Nam không phải đã đi vào quá khứ, nó vẫn còn là một vết thương gây đau nhức, cần tới một tầm nhìn xa và sự quan tâm thao thức đúng mức của các nhà lãnh đạo Việt Nam trong tương lai...

Trở lại cuốn *Vòng Đai Xanh*, tôi đã có dịp hoàn tất cuốn sách này trong thời gian làm Y sĩ trưởng của Liên Đoàn 81 Biệt Cách Dù. Sách xuất bản năm 71 với nội dung bị nhiều cắt xén đáng kể, một phần do chính tác giả và một phần do phối hợp nghệ thuật của Bộ Thông tin. Và rất tiếc sau 75 bản thảo gốc nguyên vẹn cũng đã bị thất lạc...

Nhân vật chính của *Vòng Đai Xanh*, ngôi thứ nhất. Và như anh thấy, cái tôi của *Vòng Đai Xanh* không phải là cái tôi của tác giả, nhân vật là một họa sĩ tài hoa – rất giống họa sĩ Nghiêu Đề bạn tôi, nhưng khác là anh ta bỏ vẽ bước sang nghề báo để rồi bị lôi cuốn sâu vào suốt tấn thảm kịch của miền Đất Hứa Cao Nguyên... Thường thì độc giả hay có khuynh hướng đồng hóa cái tôi trong tiểu thuyết với tác giả. Mới đây tôi nhận được thư người học trò cũ bên Úc lần đầu tiên được đọc cuốn *Vòng Đai Xanh*, như một khám phá em không ngờ thầy còn là một họa sĩ. Như anh thấy, tôi rất thích hội họa, có bạn là họa sĩ nhưng chưa bao giờ biết vẽ tranh. Đến nhân vật nữ có tên là cô Như Nguyện, không hiện diện nhưng thấp thoáng trong suốt cuốn sách có thể coi là phần hư cấu của tiểu thuyết.

NMT: Nếu có một tuyển tập viết về chiến tranh Việt Nam với sự hiện diện từ nhiều phía, liệu anh có tham dự không nếu được lời mời? Sẽ từ chối hoặc chấp nhận? Xin cho biết lý do?

NTV: Câu hỏi của anh khiến tôi liên tưởng tới những sự kiện xảy ra quanh cuốn sách *The Other Side of Heaven* mới ra mắt gần đây: đúng là một cuốn sách viết về chiến tranh Việt Nam với sự hiện diện từ nhiều phía, có cả giọt nước mắt thứ ba nói theo chữ Nguyễn Mộng Giác, gồm một số nhà văn thuộc miền Nam trước đây... Vắng mặt có nghĩa là không có tiếng nói và bị lãng quên.

NMT: Đã có nhiều người viết về chiến tranh Việt Nam: Mỹ có, Bắc Việt Nam cộng sản có và dĩ nhiên có cả những người cầm bút Nam Việt Nam. Có người cho rằng tiếng nói từ phía Nam Việt Nam ít có tiếng vang trên văn đàn quốc tế, do số hiếm hoi những tác phẩm được dịch ra tiếng Anh hay nếu có những tác phẩm viết thẳng bằng tiếng Anh cũng ít gây được thành công đáng chú ý.

NTV: Theo tôi ngành xuất bản Mỹ bị chi phối bởi quy luật kinh tế thị trường. Các chủ nhà xuất bản Mỹ họ rất bén nhạy biết đâu là phần đầu tư mang lợi nhuận lại cho họ. Với bức màn tre bưng bít và tuyên truyền trong bao nhiêu năm, hình ảnh người lính Bắc Việt mang danh là quân đội nhân dân ấy được nhiều người Mỹ trước đây coi như huyền thoại. Độc giả Mỹ có nhu cầu muốn biết chân dung kẻ thù Bắc Việt ấy ra sao mà lại có khả năng đánh bại cả nước Mỹ? Trong khi đó họ đâu cần tìm hiểu về người lính Việt Nam Cộng Hòa đã từng được báo chí Mỹ mô tả với đầy những nét tiêu cực trong suốt cuộc chiến tranh Việt Nam – và cũng như biện minh một phần cho sự thất trận của họ. Nói rộng ra, những sản phẩm văn học nghệ thuật đến từ Bắc Việt Nam kể cả thơ, hội họa, điêu khắc không nhất thiết phải thực sự có giá trị nhưng chắc chắn vẫn còn sức hấp dẫn đáp ứng thị hiếu của quần chúng Mỹ trong một thời gian nữa.

Nói như vậy không có nghĩa quần chúng thưởng ngoạn Mỹ không biết đánh giá những tác phẩm văn học nghệ thuật có giá trị của phía Nam Việt Nam, nhưng rõ ràng là có những bước khó khăn hơn về phương diện marketing để có những sản phẩm có thể đến tay họ. Tôi vững tin rằng khi mà Hội chứng Việt Nam qua đi đối với dân chúng Mỹ, thì một tác phẩm nghệ thuật có giá trị cho dù từ phía nào vẫn có chỗ đứng xứng đáng của nó.

NMT: Sự sụp đổ của chính quyền năm 75 tại Nam Việt Nam đã có ảnh hưởng nào trong đời sống thực và đời sống văn chương của anh?

NTV: Từ những cuối năm 60, tôi đã không có ảo tưởng nào về một dứt điểm bằng sự thắng trận của miền Nam. Không phải vì một đối phương quá mạnh mà là sự suy yếu do quá trình tự hủy của xã hội miền Nam. Ngay từ trang đầu tiên của cuốn *Vòng Đai Xanh* tôi đã có ngay một nhận định về cuộc chiến tranh Việt Nam lúc đó, rằng *"khi người Mỹ đã bước qua giai đoạn cố vấn thì ai cũng hiểu rằng đây là một cuộc chiến tranh của họ, một cuộc chiến được nuôi dưỡng và giải quyết theo quan điểm quyền lợi của nước Mỹ."* Tuy nhiên tôi không thể không bàng hoàng về tấm thảm kịch sụp đổ mau chóng của cả miền Nam khi vẫn còn một triệu quân tại ngũ với vững tay súng.

Tôi đã chọn ở lại, để rồi chứng kiến những ngày cuối cùng của những người lính. Thảm kịch không phải trận chiến cuối cùng đã bị thua, nhưng chính là cái nhục và nỗi thất vọng ê chề của những người lính về sự hèn nhát của cấp chỉ huy và giới lãnh đạo của họ. Cũng may mà cuộc chiến ấy đã chấm dứt sớm hơn; bởi nếu kéo dài thêm, chết chóc và tàn phá thêm thì cái kết thúc cũng không thể khác hơn được với phẩm chất của giới lãnh đạo như vậy.

Chia sẻ nỗi khổ với người lính trong chiến trận, chứng kiến nỗi nhục của họ sau đó, giữa một đám người thắng trận nhếch nhác và chẳng hơn gì... Từ đó tôi nhìn tấm thảm kịch trên cả hai miền đất nước. Sống sót qua cơn địa chấn ấy, bảo làm sao mà không có dấu hằn trên cuộc sống thực và cả văn chương?

NMT: Anh là một người lính viết văn. Có người nhận xét rằng anh không viết với đời sống quân ngũ đơn thuần mà chính ở đó là một cái cớ để anh có thể đề cập đến những vấn đề khác, phức tạp hơn có tính cách chiến lược hơn... Theo anh nhận xét ấy có chính xác không?

NTV: Tôi chưa bao giờ nhân danh là một người lính viết văn. Đời sống quân ngũ đối với tôi có ý nghĩa như một hoàn cảnh. Nếu có viết về những hoàn cảnh đó tôi cũng không dừng lại ở đời sống quân đội đơn thuần của những mảnh đời người lính, không phải là không phong phú nhưng đúng như anh nhận xét đó chỉ là cái cớ giúp tôi có một cái

nhìn toàn cảnh của những vấn đề phức tạp khác, đôi khi
tưởng như rất rời rạc và tự phát, nhưng thực ra lại rất kết
hợp trong mối tương quan nhân quả của vận động lịch sử có
tính cách quy luật và chiến lược...

*NMT: Trong cuộc chiến tranh anh phải chịu nhiều gian lao
và lang thang hết từ chiến trường này tới chiến trường
khác. Thế mà chất phẫn nộ được ít thấy. Ngay cả khi anh
viết một bài báo nói lên tâm sự của người lính trận lạc lõng
trong thành phố giữa những cuộc xáo trộn chính trị của
quốc gia. Anh cho biết tại sao?*

NTV: Khi đã chọn lựa, tôi không coi đó là những gian
lao khổ cực. Nếu có thì cũng không thấm gì với những nỗi
khổ cực của những người lính trong chiến tranh và ngay cả
sau chiến tranh, cùng với những hậu quả tang thương đã
gieo rắc trên gia đình họ. Phải sống trong dài đằng những
chịu đựng gian khổ, cả hy sinh chết chóc trong chiến tranh
để phải chứng kiến một xã hội đầy rẫy bất công, ai mà
chẳng phẫn nộ. Chỉ có khác nhau ở phong cách biểu lộ.
Những ngày phép của người lính khi trở về thành phố, hình
như được nhắc tới và diễn tả khá nhiều trong văn chương
miền Nam trước đây: trong phòng trà rạp hát, thường xảy ra
cái cảnh anh ca sĩ hay kép hát bị lôi ra khỏi sân khấu bị
hành hung chỉ vì anh ấy dám mặc đồ rằn ri hát bài ca của
lính mà trong khi anh ta lại trốn quân dịch, vân vân và vân
vân... Tôi hiểu được và rất cảm thông với những người lính
phẫn nộ ấy nhưng theo tôi thì anh kép hát kia cũng chỉ là
nạn nhân. Cách phản ứng mang vẻ phẫn nộ của những
người lính ấy mà tâm lý học gọi là *displacement*, phản ứng
sai chỗ. Thay vì giận cá là cái xã hội bất công, anh kép hát
trốn quân dịch kia bỗng trở thành cái thớt để phải chịu
những nhát chém. Tôi không bênh vực nhưng cũng không
phải là nhà đạo đức để lên án họ, nhưng là người cầm bút
tôi muốn đi tìm những nguyên nhân ẩn tàng thay vì cảm

tính. Anh bảo chất phẫn nộ ít thấy nơi tôi nhưng thực ra có chứ, chỉ có khác ở cách biểu tỏ, và cũng như bao giờ, tôi không ở cả hai phía của sự cực đoan. Ngay khi còn rất trẻ, mới bắt đầu cầm bút, làm phóng viên của một tờ báo sinh viên, tôi vẫn giữ sự chừng mực của những dòng chữ viết.

NMT: Trước 75 anh đã bị ra tòa vì một bài báo. Việc ấy xảy ra thế nào? Anh có thể kể lại cho độc giả?

NTV: Như anh biết, Liên đoàn 81 Biệt Cách Dù là một đơn vị tổng trừ bị mà địa bàn hoạt động chính là núi rừng cao nguyên, nhưng họ cũng lại tỏ ra rất xuất sắc với các trận đánh trong thành phố như ở Cây Thị, Cây Quéo hồi Tết Mậu Thân. Có lẽ vì lý do đó mà năm 71 Trung ương muốn đưa đơn vị thiện chiến này từ cao nguyên về Sài Gòn để đương đầu với các cuộc biểu tình dắt dây kéo dài trong thành phố.

Tôi nhớ lại thì lúc đó cũng là thời gian các toán Biệt Cách Thám sát phát hiện ra con đường mòn Hồ Chí Minh rộng như một xa lộ vận chuyển ngày đêm chạy suốt tới vùng Tam Biên. Nó đã như mũi dao nhọn đâm vào cổ vùng địa đầu chiến lược cao nguyên lúc bấy giờ. Từ Phủ Tổng thống xuống đến Bộ Tổng Tham mưu, không thể không biết sự kiện này.

Cũng mở một dấu ngoặc: cho đến bây giờ tôi cũng không hiểu được tại sao, lúc ấy đã không có một nỗ lực nào, kể cả phía người Mỹ với thừa thãi B52, nhằm thanh toán mục tiêu chiến lược ấy.

Liên Đoàn 81 BCD được gọi về Sài Gòn trong bối cảnh ấy. Thay vì là rừng xanh, những người lính dũng cảm bị cầm chân ở trong sân Tao Đàn, phía sau Phủ Tổng thống, bên hông Hội Kỵ mã. Họ bơ vơ lạc lõng, như những con thú hoang về thành. Họ được giao cho mặt nạ lưỡi lê cắt xé đàn áp những cuộc biểu tình. Nhưng trong đám biểu tình ấy họ là ai: có thể là những thanh niên sinh viên lý tưởng hăng say, đám cô nhi quả phụ đói khổ hay chính những thương phế binh – những người anh em què cụt đã từng cầm súng sát cánh với họ chiến đấu.

Trấn đóng giữa trái tim Sài Gòn, chìm khuất giữa những buildings cao dập dìu đĩ điếm, nằm kế bên Hội Kỵ mã lúc nào cũng nhởn nhơ những con ngựa giống với từng bờ mông láng nhẫy. Bỗng những người lính ý thức được rằng, trên đời này không phải chỉ có cuộc chiến tranh buồn thảm làm họ điêu đứng, mà hơn thế nữa ngay giữa quê hương này, chỉ ngay bên kia vòng rào vẫn còn một xã hội trên cao, lộng lẫy sáng choang và thản nhiên hạnh phúc. Cái thế giới khác xa họ, chỉ có ngào ngạt hương thơm và hưởng thụ thừa mứa. Của một đám người kêu gào chiến tranh nhưng lúc nào cũng ở trên và đứng ngoài cuộc chiến tranh ấy.

Mặt Trận Ở Sài Gòn là tên một truyện ngắn viết trong bối cảnh ấy với phần kết là giây phút phản tỉnh của người lính với ý thức rằng ngoài cái chiến trường súng đạn quen thuộc, họ còn phải đương đầu với một trận tuyến mỏi mệt hơn – đó là cảnh thối nát bất công của xã hội. Rằng không phải ở chốn biên cương xa xôi mà chiến trường thách đố của họ là ngay ở Sài Gòn.

Truyện ngắn ấy đăng trên tập san Trình Bầy số 34 và dĩ nhiên báo bị tịch thu. Tác giả và chủ báo bị truy tố ra tòa vì tội danh làm lũng đoạn tinh thần quân đội và làm lợi cho cộng sản. Lúc đó tôi đang cùng đơn vị trở lại hành quân trên cao nguyên. Tôi nhận được trát tòa về Sài Gòn, đứng trước vành móng ngựa trong quân phục như một bị can. Dù với đủ nghi thức của chốn pháp đình nhưng tôi thấy mình đang ở trong một vở kịch mà các diễn viên từ ông chánh án tới công tố viên, không ai còn tin gì ở vai trò của mình. Báo chí theo dõi vụ án kể cả báo quân đội, với các bản tin và bài bình luận. Đưa tới cái tình cảnh đảo ngược, trước dư luận phía khởi tố là Bộ Nội Vụ nay trở thành bị can. Rồi chính quyền lúc đó cũng thấy chẳng có lợi gì để kéo dài thêm cái trò chơi giả dân chủ đó nên vụ án kết thúc nhanh chóng bằng bản án treo cho người viết và một số tiền phạt lớn đối với tờ báo.

NMT: Thời chính phủ Việt Nam Cộng hòa có kiểm duyệt và có biện pháp cứng rắn với báo chí ấn loát phẩm. Với chính quyền cộng sản còn chặt chẽ và tàn bạo hơn nữa. Vậy hỏi anh, bây giờ ở hải ngoại thì sao? Có sự kiểm duyệt nào không chính thức nhưng rất ảnh hưởng như nhiều nhà văn đề cập đến?

NTV: Ban đầu tôi hơi ngạc nhiên về câu hỏi này, có một chế độ kiểm duyệt ở hải ngoại sao? Nhưng rồi tôi hiểu ý anh, rằng tuy sống ở một xứ sở tự do nhưng người cầm bút vẫn phải thường xuyên chịu áp lực của đám đông, của những người đồng hương ty nạn ở bên này. Cực đoan thì áp lực ấy là súng đạn dập tắt ngay tiếng nói của người cầm bút. Ít bạo động hơn thì là những bài báo, bài phát thanh phê bình nặng nề, gán ghép cho màu sắc chính trị và tệ hơn nữa là thái độ chụp mũ xô người viết về phía bên kia... Nhưng theo tôi, nếu tin tưởng ở điều mình viết, tin ở lẽ phải với một cái tâm lành, không ác ý hại ai, thì tại sao phải sợ và chịu ảnh hưởng. Và có để cho bị ảnh hưởng hay không là do nơi khí phách của nhà văn.

Nhìn vào sinh hoạt báo chí Việt ở hải ngoại, thực tế vẫn có những hình thái kiểm duyệt tinh vi. Một là qua ảnh hưởng liên hệ tới sự sống còn của tờ báo: cắt và không cho quảng cáo. Đe dọa ấy là có thật khi nó phát xuất từ những tập đoàn có thế lực về tài chánh kinh tế. Nhưng không phải chỉ có trong phạm vi cộng đồng non trẻ Việt Nam mà ngay cả giới truyền thông Mỹ cũng không thoát được sự chi phối của các thế lực tư bản. Hai là độc quyền nắm lấy tờ báo chỉ để phổ biến những bài và quan điểm của riêng mình, nhân danh tự do dân chủ nhưng lại giành độc quyền chỉ trích và đồng thời ngăn chặn không chấp nhận đối thoại từ một tiếng nói khác trên cơ quan ngôn luận của mình.

Trong cuộc sống, ngay giữa xã hội Mỹ tưởng là tự do nhất, lựa chọn một thái độ nào cũng có cái giá phải trả của nó. Tôi suy nghĩ nhiều về trường hợp một Phan Nhật Nam, một Như Phong, một Doãn Quốc Sỹ... với một quá khứ rất dày, tranh đấu trong tù đày trung bình không ai dưới 10 năm, nếu chết trong tù họ có thể được vinh danh như anh hùng, nhưng chẳng may – chữ của nhà văn Thảo Trường, họ sống sót ra được tới ngoài, họ cũng dễ dàng bị vùi dập như bất cứ ai nếu như phát biểu của họ không rập khuôn như một số người ở bên ngoài mong muốn.

Không còn rõ ràng trắng và đen như khi ở trong tù, ra ngoài bước vào một vùng xám giữa những tiếng hoan hô và đả đảo, chặng đường đi tới của họ bỗng trở nên phức tạp và khó khăn hơn nhiều... Và như vậy không bao giờ và ở đâu có một chỗ trú ẩn an toàn cho người cầm bút. Một nhà văn khi lựa chọn một thái độ, ở hoàn cảnh nào cũng vẫn là một thử thách.

NMT: Tới bây giờ lằn ranh quốc cộng vẫn còn hiện hữu ở một số người trong suy nghĩ và hành động. Riêng anh thì sao? Có khi nào anh có cảm tưởng mình là một loài chim báo bão, với linh cảm đi trước thời gian về một số biến cố bi thảm cho dân tộc chúng ta?

NTV: Anh muốn nói tới lằn ranh nào: sông Bến Hải, vĩ tuyến 38 hay bức tường Bá Linh? Có thực sự còn một chế độ cộng sản giáo điều hay chỉ là một chế độ độc tài quan liêu tại Việt Nam hiện nay. Chủ nghĩa cộng sản đã cáo chung, mô thức tư bản cũng chẳng phải là mẫu mực cho một Việt Nam bước vào ngưỡng cửa thế kỷ 21. Nhìn về những con rồng Á châu, Đài Loan, Nam Hàn, Tân Gia Ba... mô thức nào gần gũi với Việt Nam nhất? Có một lằn ranh rất rõ giữa dân chủ và độc tài, phải kể cả thứ độc tài của những người tự nhận là quốc gia nhưng xem ra không kém tính bạo động so với người cộng sản trước đây. Người cầm bút không đứng về phía nào của lằn ranh giả tạo ấy, họ hướng về tương lai, nếu không được là tiên tri thì họ cũng không phải là sức cản cắt xé những giấc mơ Việt Nam.

NMT: Viết văn anh có nghĩ mình đứng phía bên này chống đối phía bên kia không? Nhà văn còn phải là nhà chiến sĩ, có phải?

NTV: Tôi thích câu nói bình dị gần như mộc mạc của Hoàng Khởi Phong phát biểu trong cuộc phỏng vấn của anh ở báo Thế kỷ 21: Nhà văn nhiêu đó đủ rồi. Không cần phải gắn thêm một nhãn hiệu hay bất cứ cụm từ nào khác cho người cầm bút. Các cuộc tranh cãi tốn nhiều giấy mực: vị nghệ thuật hay nhân sinh, dấn thân hay viễn mơ... đều có tính khiên cưỡng và cũng không giúp gì cho cả người viết lẫn người đọc. Từ những dòng chữ viết ra, dù muốn hay không cũng được hiểu như là thái độ lựa chọn của nhà văn, mà sự độc lập và tự do là yếu tính và đồng thời cũng là nhân cách của người cầm bút.

NMT: Anh nghĩ gì về giao lưu văn hóa? Một chiều, hai chiều? Ở bây giờ và trong tương lai?

NTV: Một chiều hay hai chiều, chúng ta không cần tới những viên cảnh sát giao thông ấy ở cả hai phía. Yếu tính văn học nghệ thuật là sự tự do cho nên mọi hạn chế từ bất cứ phía nào cũng đáng bị lên án. Cho xuất bản ở hải ngoại những tác phẩm bị cấm đoán ở trong nước không phải chỉ để phục vụ lớp người đọc hạn chế ngoài Việt Nam, mà bằng các phương tiện truyền thông hiện nay một phần có thể đưa tới tầng lớp độc giả trong nước. Ai cũng thấy tự do văn nghệ không phải là tặng vật chờ nhà nước ban cho, có

một cái giá phải trả của người cầm bút ở bất cứ đâu khi họ
có một thái độ lựa chọn.

NMT: Anh có đọc những tác phẩm xuất bản ở trong nước?
Và anh có thể cho một vài cảm nhận tổng quát?

NTV: Trước 75, ngay thời sinh viên và cả về sau này,
tôi vẫn có ý tìm đọc các sách báo ngoài Bắc, trong đó có
sách văn học. Trong một chừng mực nào đó, công bằng mà
nói, họ thực hiện được một số những công trình nghiên cứu
khoa học xã hội tốt do tính làm việc của tập thể và được sự
hỗ trợ phương tiện trực tiếp của nhà nước. Gạt sang một bên
cái quan điểm nghiên cứu được mệnh danh là Maxít-
Lêninít, thì trong những bộ sách lớn ấy là những kho tư liệu
quý giá cho những công trình nghiên cứu khách quan trong
tương lai.

Nhưng về phương diện văn học mà căn bản là tính sáng
tạo, chúng ta thấy rất rõ một thế hệ các văn nghệ sĩ tiền
chiến và những người tiếp nối sau này, do bị tính khiên
cưỡng hiện thực xã hội chủ nghĩa, đã giết chết tài năng của
họ. Phải sáng tác trong sự trói buộc, phải có tính đảng, nên
không ngạc nhiên khi chỉ thấy một thứ văn chương phải
đạo, cả một vườn cúc vạn thọ như nhà văn Phan Khôi trong
nhóm Nhân Văn - Giai Phẩm đã phát biểu.

Gần đây, ở trong nước người ta nói tới Đổi Mới rồi Cởi
Trói cho các văn nghệ sĩ. Tôi thích câu nói của nhà văn Mai
Thảo khi phát biểu về hiện tượng này: *nghệ sĩ nhà văn đâu*
phải là thứ heo gà mà nói chuyện trói mở. Nhưng ở đâu thì
cũng có những người cầm bút dũng cảm, hoặc lập thành
phong trào như Nhân Văn - Giai Phẩm, hoặc những cá nhân
riêng lẻ. Cho dù không thành công nhưng họ là một thứ ánh
sáng nơi cuối đường hầm, nuôi dưỡng hy vọng và những
mầm mống phản kháng sau này.

Trong cuốn sách *Viết cho Mẹ và Quốc Hội*, do nhà Văn Nghệ mới xuất bản, có đoạn nói tới cuộc họp mặt "Anh em Câu lạc bộ (*những người kháng chiến Nam bộ cũ*), bốn mươi người làm lễ tưởng nhớ một người của Nhơn Văn - Giai phẩm (*thi sĩ Phùng Quán mới mất 22-01-1995*), xin anh hãy ngậm hờn xem cuộc đấu tranh cho nhân quyền và tự do dân chủ đang được tiếp tục không lơi." (sđd, tr.18). *[Chú thích chữ nghiêng của Ngô Thế Vinh]*

Một mai khi tiến tới được một nước Việt Nam tự do và dân chủ, mọi người không thể quên sự can đảm hy sinh của những người cầm bút. Tôi nghĩ tới một đài tưởng niệm nhóm Nhân Văn - Giai Phẩm ngay giữa thủ đô văn vật Hà Nội, nơi đặt tượng Lênin trước kia, đó sẽ là một biểu tượng của Tự Do Văn Hóa Việt Nam. Nó cũng có ý nghĩa nhắc nhở và thách đố với các nhà độc tài mầm non trong tương lai.

NMT: Theo anh, đã có những thay đổi văn học ở trong nước sau những thay đổi về kinh tế xã hội?

NTV: Đổi Mới chỉ là cách nói của một tiến trình lột xác của các xã hội cộng sản, khi mà chính giới lãnh đạo chủ chốt trong thâm tâm họ không còn tin tưởng gì ở các tín điều. Nhằm mục đích sống còn, họ thay đổi vá víu và pha trộn chủ nghĩa xã hội với kinh tế thị trường, như nước với dầu, cho dù có quấy ngầu lên cũng không thể nào hòa tan. Nhưng cũng thật là ngây thơ – như một thứ *wishful thinking*, về phương diện chính trị nếu chúng ta đòi hỏi hay chờ đợi họ êm thấm trao lại chính quyền cho nhân dân. Nhân dân ấy là ai nếu không phải những tổ chức chính trị có thực lực ngay từ bên trong hay bên ngoài.

Kinh nghiệm Ba Lan ở Đông Âu là điều đáng cho chúng ta suy ngẫm: Walesa lãnh tụ lẫy lừng của Công đoàn Tự do thắng thế phe cộng sản lên cầm quyền, nhưng chỉ 5 năm sau chính người hùng Walesa ấy bị một người cộng sản trẻ không mấy thành tích hạ ngã bằng một cuộc bầu cử dân chủ. Nhưng ai cũng thấy rằng cho dù người cộng sản trở lại cầm quyền thì cũng không thể nào có sự phục hồi của chế độ cộng sản cũ, và chính người cộng sản cũng ý thức được cái xu thế hay tiến trình không thể nào đảo ngược...

Trở lại câu hỏi của anh, nói đến sự thay đổi về văn học trong nước "sau" những thay đổi về kinh tế xã hội. Theo tôi, tuy ít nhưng không phải là không có những nhà văn đi trước Đổi Mới. Từ một phong trào rầm rộ như Nhân Văn - Giai Phẩm bùng lên giữa một thời điểm của thành trì xã hội chủ nghĩa đang vững chắc, tuy bị nghiền nát nhưng đã thực sự gây mầm mống mất niềm tin không phải chỉ trong quần chúng mà chính ngay hàng ngũ cán bộ đảng viên cộng sản. Từ Nhân Văn - Giai Phẩm cho tới những nhà văn, nghệ sĩ phản kháng tiếp theo, họ là những con chim báo bão, thực sự đi "trước" đổi mới và đẩy nhanh tiến trình cáo chung của chế độ cộng sản. Dĩ nhiên tôi không đề cập tới thứ nhà văn công bộc của nhà nước chỉ làm như đổi mới sau khi đã được chỉ thị của đồng chí Tổng bí thư.

NMT: Anh có nhận xét gì về văn học Việt Nam ở hải ngoại? Bi quan, lạc quan? Và phóng chiếu tới một cái nhìn ở tương lai?

NTV: Tại sao lại bi quan? Tôi có thói quen như một méo mó nghề nghiệp, nhìn phần nửa ly nước đầy thay vì nửa ly vơi. Khi ở trong nước, có bao giờ anh nghĩ có thể có một sinh hoạt về xuất bản và văn nghệ thuần túy tiếng Việt đa dạng đến như vậy ở hải ngoại nơi có quy tụ người Việt Nam sinh sống? Rồi báo chí, truyền hình, đài phát thanh tiếng Việt, hầu như tất cả có thể tự phát triển mà không cần nguồn trợ cấp từ chính quyền nào.

Có người bỉ thử về tính chất xô bồ, tính thương mại và trình độ thấp của những sinh hoạt như vậy... Nhưng công bằng mà nói, đó là những sinh hoạt đáng khích lệ cho việc duy trì và phát triển ngôn ngữ Việt ở hải ngoại. Dần dà mỗi ngày chúng ta có những tờ báo, những chương trình phát thanh tốt hơn; những cuốn sách đẹp hơn về hình thức lẫn nội dung thuộc nhiều thể loại, được sáng tác từ hải ngoại hay được đem ra từ trong nước. Rồi tới các buổi ra mắt sách khá đều đặn, đôi khi không phải là hàng tháng mà là hàng tuần, như một truyền thống tốt đẹp tạo mối tương quan giữa tác giả và người đọc. Ấy là chưa nói tới cái tác dụng đòn bẩy của sinh hoạt ấy đối với trong nước.

Với phương tiện truyền thông ngày nay, với computer, với fax modem rồi Internet – sách báo Việt Nam đã bắt đầu lên Internet, thì tôi nghĩ rằng mọi nỗ lực kiểm duyệt bất cứ từ phía nào cũng đều là vô hiệu... Nếu bảo phóng chiếu cái nhìn về tương lai, tôi rất lạc quan. Mạng lưới tiếng Việt trên Internet không thể không có Việt Nam. Tôi lại muốn ví von rằng nếu còn một ông Nguyễn Chí Thiện thứ hai, chắc ông ấy không cần phải cảm tử xông vào tòa Đại sứ Anh để chuyển tập bản thảo; thô sơ thì cũng chỉ cần một diskette nhỏ không phải chỉ chứa tập thơ *Hoa Địa Ngục*, mà còn dư dung lượng chứa hết văn thơ phản kháng của các văn nghệ sĩ trong nước nếu có và dễ dàng để đưa ra ngoài. Còn nếu lên lưới qua Internet... Là một chuyên viên điện tử, chắc anh cũng đã thấy rất rõ cái tương lai phóng chiếu ấy nó như thế nào?

Bây giờ với *Con Đường Trước Mặt* (Bill Gates) ấy, cũng không phải là quá sớm để chúng ta bắt đầu tự hỏi sẽ sử dụng cái tự do thênh thang trên Siêu-Xa-lộ Tin học ấy ra sao? Có lẽ đây sẽ là đợt phỏng vấn thứ hai rất là thích thú của anh năm 2000?

NMT: Anh có nghĩ đang có sự khựng lại trong công việc viết lách của những người cầm bút ở hải ngoại? Nếu có xin anh cho một vài lý do? Nếu không cũng xin anh cho biết lý do tại sao lại nhận xét phủ định như thế?

NTV: Tôi không nghĩ là đang có sự khựng lại trong công việc viết lách của những người cầm bút hải ngoại. Phải chăng người ta có quá nhiều kỳ vọng ở sự xuất hiện của những tác phẩm lớn?

Riêng đối với những người cầm bút, người tới Mỹ sớm nhất là cách đây 20 năm, rồi từng đợt người mới tới trễ tràng sau này, tất cả đều phải khởi sự từ đầu để thích nghi với cuộc sống mới mà thời gian để ổn định ấy phải tính bằng đơn vị năm. Bị bứt rễ ra khỏi quê nhà, tới một nơi hoàn toàn mới và xa lạ, với khoảng thời gian chưa dài và thì giờ mỗi ngày lại eo hẹp: muốn có ngay những tác phẩm vừa vụ hay và lớn, tôi nghĩ là một đòi hỏi quá đáng đối với nhà văn hay người nghệ sĩ nói chung. Theo chỗ tôi biết thì hiện nay không phải không có những nhà văn tài năng tuy không tuyên bố những câu xẻ núi lấp sông nhưng họ đang ẩn nhẫn làm việc dài hạn cho một cuốn sách lớn mà họ hằng ấp ủ. Vả lại kinh nghiệm sau những cuộc chiến tranh, cũng cần một khoảng thời gian lùi lại đủ dài cho những biến cố lắng xuống, trước khi có xuất hiện những tác phẩm lớn, như người họa sĩ phải có *bước lùi – recul* để có cái nhìn toàn cảnh bức tranh lớn mà mình đang định vẽ.

Nhiều người lo ngại cho tương lai nền văn học Việt Nam ở hải ngoại khi mà thế hệ thứ hai chẳng còn bao lâu nữa đã hoàn toàn hội nhập, phần đông quên tiếng Việt, không có nhu cầu đọc sách Việt và cái tình cảnh viết cho ai sẽ là một thứ feedback âm đối với giới sáng tác. Nhưng tôi có ý nghĩ khác, tiếng Việt sẽ vẫn còn trong đời sống cộng đồng Việt hải ngoại và sẽ phát triển hơn khi nó có đối tượng phục vụ cho cả hơn 70 triệu người dân trong nước.

Tôi cũng muốn dùng cái hình ảnh của tờ báo LA Times đưa ra khi ngoại trưởng Mỹ tới Hà Nội sau bình thường hóa bang giao, ông đã biết tìm tới nói chuyện với một Việt Nam tương lai là giới trẻ thanh niên sinh viên. Chứng kiến diễn tiến ấy ngay giữa thủ đô Hà Nội sau 20 năm người Mỹ thất trận, một nhà báo Mỹ phát biểu cảm tưởng rằng bây giờ thì người Mỹ mới thực sự thắng trận chiến tranh ở Việt Nam không bằng súng đạn mà với đội ngũ những doanh nhân với laptop, tự do ra vào Việt Nam để xây dựng một mạng lưới kinh tế thị trường.

Rồi tôi nghĩ tới vai trò của hai triệu người Việt ở hải ngoại. Đã qua rồi thời kỳ tổ chức đội quân kháng chiến, hô hào lập chính phủ lưu vong, mà ai cũng biết là hữu danh vô thực. Sức mạnh đó là tiềm năng khoa học kỹ thuật của một thế hệ trẻ đông đảo các chuyên gia cộng với tiềm năng kinh tế của các nhà doanh thương, chính họ sẽ là đội quân hùng mạnh không phải chỉ để giải phóng mà còn góp phần xây dựng bền vững cho một tương lai Việt Nam của hơn 70 triệu dân chứ không phải một thể chế chính trị nhất thời nào.

Tôi nghĩ chẳng phải là quá mộng tưởng trong một tương lai rất gần, chúng ta sẽ có những cuốn sách, những tờ báo in ra cùng một lúc với ấn bản ở trong nước. Sẽ chẳng còn bức màn sắt bức màn tre nào và nỗ lực duy trì kiểm duyệt bưng bít sẽ trở thành không tưởng. Thư của độc giả đến từ Lạng Sơn hay Cà Mau, gửi ra từ trong nước, sẽ là một khích lệ đối với người viết hay làm báo ở hải ngoại, phải không anh?

NMT: Anh kỳ vọng gì ở văn chương trong đời sống bây giờ không? Và có thấy một cách rất là vô thức cái sứ mệnh cầm bút mà nhiều người luôn trăn trở?

NTV: Đất nước bị phân chia và cuộc chiến kéo dài hơn 30 năm, ngôn ngữ đã bị tận dụng cho những mục tiêu chính trị phân hóa và dối trá nên đã làm cho nó bị kiệt quệ. Chữ không còn mang nghĩa thật của nó nữa. Người ta nói tới tổn thất của chiến tranh về nhân mạng và sự tàn phá vật chất, nhưng theo tôi là sự hủy hoại ngay nơi chính những con người còn sống, đáng buồn là trên cả những đứa trẻ, mà khi sinh ra chúng đâu có thiếu vắng lòng từ, mà sự sa đọa của ngôn từ không thể không là một trong những nguyên nhân. Rồi tôi tự hỏi phải cần bao nhiêu năm nữa mới phục hồi sự trong sáng của chữ Việt? Đây chính là phần tôi kỳ vọng ở văn chương. Tôi nghĩ tới chức năng của nhà văn, bằng những tác phẩm nghệ thuật chân chính đủ sức làm xúc động sâu xa lòng người: chữ và nghĩa trở lại như một thực thể nhất quán, trở lại với chức năng như một nhịp cầu của giao lưu và đối thoại giữa và trong xã hội.

NMT: Một ngày của nhà văn Ngô Thế Vinh?

NTV: Thường thì tôi không có được một ngày như mọi ngày. Nhưng vẫn có thói quen buổi sáng dậy sớm, đọc lướt qua tờ báo xem bản tin tức TV đầu ngày, rồi tới bệnh viện cũng rất sớm, nếu không phải lên thăm trại bệnh, thì tôi có gần một tiếng đồng hồ trong văn phòng thanh lặng để tùy nghi. Tôi có một thời khóa biểu thay đổi, nhưng nói chung thì mỗi ngày có tám giờ bận rộn cho nghề nghiệp. Hạnh phúc, như một cách nói đối với tôi là những giờ buổi tối, trong không khí gia đình, nếu không đọc sách, thì cũng được ngồi trước máy computer viết hay sửa lại những trang sách viết dở dang.

NMT: Anh có dự trù nào bây giờ về công việc cầm bút? Hình như anh đang sắp cho in một tác phẩm? Nếu có thể xin cho biết sơ lược về nội dung của tác phẩm ấy?

NTV: Cũng tình cờ được một anh bạn từ Luân Đôn gửi cho một truyện ngắn đã đăng trên tạp chí Trình Bầy số 34 *Mặt Trận Ở Sài Gòn* viết năm 71, số báo bị tịch thu vì bài báo này và những rắc rối phải ra tòa sau đó như anh đã biết.

Nhân dịp đọc lại bài báo ấy, kể cả những truyện mới viết gần đây với một thời gian cách khoảng khá xa từ những năm 70 tới 90 nhưng vẫn với một nội dung nhất quán. Do đó tôi có dự định đưa nhà Văn Nghệ xuất bản tập truyện này, gồm 12 truyện ngắn: *Mặt Trận Ở Sài Gòn* sẽ là truyện đầu tiên và *Giấc Mộng Con Năm 2000* sẽ là truyện cuối. Tên của truyện ngắn đầu tiên được chọn sẽ là tiêu đề cho cuốn sách, dự trù ra mắt đầu năm 96.

NMT: Anh có hay ước mơ không? Và ước mơ ấy có vượt thời gian và không gian không?

NTV: Qua những kinh nghiệm và đổ vỡ, qua những hoàn cảnh tưởng chừng như mất hết cả hy vọng, ở cái tuổi năm mươi ngoảnh nhìn lại rồi hướng về tương lai, xem ra tôi vẫn còn nhiều mơ mộng: với giấc mộng lớn, giấc mộng con – theo cách nói của thi sĩ Tản Đà. Sau 75, hồi còn trong tù ở Việt Nam, tôi và các bạn mình từng hy vọng từng mơ ước, khi ra ngoài này sẽ làm những gì... Lúc đó tôi không nghĩ trở lại nghề thuốc, mà chỉ ước mơ tới một cuốn sách mình sẽ phải viết. Nhưng rồi tám năm sau, lần thứ hai trở lại Mỹ như một người ty nạn, tôi tạm xếp lại mộng văn chương, để phải qua một khúc sông nếu không bơi thì chìm. Cũng có lúc cũng tưởng như đã chìm đắm trên chính cái dòng sông mà mình đã chọn bước vào. Tôi trở lại ngành y năm 50 tuổi. Theo một nghĩa nào đó, tôi vẫn thích nghề thuốc, nên cũng không quá đáng mà nghĩ rằng đó là trả món nợ áo cơm. Bây giờ tôi đã có thì giờ hơn để nghĩ và làm việc cho cuốn sách ấy...

Câu hỏi ước mơ ấy có vượt thời gian không gian không, làm tôi nhớ tới quan niệm viết tiểu thuyết của nhà văn Nhất Linh, rằng một cuốn tiểu thuyết hay thì đọc bất cứ lúc nào và ở đâu thì nó vẫn hay. Viết cho được một cuốn sách hay và giá trị bao giờ mà chẳng là ước mơ của người cầm bút. Tôi lại muốn dùng hình ảnh một câu thơ của Tản Đà *hai vai gánh nặng con đường thời xa.* Còn đi được bao nhiêu xa thì đó là do tâm và thức cùng bản lãnh của mỗi nhà văn, có phải không anh?

Tôi còn một ước mơ, không hẳn là văn chương nhưng chắc phải là giấc mơ chung với toàn thể những người Việt tỵ nạn ở hải ngoại: đó là sự hình thành một Công Viên Văn Hóa năm 2000. Nếu không sớm hơn thì cũng đồng thời với sự hình thành của Valor Park – Công viên Hào hùng, do người Mỹ thiết lập ở Maryland, một viện bảo tàng của bảy cuộc chiến tranh mà người Mỹ đã tham dự kể từ ngày lập quốc, dĩ nhiên có cuộc chiến Việt Nam. Từ khả năng tới hiện thực, còn một khoảng cách, đó là làm sao đạt tới được mẫu số chung quy tụ lòng người.

Một bác sĩ Mỹ gốc Do Thái bạn tôi khá ngạc nhiên về tỉ lệ cao các nội trú thường trú người Việt tới thực tập nơi bệnh viện chúng tôi đang làm việc. Anh đưa ra nhận định rằng cộng đồng Việt Nam các anh chỉ mới 20 năm mà đã tiến bằng hoặc hơn các sắc tộc Á châu khác tới đây trước cả trăm năm. Rồi khi anh cầm trên tay đĩa nhạc CD-ROM *Con đường Cái quan* của Phạm Duy, đĩa nhạc *Chopin* của Đặng Thái Sơn... anh tiếp, tôi không nghĩ rằng các anh có thể đi vào lãnh vực high-tech sớm như vậy. Và chắc anh cũng đồng ý với tôi rằng đó không phải là một lời khen xã giao...

NMT: Câu chót, xin để nhà văn Ngô Thế Vinh tùy nghi tâm sự với độc giả những điều cần nói thêm?

NTV: Lúc nào thì tôi cũng mong được chia sẻ với bạn đọc qua những trang sách đã và đang viết. Tôi nghĩ tới cả những người đọc ở trong nước.

NGUYỄN MẠNH TRINH
Little Saigon, California 01/1996

ĐOÀN NHÃ VĂN

Mặt Trận Ở Sài Gòn
và Những Giấc Mộng Con

 *Đoàn Nhã Văn, tên thật Lê Tạo sinh tại Nha Trang. Bắt đầu cầm bút làm thơ, viết văn và phê bình văn học từ đầu thập niên 1990 trên các tạp chí văn chương hải ngoại như Văn Uyển, Văn Học, Văn, Hợp Lưu, Văn Học Nghệ Thuật Liên Mạng... Hiện sinh sống và làm việc tại Nam California. Tác phẩm: Bình Minh Đến [thơ, Nxb Ngàn Lau, Hoa Kỳ]; Phác Thảo 15 Chân Dung Văn Học [tiểu luận phê bình, Nxb Văn Mới, Hoa kỳ]*

*

Những năm đầu thập niên 1970, miền Nam nhuộm đầy khói lửa chiến tranh. Tiếng đạn bom vang rền từ khắp nơi vọng về các thành phố lớn. Người ta đọc báo, nghe radio, truyền tai nhau những tin tức nóng bỏng gởi về từ những địa

danh lạ hoắc ở chiến trường. Giữa một xã hội đầy biến động
như vậy, những câu chuyện văn chương, những đề tài văn
hóa dường như bị lấn áp bởi chuyện thời sự nóng bỏng,
chuyện thực tế sôi động trong đời sống hằng ngày. Vậy mà
có một người thuộc giới văn nghệ, hầu như được cả Sài
Gòn, hay nói rộng hơn là cả miền Nam, đều nghe nhắc đến,
bởi tên ông được đăng trên các nhật báo, tuần báo ở Sài
Gòn lúc bấy giờ. Mọi người biết đến ông không phải vì tác
phẩm *Vòng Đai Xanh* của ông vừa đoạt giải Văn Học Nghệ
Thuật toàn quốc 1971, mà biết nhiều đến ông qua vụ hầu
tòa sau khi đăng một truyện ngắn. Và hai mươi lăm năm
sau, 1996, truyện ngắn đã mang ông ra trước vành móng
ngựa ngày nào, nay được dùng làm nhan đề cho tuyển tập
truyện ngắn của ông. Đó là tuyển tập *Mặt Trận Ở Sài Gòn*.
Và nhà văn đó chính là Ngô Thế Vinh.

Mặt Trận Ở Sài Gòn gồm mười hai truyện ngắn, trong
đó có năm truyện ngắn viết trước năm 1975, một truyện
viết năm 1971 và hoàn tất 1981 ở Sài Gòn, sáu truyện còn
lại được viết tại hải ngoại. Sau mấy mươi năm thai nghén,
tác phẩm hoàn thành. Một tác phẩm mang nhiều ước mơ
khác nhau, mà tác giả gọi là những giấc mộng con, qua
nhiều thời kỳ biến động của một đất nước mang hình chữ S,
và của một đời người – một y sĩ quân nhân, một nhà văn khi
còn ở trong nước và một bác sĩ, một lưu dân ở xứ người.

Lớn lên trong thời chiến, Ngô Thế Vinh đã thấy rõ được
những chết chóc không thể tránh khỏi của chiến tranh.
Bước chân vào trường Y, mang trong mình một bầu nhiệt
huyết của tuổi trẻ, ông muốn làm tất cả những gì có thể
được để thay đổi cục diện của chiến tranh, để thay đổi bộ
mặt của đất nước. Vì thế, ông mang trong mình những ước
vọng, không phải của riêng ông mà của rất nhiều người trẻ
trong giai đoạn này: sớm chấm dứt chiến tranh. Khi bước
chân vào lính, đối diện với cái chết từng phút từng giây, ước

mơ này càng trỗi lên mãnh liệt. Cho nên, ông và bạn bè không ngần ngại đổ máu ở chiến trường để tạo một hậu phương yên vui. Ngay cả cái ngày phát giải thưởng văn chương toàn quốc, đáng lẽ ông phải đứng trên bục cao để nhận giải thưởng cho tác phẩm Vòng Đai Xanh, thì ông "vẫn còn lận đận hành quân ở cao nguyên". Đứng trước những gian nguy ở chiến trường, ông đặt niềm tin ở hậu phương. Hay nói cách khác, ông mong đợi một hậu phương "sạch sẽ" từ guồng máy lãnh đạo đến những người dân bình thường. Một hậu phương vững chắc để tạo một thế đứng, một niềm lạc quan cho những người đối diện với thần chết ở chiến trường. Tuy nhiên, sau những phút giây kinh hoàng nơi chiến tuyến, nhìn lại hậu phương, ông thất vọng. Với một số người, hậu phương là nơi chốn để trở về, để giải khuây sau những ám ảnh của đạn bom và nỗi chết. Nhưng đối với ông và bạn bè có tâm huyết, khi nhìn lại hậu phương, nơi ăn chơi đú đởn, nơi buôn lậu dàng trời khiến ông không khỏi đau lòng. *"Âm thanh của những tiếng cười nói ồn ào. Không khí dày đặc khói thuốc và hơi rượu mạnh. Nhạc sống và khiêu vũ. Những người đàn bà dễ dãi."* (Trang 20) đã làm ông nhờm tởm. Một hậu phương như vậy, liệu có xứng đáng cho những người bạn thân đã nằm xuống vĩnh viễn hay để lại những phần thịt xương trên chiến trận? Còn nữa, hậu phương cũng là nơi đầy rẫy cảnh mua quan bán tước, tranh giành quyền lợi trên xương máu của những người lính. Những điều này đã cắt vào tâm khảm ông những vết cắt lút cán, để đời. Vì thế, với thân phận của một người lính, *"ngoài chiến trường súng đạn quen thuộc, họ còn phải đương đầu với một trận tuyến khác mỏi mệt hơn – đó là cảnh thối nát bất công của xã hội mà dân tộc đang phải hứng chịu trong tối tăm tủi nhục."* (Trang 25). Nhiều lúc, họ bị điều động về từ những chiến trường xa xôi để bảo vệ những chiếc ghế danh lợi hẹp hòi, những vị kỷ nhỏ nhen.

Ôi, làm sao không thương người lính, làm sao không thấy họ lẻ loi tội nghiệp khi từ giã núi rừng *"để trấn đóng ngay giữa trái tim Sài Gòn, chìm khuất giữa những buildings cao dập dìu đĩ điếm, nằm kế bên Hội Kỵ mã lúc nào cũng nhởn nhơ những con ngựa giống với từng bờ mông láng nhẫy."* (Trang 24) Vì thế, ông cảm thấy thiếu vắng những "chiến sĩ xã hội", những người làm cho xã hội tốt hơn, sạch hơn. Ước mơ của ông tuy nhỏ nhoi, bình thường nhưng quả khó thực hiện, bởi ông chỉ là một con ốc nhỏ nhoi trong một guồng máy chiến tranh khổng lồ. *"Từ ba mươi năm nay, đã và đang có quá nhiều anh-hùng-của-chiến-tranh trong khi lại quá thiếu vắng những chiến sĩ xã hội. Vậy phải lựa chiến trường nào? Rằng không phải chỉ ở chốn xa xôi biên cương mà đích thực chiến-trường thách-đố của họ phải là ở Sài Gòn."* (Trang 25). Những mơ ước về một xã hội tốt đẹp hơn trong tương lai, từ một trái tim nóng bỏng của người lính với những nhịp đập thiết tha vì công cuộc chung, đã bị bóp nát từ trong trứng nước. Rốt cục, ông phải đi hầu tòa vì truyện ngắn này.

Cuộc sống yên bình vốn đã đa dạng; cộng thêm với chiến tranh, đã tạo nên một môi trường cho lũ thò lò xuất hiện. Những con thò lò có mặt trên từng cây số của đất nước, dưới bất kỳ bộ áo nào. Hãy nghe Ngô Thế Vinh viết rất ngắn về một trong những con thò lò muôn mặt này, để thấy rằng, hậu phương có những chiến sĩ xã hội, nhưng là một thứ giả tạo, mang màu sắc biến đổi của những chú kỳ đà. *"Lẫn trong đám sinh viên, ông bác sĩ nhân sĩ vẫn lăng xăng cầm cuốc đào bới và luôn ngửa mặt cười cho người nhà chụp hình. Mấy hôm nữa đây, khuôn mặt xã hội của ông xuất hiện tràn ngập trên mặt báo Sài Gòn, và dĩ nhiên không thiếu những chi tiết trên tờ báo riêng mang tên ông."* (Trang 76).

Cuộc chiến mà ông ghi lại có nhiều cảnh cười ra nước mắt. Một gia đình có người con trai và đứa cháu. Một đứa "nhảy núi", đứa kia theo lính "Cộng Hòa". Trong một cuộc đụng độ, hai anh em bắn nhau. Mỗi người gãy một chân. Nước mắt người cha lưng tròng, cũng như Mẹ Việt Nam nhỏ lệ suốt hơn 4000 năm trôi nổi. *"Những cẳng chân bị đạn bắn gãy nát của lũ con cháu khiến ông nghĩ tới sự gãy đổ của cả một gia tộc, mà với ông gia tộc là trọn vẹn hình ảnh quê hương đất nước."* (Trang 80). Dù không nói ra bằng lời, nhưng ông đã cho người đọc thấy được đây là một cuộc chiến tranh không cần thiết phải có. Một cuộc chiến mà người ta nhân danh, người ta tô son, mạ vàng, để rồi cuối cùng *"dù là gốc Bắc hay Nam, cùng nhân danh giấc mơ Việt Nam, khoác thêm một nhãn hiệu và đang lăm lăm cầm súng, AK hoặc M16 như các đồng bạn khác – để có thể là đêm nay trong tầm tã của cơn mưa ngã cây lở núi, đang sợ hãi thất lạc trong hoang vu của núi rừng Tây nguyên, bên chân dãy Trường sơn mò mẫm rình chờ lùng kiếm hạ ngã nhau như những con thú."* (Trang 67-68).

Viết về chiến tranh, Ngô Thế Vinh viết bằng lối văn mạch lạc, khúc chiết, gãy gọn. Vì thế ông đã lôi cuốn người đọc ngay từ những trang đầu của tập truyện. *Nước Mắt Của Đức Phật* là một trong những truyện hay của tập truyện này. Truyện kể lại cuộc xâm nhập của một toán Biệt Cách, nhảy vào trận địa, tạo những nút chặn, gây rối loạn ngay từ tuyến sau của các đơn vị địch quân. Toán quân này đã đụng độ, và đã giao tranh ác liệt với số địch quân rất lớn trong một hoàn cảnh hết sức khốc liệt, nan giải. Tàn cuộc giao tranh, hai người lính trong toán dìu nhau đi trên đất bạn, xứ Chùa Tháp. Bảy ngày sau, tại một ngôi chùa Miên bỏ hoang, *"có một người lính công giáo Việt Nam kiệt quệ và đau khổ, quỳ gối bên xác một đồng bạn, mắt đẫm lệ hướng lên vẻ mặt an tĩnh của Đức Phật thành tâm cầu nguyện cho linh hồn người bạn xấu số sớm được giải thoát. Và bên ngoài trời cơn mưa bão vẫn tràn trề.*" (Nước Mắt Của Đức Phật, trang 38). Hình ảnh kết thúc câu chuyện là một hình ảnh bi hùng. Đức Phật chỉ là một sự gián tiếp để nói lên cái cao đẹp, cái bình an mà con người đang nhắm tới. Không còn một sự cách biệt nào trong tôn giáo ở những cảnh ngộ đầy nước mắt như vầy. Các đấng tối cao của các tôn giáo là người luôn hướng dẫn mọi người sống một đời an lành, hạnh phúc, không cấu xé lẫn nhau. Đó cũng là ước mơ của nhà văn Ngô Thế Vinh, và cũng là ước mơ của bao người. Nhưng chiến tranh được điều khiển bởi những tập đoàn quyền lực. Cho nên giấc mộng của những người lính bình thường, hay những người dân thấp cổ, bé miệng khó thành hiện thực. Kết thúc câu chuyện ông viết *"Gió lung lay cả đêm dài vô minh đang bao trùm khắp Á châu lục địa."* (Trang 38). Chữ "lung lay", bản chất không mới, nhưng ông dùng rất hay, trong trường hợp này, tạo cho người đọc thấy cái sầm sập, dữ dội của gió, thấy cái trùng trùng, phẫn nộ của bão. Khi nói lung lay, người ta thường sử dụng trong những hình ảnh có gốc, có rễ, như cây dừa đang lung lay trong cơn gió mạnh, căn nhà đang lung lay trước cơn bão táp, v.v... Hình ảnh cho thấy một phần gốc còn dính lại, và cả thân hình đang lắc lư, đong đưa, nghiêng ngả. Nhưng ở đây là màn đêm. Màn đêm biểu tượng cho cái gì trong thời điểm bấy giờ? Có phải là chiến tranh? Nếu vậy thì cái gốc của chiến tranh ở đâu? Và gió tiêu biểu cho sức mạnh nào để lung lay cái gốc rễ chiến tranh? Mỗi người đọc, ở một vị thế khác nhau trong cuộc chiến, có một câu trả lời khác nhau. Truyện ngắn đã đến con chữ cuối cùng, nhưng chưa thật sự chấm dứt, bởi ông đã để lại những câu hỏi chưa có câu trả lời khiến cho vấn đề không ngừng lại ở đó.

Vì hiểu được bản chất của chiến tranh không bắt đầu từ những người lính, ở cả hai phía, cho nên người lính Ngô

Thế Vinh vẫn luôn mang thông điệp nhân bản trên vai ông, ngay cả ở những phút giây hiểm nghèo nơi chiến trường. Và dù có tạo nên thêm vài tổn thất cho bên kia thì hòa bình vẫn không đến sớm hơn được. Người lính không là gốc rễ chiến tranh thì cũng khó là bắt đầu của một hòa bình. Nhiều truyện ngắn của ông chuyên chở ý nghĩa này. Xin được nêu ra một ví dụ nhỏ nhoi trong suốt bản văn của ông.

"Khi đoàn trực thăng đã thực sự rời xa bãi, tên trung sĩ cận vệ thân tín lên tiếng nhắc tôi và cố nói to: "Em thấy là Hổ Xám quên." "Không, lần này không phải tao quên." Nó nhắc tôi việc gài một trái lựu đạn rút kíp dưới xác người tù binh mới chết phải bỏ lại dưới bãi. Hơn một lần địch đã hành động như vậy và gây cho chúng tôi tổn thất. Nhưng ở lần này thì tôi nghĩ lại rằng cho dù có làm thêm một cạm bẫy xác nữa, gây thêm được một vài chết chóc, không vì thế mà ngày mai Hòa bình sẽ trở lại sớm hơn." (Hòa Bình Không Sớm Hơn, trang 63)

Truyện ngắn "Người Y Tá Cũ" kể về người y tá, tên Tụng, trong quân lực Việt Nam Cộng Hòa. Sau tháng Tư 1975, anh là một trong số rất hiếm hoi những hạ sĩ quan của chế độ cũ được lưu dung để làm việc tại một bệnh viện. Cũng chính nơi đây anh được săn sóc những người chiến hữu của anh, những người đang mang thương tật, sống vất va vất vưởng, không bao giờ được ngó ngàng tới, mà cuộc sống chỉ còn là thoi thóp. Dĩ nhiên anh làm sao ngoảnh mặt, bởi ngoảnh mặt trước niềm đau thì nỗi đau ấy tăng gấp hai. Nó là niềm hạnh phúc của anh, hạnh phúc của một người y tá bình thường sau cuộc chiến. *"Có lẽ suốt cuộc đời còn lại, chẳng bao giờ Tụng có thể quên được những đôi mắt trống vắng lạnh tanh của những người thương binh cũ, còn xa hơn cả sự tuyệt vọng buồn thảm, họ chưa chết hết phần xác nhưng đã chết cả phần hồn. Cuộc sống chỉ là đếm thêm cho mỗi từng ngày."* (Trang 117). Nhưng niềm hạnh phúc mong manh của Tụng cũng bị tắt ngúm. Anh bị sa thải, trở lại quê nhà và tiếp tục cuộc đời ruộng nương thuở trước. Không giúp được bao nhiêu cho chiến hữu thương tích đầy người, nhưng được sống bên Mẹ già cũng là niềm hạnh phúc mới, dù rất nhỏ nhoi, của anh. Niềm hạnh phúc nhỏ nhoi đó không kéo dài được bao lâu thì tai vạ ập tới. Giữa đời sống dân thường, giữa ruộng nương chất phác, *"đang miên man giữa cái hạnh phúc của đất và người, bất chợt bàn chân Tụng đạp lên một vật như thép lạnh cứng – chưa kịp rút chân lại thì "ụp" tiếp theo là tiếng kêu "má ơi!" Cảm giác đau như xé khiến Tụng ngã quỵ, nhìn xuống thì một bàn chân đã đứt rời. Kinh nghiệm chiến trận khiến Tụng nhận ra ngay không phải lựu đạn mà là thứ mìn muỗi chống cá nhân, chẳng biết ai đã ném vô và nằm im trong đám ruộng nhà mình tự bao giờ.... Hòa bình rồi hạnh phúc tính là dài lâu nhưng rồi ra cũng chỉ là tính riêng cho mỗi từng ngày."* (Trang 122). Ước mơ khi còn chiến tranh là được sống trong cảnh thanh bình. Nhưng sau tháng Tư 1975, đất nước tưởng có độc lập, nhưng niềm hạnh phúc cũng chỉ là ngàn cân treo sợi tóc! Niềm vui chỉ được tính từng ngày.

Những ước mơ bình thường của người dân trong thời kỳ chiến tranh bị bóp chết từ trong trứng nước. Niềm hạnh phúc sau khi đất nước thống nhất cũng chỉ là niềm hạnh phúc được tính từng ngày. Tuy nhiên, Ngô Thế Vinh không hề bỏ cuộc. Con đường ông đã vạch ra từ mấy chục năm trước, ông vẫn cứ đi, dù chông gai vẫn đầy rẫy và hố ngăn cách vẫn trùng trùng. Bởi, không có gì ngăn cản một trái tim rộng mở tình thương. Không có gì làm chùn bước một tấm lòng tha thiết với đời. Ở lớp tuổi tri thiên mệnh, làm một lưu dân, giấc mộng con năm 2000 vẫn bừng bừng trong ông như thời mới lớn. Giấc mộng con là làm sao để tạo được một thế đứng cho lớp lưu dân, dựng nên một gạch nối để thắt chặt tình thân và sự gần gũi cho trăm họ đang lìa xa Tổ Quốc. *"... Bước khởi đầu vận động hình thành không phải chỉ là một mái nhà cho Hội Y sĩ, mà bao quát hơn là một Convention Center, một tòa nhà Văn hóa, một viện Bảo tàng, một Công viên Việt Nam. Đó phải là công trình biểu tượng có tầm vóc, sẽ được thực hiện ưu tiên qua từng giai đoạn. Nếu nghĩ rằng ngôi đình là biểu tượng cho cái thiện của làng, thì khu Công viên Văn hóa ấy là biểu tượng cho cái gốc tốt đẹp không thể thiếu cho các thế hệ di dân Việt Nam từ những ngày đầu đặt chân tới lục địa mới của cơ hội này, nó sẽ như một mẫu số chung rộng rãi cho một cộng đồng hải ngoại đang rất phân hóa, giúp đám trẻ hãnh tiến hướng Việt tìm lại được cái căn cước đích thực của tụi nó."* (Trang 154). Ngô Thế Vinh luôn nhìn về phía trước, bởi giá trị của quá khứ là bàn đạp để hướng về tương lai. Vì thế, niềm *"ao ước không phải để có một ngôi đền thờ phụng, mà là một mái ấm của Trăm Họ Trăm Con, nơi ấy sưu tập và lưu trữ những giá trị của quá khứ, nơi hội tụ diễn ra sức sống sinh động của hiện tại, và là một điểm tựa thách đố hướng về tương lai, chốn hành hương cho mỗi người Việt Nam đang sống bất cứ ở đâu trong lòng của thế giới."* (Trang 157). Đây là một giấc mơ đẹp. Giấc mơ không chỉ của riêng ông mà là của rất nhiều người. Một người không nặng lòng với Tổ Quốc, với Quê Hương, không kỳ vọng vào tương lai của lớp trẻ, không bao giờ nghĩ đến những điều này. Từ những dòng chữ đầu tiên, đến những con chữ cuối cùng của tập sách, người đọc thấy lấp lánh một tấm lòng.

Tuy nhiên, chỉ ước mơ, chưa đủ. Ước mơ mà thiếu sự chuẩn bị, thiếu một hướng đi đúng thì những ước mơ này trước sau cũng chỉ là... mơ ước. Ông hiểu như vậy. Và đây, một sự gợi ý, một hướng đi để biến giấc mơ trở thành sự thật của ông. *"Mỗi Y Nha Dược sĩ đóng 2000 Mỹ kim như một phần khấu trừ thuế rất nhỏ trong phần thuế khóa rất lớn mà họ đóng góp hàng năm trên các vùng đất tạm dung đang cưu mang họ, thì với một ngàn người tham gia số tiền hành sự đã lên đến hai triệu đô la tiền mặt, với tiềm năng ấy thì không có việc gì mà Hội Y Nha Dược Thế giới không làm được..."* (trang 146) hay *"Bước khởi đầu đơn giản chỉ một đô la cho mỗi đầu người mỗi năm thì chúng ta đã có hơn một triệu Mỹ kim cộng thêm với hai triệu Mỹ kim nữa của Hội Y Nha Dược, Hội Chuyên gia và các giới doanh thương. Sẽ không phải là nhỏ với ba triệu đô la mỗi năm để làm nền móng khởi đầu cho Dự Án 2000 ấy."* (trang 155)

Đọc đến lối gợi ý để giải quyết những bế tắc đương thời, hay nói rõ hơn là kỳ vọng để biến giấc mộng con thành hiện thực, người đọc có hơi ngờ ngợ với những điều mà ông đưa ra, dù đó là những điều tâm huyết. Với những người dân bình thường, việc quyên góp khó, nhưng dễ. Khó ở chỗ, họ là những người có lợi tức thấp, và dễ ở chỗ, tấm lòng họ luôn rộng mở vì lợi ích cho công cuộc chung. Điển hình qua những lần lạc quyên, đóng góp giúp đỡ đồng bào tỵ nạn, qua những công cuộc đấu tranh chung. Với vài triệu đô la mỗi năm, từ Hội Y Nha Dược, thành quả này có được hay không, thực tế mấy chục năm qua trong cộng đồng người Việt hải ngoại, cho thấy cần phải xét lại. Dĩ nhiên, độc giả vẫn hiểu, *Giấc Mộng Con Năm 2000*, trước sau cũng chỉ là giấc mộng của Chính, tên của một y sĩ trong truyện, hay giấc mộng của Ngô Thế Vinh. Nói một cách khác, đây chỉ là một truyện ngắn chứ không phải một dự án để bàn luận đến sự giải quyết rốt ráo một vấn nạn lớn – hố cách ngăn, chia rẽ, hay lòng người phân tán trong cộng đồng người Việt lưu vong hôm nay.

Xuyên suốt tác phẩm, nhà văn Ngô Thế Vinh rất ít khi nhắc đến hình ảnh của bà Mẹ, những bà Mẹ Việt Nam đúng nghĩa. Tuy vậy, ông có nhắc lại một chi tiết rất cảm động. Một bà Mẹ đã đau với cái đau triền miên của đất nước và lòng rộng mở vô biên, bất chấp "tai vách mạch rừng" của chế độ, một chế độ mà ngay cả cha và con còn chưa thể tin được nhau. *"Hòa bình rồi được có con về là má vui, mặc cho họ nói chi thì nói, cái mừng bắt má dẹp khung hình thằng Ba thằng Tư trên bàn thờ là không khi nào má chịu. Lính ngụy hay không lính ngụy tụi nó vẫn là con Má. Chòm xóm có gia đình nào mà không có con vô lính rồi chết trận, vẻ vang hay không vẻ vang có cái đau nào bằng cái đau của bà mẹ mất con. Họp tổ phường khóm má nói toáng ra như vậy, chịu hay không chịu thì thôi..."* (Người Y Tá Cũ, trang 120). Một vài nét cọ, ông đã tạo nên một bức tranh đẹp, một hình ảnh sắc nét, để lại ấn tượng sâu đậm trong lòng người thưởng ngoạn. Hình ảnh bà mẹ rõ ràng, dứt khoát, sẵn sàng nói những điều muốn nói và nghĩ những điều dám nghĩ nhưng lòng thương con thì bao la, vô tận. Đây là một thành công khác của ông.

Qua *Mặt Trận Ở Sài Gòn*, người đọc thấy Ngô Thế Vinh rất chú trọng tới cách hành văn. Từ trang đầu tới trang cuối, từ những truyện ngắn được viết ở những năm đầu thập niên 70, đến những truyện ngắn mới viết gần đây, tác giả vẫn sử dụng một lối viết gãy gọn, khúc chiết. Câu văn không lê thê để tạo sự "ẩn mật", bùa chú. Câu văn không ngắn củn cởn kiểu chặt khúc, bẻ đoạn, uốn éo chữ nghĩa để làm dáng như một mốt thời thượng. Điều này đã nói lên được sự thiết tha với chữ nghĩa của ông dù ông đã từng phải đối diện với bao nhiêu thăng trầm, dâu bể của đời thường. Xa hơn nữa, người đọc không hề thấy ông phẫn nộ, mà trước sau vẫn bình thản với ngôn từ.

Mặt Trận Ở Sài Gòn mang một niềm khát vọng hướng về tương lai. Hướng về tương lai không phải mơ ước một đất nước có nhiều anh hùng mà là có nhiều chiến sĩ xã hội để hàn gắn những vết thương do lịch sử khắc nghiệt gây ra. Khát vọng đó lấp lánh một tấm lòng của người thầy thuốc, của người nghệ sĩ.

Nhà-văn-thời-cuộc là người sống thực và nói thực lòng mình về những điều đang xảy ra chung quanh. Họ dùng ngòi bút để đẩy cuộc đời đi xa hơn, lên cao hơn. Trong một xã hội nhiễu nhương, họ dùng ngòi bút hướng dẫn quần chúng đấu tranh để tiến tới một xã hội tiến bộ. Trong một xã hội tiến bộ, họ vẫn tiếp tục đấu tranh để khuôn mặt xã hội sáng hơn, đẹp hơn. Không bao giờ họ chịu ngưng nghỉ. Ngô Thế Vinh là một trong số hiếm những nhà-văn-thời-cuộc, hôm nay. Và quan trọng hơn, đáng quý hơn, bao nhiêu năm qua, trước sau, ông vẫn oằn vai với những giấc mộng con.

ĐOÀN NHÃ VĂN

Văn Học, số 170, tháng 6 năm 2000

Vài Nhận Định về
MẶT TRẬN Ở SÀI GÒN

MARK FRANKLAND, Ký giả báo Anh
Đọc *Mặt Trận Ở Sài Gòn*

Mark Frankland sinh năm 1934, nguyên là phóng viên báo Anh, The Observer, từng hoạt động ở Đông Dương (trong chiến tranh Việt Nam), Đông Âu, Liên Xô và cả ở Hoa Kỳ. Là tác giả cuốn hồi ký về cuộc Chiến Tranh Lạnh "Child of My Time: An Englishman's Journey in A Divided World" (Chatto 1999) đã đoạt giải PEN / Ackerley năm 2000 về thể văn tự truyện. "The Patriots' Revolution" (Sinclair-Stevenson 1990) tường trình về sự sụp đổ khối Cộng sản Đông Âu, đã được chọn vào chung kết giải NCR Award. Frankland còn là tác giả hai tiểu thuyết, riêng cuốn "The Mother-of-Pearl Men" được viết từ Việt Nam (John Murray 1985). Ông sống và làm việc ở Luân Đôn, mất ngày 12 tháng 4, 2012. Dưới đây là bài điểm sách ngắn nhưng cô đọng của Mark Frankland sau khi đọc ấn bản tiếng Anh "The Battle of Saigon".

*

'Mặt Trận Ở Sài Gòn' sẽ tạo mối xúc động hay chú tâm cho những ai còn tha thiết tới số phận của Việt Nam. Nó cũng sẽ gây ngạc nhiên cho những ai ít hiểu biết về tâm trạng phức tạp của người dân miền Nam đối với cuộc chiến tranh mà cho đến nay vẫn còn để lại những hậu quả và ảnh hưởng trên số phận của họ.

Trong và cả sau chiến tranh, tiếng nói của người dân miền Nam thường bị lãng quên. Là một phóng viên ngoại quốc trong cuộc Chiến Tranh Việt Nam, tôi có may mắn được nghe phần nào tiếng nói ấy qua phụ tá người Việt của tôi. Nhưng lúc đó thì anh ta đã ở tuổi trung niên với cả gánh nặng gia đình nên đã không thể theo sát tôi đi vào vùng có giao tranh để giúp tôi hiểu biết hơn về những người lính Việt Nam Cộng Hòa, thay vì hiểu sai lạc.

Ngô Thế Vinh đã đặc biệt quan tâm tới tâm trạng của những người lính miền Nam. Trong 'Mặt Trận Ở Sài Gòn' những người lính ấy có cơ hội nói ra và kết quả là tác giả đã phác họa được một chân dung chính trực và nhân bản của những con người ấy giữa cuộc chiến tranh – điều mà lẽ ra phải được thế giới bên ngoài quan tâm thay vì quên lãng.

Đối với các cộng đồng người Việt đang sống lưu vong ở Bắc Mỹ, tác giả cũng đã đề cập tới những tình huống lưỡng nan / dilemmas cả về chánh trị lẫn đạo lý khi mà họ vẫn bị giằng co giữa tình tự yêu quê hương – một quê hương mà họ bị cưỡng bách phải xa rời, cùng với sự đối đầu một nhà nước cộng sản hành xử thô bạo ở trong nước, và rồi cả với sự khác biệt đến đau lòng về phong tục tập quán ngay trong bối cảnh một nền văn hóa xa lạ Tây phương mà họ đang phải sống với.

Cũng trong tác phẩm này, Ngô Thế Vinh vẫn sắc bén và biểu lộ sự cảm thông khi viết về những người cựu chiến binh Hoa Kỳ và cũng nhìn họ như nạn nhân của cuộc chiến tranh không khác gì người Việt. *Mặt Trận Ở Sài Gòn* là một cuốn sách của xúc cảm và khoan dung".

MARK FRANKLAND

TIM PAGE từ Úc Châu
Đọc *Mặt Trận Ở Sài Gòn*

 *Tim Page, sinh năm 1944 rời nước Anh năm 17 tuổi, đi vòng Âu Châu, qua Trung Đông, Ấn Độ và Nepal. Tới đất nước Lào khi đang diễn ra cuộc nội chiến. Tim trở thành phóng viên tự do / free lance cho hãng thông tấn UPI (United Press International). Từ Lào, Tim tới Sài Gòn, làm phóng viên tường trình trực tiếp về cuộc Chiến Tranh Việt Nam liên tục trong nhiều năm cho các hãng thông tấn UPI, AP (Associated Press) và cả các tờ báo lớn như Time-Life, Paris Match. Tim mau chóng trở thành phóng viên nhiếp ảnh nổi tiếng 'mẫu mực' trong suốt cuộc chiến tranh Việt Nam. Với 4 lần bị thương ngoài mặt trận, thêm một lần khác bị thương do 'hỏa lực bạn', Tim trở thành đề tài cho nhiều phim tài liệu. Tim còn là tác giả của 9 cuốn sách: Tim Page's Nam, Ten Years After: Vietnam Today... Tim cũng là người sáng lập hội Indochina Media Memorial Foundation. Tim vẫn không ngừng hoạt động như một ký giả tự do, hiện sống ở Brisbane, Úc Châu và là giáo sư về nhiếp ảnh truyền thông tại Đại học Griffith, Brisbane. Hai tấm ảnh trên mẫu bìa The Battle of Saigon là của Tim Page: một chụp trên đỉnh núi Chu Prong 1965, và một ở Sài Gòn 1968.*

*

Vẫn liên tiếp xuất hiện những cuốn sách viết về Chiến Tranh Việt Nam, tuy nhiên có rất ít sách đề cập tới quan điểm từ miền Nam, từ góc cạnh của những người thất trận nhưng họ đã từng chiến đấu và tin tưởng ở một nền Cộng Hòa miền Nam mới khai sinh.

Ngô Thế Vinh qua kinh nghiệm của một y sĩ trong một đơn vị Biệt Cách thiện chiến đã đem tới cho chúng ta những lý giải và soi sáng về những tình huống lưỡng nan ngoài trận địa. Rồi ông cũng đề cập tới cuộc sống hỗn mang ban đầu của một người ty nạn tạo dựng lại cuộc đời trong sự xa lạ của một miền Nam California, với phấn đấu để trở lại nghiệp cũ giữa một cộng đồng di dân gồm cả nửa triệu thuyền nhân với những khuynh hướng chánh trị phân hóa đa dạng. Một bối cảnh như vậy hầu như hoàn toàn bị lãng quên trong văn học.

Người đọc sẽ thấy mình bị lôi cuốn vào tâm thức của một y sĩ tiền tuyến, của một tù nhân trong các trại tù gulag và rồi đến một người ty nạn bị bật ra khỏi gốc rễ được giải thoát để hội nhập vào một tầng lớp trung lưu Mỹ mới vừa hình thành.

Đọc *Mặt Trận Ở Sài Gòn* để cảm nhận lắng nghe nỗi bâng khuâng của một con người vẫn gắn bó với những cội rễ tinh thần của một quê hương Việt Nam không thể tách rời.

TIM PAGE

PHAN NHẬT NAM
Hòa Bình chưa hề đến, dẫu sớm, hay muộn...
Nhân đọc *Mặt Trận Ở Sài Gòn*

> *Tôi thiết nghĩ phần lớn chiến tranh, đặc biệt đối với những cuộc nội chiến, chỉ khoảng mười-phần-trăm là chiến đấu tích cực, còn đến chín-mươi phần-trăm là cam chịu thống khổ. Arthur Koestler*

Lần tìm đọc cuốn sách đầu đời, *La Vingt-cinquième Heure* của C. V. Gheorghiu mà dẫu với tấm lòng đơn sơ, nông cạn của tuổi thiếu niên, tôi cũng đã có cảm giác xót xa khắc khoải để nhiều lần nói nên lời: Sao con người có thể khốn khổ, đọa đày đến như vậy... khi theo dõi đoạn trường của anh nông dân Johann Moritz dài cùng khổ nạn phận người Đông Âu trước, sau Thế Chiến thứ Hai. Nay ở độ tuổi sáu-mươi, trải qua nhiều cảnh huống bi thiết (của bản thân và của mỗi con người hằng chung sống, gánh chịu nhọc nhằn, chia sẻ tử-sinh), đọc lại những điều tự thân đã viết nên, mở cuốn sách của bạn vừa trao gởi... Cảm giác kia tăng thêm độ sắc, trĩu nặng xuống như khối đá trần ai quá sức người mang vác. Thế nhưng, Con Người-Người Lính luôn bền bỉ mang nặng, gánh chịu. Tôi đọc *Mặt Trận Ở Sài Gòn* trong tình cảnh khó khăn ái ngại, ngậm ngùi này. Bởi, trong cuốn sách không kể câu chuyện văn chương hoa mỹ, chữ nghĩa yên lành mà là... *"Rồi những người lính bơ vơ tự hỏi, cầm súng, họ bảo vệ cái gì đây? Không lẽ cho một con thuyền xa hoa ngao du trên dòng sông loang máu, nổi trôi đầy những xác chết đồng loại... Nhưng bây giờ thì họ hiểu rằng, đã thất lạc và qua rồi sự bình an giả tạo sau những mỏi mệt trở về từ rừng rú. Rằng ngoài chiến trường súng đạn quen thuộc, họ còn phải đương đầu với một trận tuyến khác mỏi mệt hơn – đó là cảnh thối nát bất công của xã hội mà dân tộc đang phải hứng chịu trong tối tăm tủi nhục"* (NTV, sđd trg 24-25). Bạn đã hỏi như thế, tôi đã hỏi như thế, cả một trung đội, đại đội, toàn thể tiểu đoàn lính Nhảy Dù đã hỏi như thế khi từ Bình Đại, Kiến Hòa qua bắc Rạch Miễu về Mỹ Tho, lên xe trở lại Sài Gòn, đổ quân xuống ngã ba Cao Thắng - Trần Quốc Toản với áo giáp, nón sắt, mặt nạ chống hơi ngạt, lựu đạn cay và nghe những lời... Tiên sư chúng mày ăn tiền Mỹ bao nhiêu mà giết thầy - hại đạo... mở đầu cho những viên đá ném tới. Lớp áo lính bốc mùi tanh tanh của bùn và máu dưới hơi nóng hâm hấp mặt trời miền Nam sau cơn mưa giông ẩm ướt rây rây. Tháng 8, 1964. Ngày ấy, bạn và tôi vừa qua tuổi 20.

Cũng khác với cách phân định (dẫu cũng đã quá đỗi cay đắng) theo như lời trích dẫn trên của Arthur Koestler; chúng ta, những Người Lính Miền Nam, cụ thể lính thuộc những đơn vị xung kích, tổng trừ bị – chúng ta gánh hết một lần hai đầu chiếc cân của phận nghiệp nhọc nhằn. Chúng ta không chia sớt được với ai về nỗi nguy nan nơi chiến địa lẫn thống khổ uất hận ở hậu tuyến. Chúng ta gánh đủ và hứng chịu tất cả. Ôi những Người Lính vô cùng cao thượng bởi tính khắc kỷ và sức chịu đựng tưởng như không thật...
"Sau bảy ngày thất lạc trong hoang vu của rừng già, có hai bóng ma (người lính biệt kích nhảy toán của đơn vị bạn) lần mò được vào một ngôi làng đổ nát, người được cõng trên vai gần như đã chết. Và suốt trong đêm hôm đó tại một ngôi chùa Miên bỏ hoang, có một người lính Công Giáo Việt Nam kiệt quệ và đau khổ, quỳ gối bên xác một đồng bạn, mắt đẫm lệ hướng lên vẻ mặt an tĩnh của Đức Phật..."
(NTV, sđd trg 37-38). Họ không những chỉ khẩn cầu thắm thiết cho người bạn chung đơn vị, mà còn thân ái tự nhiên với kẻ nghịch dù phút giờ trước đây, kẻ kia còn đứng về phía đối diện với nòng súng bắn ra những tràng đạn quyết liệt... *"Tên tù binh được đặt nằm dài trên lớp cỏ mịn. Hắn xanh xao cố mỉm cười khi nhìn tôi (người sĩ quan chỉ huy đơn vị biệt kích có danh hiệu Hổ Xám) bước tới. Tôi muốn có phút chuyện vãn và làm một cử chỉ săn sóc hắn..."*
Nhưng sự ác độc không lường của chiến tranh luôn xuất hiện cho dù dưới những hình thái bất ngờ, vô hại nhất... Ngay lúc đó (khi trực thăng tải thương bay đến) không hiểu sao bỗng dưng tên tù binh ngồi bật dậy và hốt hoảng kêu la. Có một cái gì khiến hắn trừng mắt ngạc nhiên và đầy vẻ sợ hãi. Hắn chỉ kịp quơ tay về phía trước níu lấy tôi kêu thất

thanh một tiếng "Anh" và ngã rũ xuống chết tốt. Và với cách tự nhiên do tâm lành sẵn có (của con người tính bổn thiện), người chỉ huy qua chuyện kể của bạn... Ngồi bệt xuống đất bên xác hắn (gã tù binh trẻ tuổi vừa chết), đưa tay lên vuốt mắt, mi mắt còn ấm nóng khép lại dễ dàng. Một cử chỉ mà tôi không thể làm cho thằng em khi nó tử trận ở Pleime (Tây nguyên miền Nam, nơi xảy ra chiến trận lớn mùa Hè 1965 - pnn), xác gói poncho đưa về những năm ngày sau đã thối rình nhưng vẫn được mẹ tôi ôm chầm lấy mà khóc. Và cuối cùng viên sĩ quan có danh hiệu Hổ Xám kia (do kinh nghiệm khôn ngoan, hành vi can trường nơi trận mạc) không thực hiện một mưu định (mà thông thường cả hai bên tham chiến thường ứng xử): Gài một trái lựu đạn dưới tử thi của xác người (tù binh) để lại trên bãi – vì anh có ý nghĩ: *"dù có làm thêm một cạm bẫy xác nữa, gây thêm được một vài chết chóc, không vì thế mà ngày mai Hòa Bình sẽ trở lại sớm hơn."* (NTV, sđd trg 63)

Phải, Hòa Bình không hề tới. Hòa Bình không hề có dấu đã xảy đến một ngày 30 tháng 4, 1975. Hòa bình không bao giờ có đối với những người chưa hề, không hề gây nên bất cứ một hình thức tội ác nào dù nhỏ đến đâu ngoại trừ tấm áo lính của quân đội miền Nam họ phải mặc vào người khi đến tuổi quân dịch. Y tá Tụng có đủ tất cả những tính chất tốt lành nhất của một vị hiền thánh. *"Đã bao lâu rồi, từng làm việc ở trại này (Trại bại liệt - Tổng Y Viện Cộng Hòa), vậy mà sao Tụng vẫn không thể nào cầm được cảm xúc khi chăm sóc những người bệnh liệt trẻ tuổi ấy... Họ thuộc đủ binh chủng, đã cầm súng chiến đấu và ngã xuống từ những địa danh khác nhau. Bây giờ tất cả nằm đây, chết khô dần như những con cá mắc cạn... (Sau 1975) Cho học tập cải tạo tại chỗ bao nhiêu, Tụng vẫn không phân biệt được tính giai cấp với vị trí khác nhau của thương bệnh binh hai phía. Với Tụng thì chỉ có người bệnh mà hắn hết tâm phục vụ.*" Thái độ biểu lộ tính nhân bản phi chính trị này không được chế độ mới chấp nhận nên... Hoàn toàn không được báo trước, giữa buổi sáng đang bề bộn công việc, tắm rửa cho mấy người bệnh liệt (bệnh binh cũ lẫn mới – cộng sản lẫn cộng hòa), Tụng bất ngờ được gọi lên Phòng Tổ Chức cho nghỉ việc. Anh không được phép và cũng chẳng có cơ hội trở lại trại bệnh để nói lời từ biệt với những kẻ tìm thấy nơi anh nguồn sống sót qua tình cảnh tuyệt vọng, cuối cùng. (NTV, sđd trg 117-118) Tụng trở về quê, vùng Bến Tre (nơi khởi đầu của phong trào nổi dậy do Hà Nội dựng nên từ 1960) tính chuyện sống đời bình yên với bà má, trên khu ruộng đã lâu không người chăm sóc... *"Ruộng bỏ cả mấy mùa, mưa rồi nắng, nắng rồi mưa làm đất ruộng khô keo lại cứng như đất sét... Tắc tắc, Tụng luôn tay nghiêng tách lưỡi cày để bớt sức trâu, cảm giác dịu mát thấm vào lòng bàn chân mỗi bước đạp lên tảng đất mới... Đang miên man giữa cái hạnh phúc của đất và người, bất chợt bàn chân Tụng đạp lên một vật như thép lạnh cứng – chưa kịp rút chân lại thì "ụp" tiếp theo là tiếng kêu "má ơi!"... Kinh nghiệm chiến trận khiến Tụng nhận ra ngay không phải lựu đạn mà là thứ mìn muỗi chống cá nhân, chẳng biết ai đã ném vô..."* (NTV, sđd trg 122)

Phải, Hòa Bình không hề có cho y tá Tụng, ở Nam Việt Nam, mà chỉ có cho nhân vật của Sholokhov (sau khi lật đổ chế độ Nga Hoàng với bãi máu gây nên từ cách mạng vô sản, 1917) để được trở về thửa ruộng làng cũ, nhìn trời xanh bên sông Don êm đềm. Hoặc bi thiết – tuy nhiên cũng được gọi là hòa bình, như tình cảnh của Đỗ Phủ trong bài thơ Vô Gia Biệt: ... *Phương xuân độc hạ xử. Nhật mộ hoàn quán khuê. Huyện tại tri ngã chí. Triệu linh tập cổ bề... Ngày xuân một thân cuốc. Chiều thui thủi tát nước. Huyện lại biết tin về. Hạ lệnh đi đập trống.* (pnn phỏng dịch). Thế nên, đối với người Việt Nam... *Hòa bình rồi hạnh phúc tính là dài lâu nhưng rồi ra cũng chỉ là tính riêng cho mỗi từng ngày.* (NTV, sđd trg 122)

Bạn Ngô Thế Vinh thân, mặt trận nơi Sài Gòn hóa ra chưa bao giờ chấm dứt, và cũng không hề chấm dứt. Tình huống hung hãn, sự việc ác độc mở rộng ra khắp miền Nam, đến tận miền Bắc, ở khắp nơi nào có mặt những con người gọi là Người Việt (bất kể người Việt Nam nào) với những bi kịch riêng tư (đúng ra là thảm kịch) không hề nói ra. Và hôm nay ở hải ngoại, nơi Tây nguyên với những người anh em thuộc các sắc tộc Rhadé, Stieng – chốn bạn đã một lần tiên kiến xót xa trong *Vòng Đai Xanh* khi bạn với tôi còn rất trẻ. Hóa ra, Người Viết Văn không có một khả năng nào khác ngoài tấm lòng thấy trước toàn khối Mối Đau.

PHAN NHẬT NAM

Đất Mỹ, 11 tháng 4, 2004.
Ngày Chúa Phục Sinh
Với máu Người Thượng Tây nguyên
đổ xuống...

NGUYỄN MẠNH TRINH
Ngô Thế Vinh và *Mặt Trận Ở Sài Gòn*

Không phải Ngô Thế Vinh chỉ có "Mặt Trận Ở Sài Gòn", "Vòng Đai Xanh", "Cửu Long Cạn Dòng, Biển Đông Dậy Sóng" là những tác phẩm khác của ông chứa đựng những suy tư của một người luôn mang trong đời những giấc mơ. Mà giấc mơ thì bao giờ cũng là những mục đích vời vợi và luôn quá tầm tay với. Với người tích cực luôn nhìn thẳng về đằng trước, văn chương khiến tầm mắt rộng hơn và tâm hồn cũng như trái tim dễ dàng cảm nhận hơn những nét nhân bản.

Dù rằng thực tế có gai góc và những vấn nạn tới bây giờ vẫn chưa có câu trả lời thỏa đáng. Dù rằng những tranh chấp Kinh Thượng đã kéo dài từ bao nhiêu năm trong "Vòng Đai Xanh". Hay dòng sông Cửu Long dần dần bị những quốc gia trên thượng nguồn lạm dụng những đập nước bất chấp công pháp quốc tế kéo theo những tranh chấp biên giới giữa Trung Hoa và Việt Nam trong "Cửu Long Cạn Dòng, Biển Đông Dậy Sóng". Những vấn đề ấy còn nóng hổi trong những trang báo thời sự và lại càng có sức hấp dẫn hơn trong tiểu thuyết Ngô Thế Vinh. Những dữ kiện đã được tiểu thuyết hóa không ngoài mục đích: Đi tìm một giải pháp thỏa đáng cho những vấn đề khó khăn nan giải mà bất cứ một người Việt Nam quan tâm đến đất nước phải để ý.

Chiến tranh Việt Nam đã chấm dứt từ ba chục năm nhưng đến nay vẫn còn nhiều âm hưởng. Có nhiều cách thế nhìn ngắm, mỗi người từ một vị trí có nhận định riêng. Ghi chép lại những thời kỳ ấy bằng những chuỗi dữ kiện cũng là biểu hiện một thời đại đặc biệt của lịch sử. Quá khứ, từ những khoảng cách thời gian, sẽ được nhận thức chính xác hơn. Hơn ai hết, Ngô Thế Vinh là một người trong cuộc. Ông là Y sĩ trưởng của một đơn vị ưu tú dũng mãnh hàng đầu của Quân lực Việt Nam Cộng Hòa. Những trang sách của ông phản ánh đời sống thực, suy tư thực và đầy nét nhân bản. Ở đó không có những khẩu hiệu như những sản phẩm văn chương viết về chiến tranh của những người miền Bắc. Ở trong những điều Ngô Thế Vinh diễn tả, có bóng dáng của một người Việt Nam luôn luôn băn khoăn ray rứt. Một hình tượng của những người cầm bút dấn thân.

Tôi đọc "Mặt Trận Ở Sài Gòn" như một cách hồi tưởng lại một thời kỳ của lịch sử. Mỗi thời, mỗi vị trí, mỗi suy nghĩ khác nhau. Khi còn là sinh viên, học sinh, suy tư khác,

ý nghĩ khác. Nhưng khi vào lính như những bạn đồng trang
lứa thì suy nghĩ khác. Và bây giờ sau chiến tranh, cũng thay
đổi. Càng ngày, càng thấy rõ thân phận của một nước nhược
tiểu. Một cuộc chiến mà những người ở tuyến đầu hy sinh
để cho những người ở hậu phương hưởng thụ.

Nhà văn Ngô Thế Vinh đã kể về trường hợp sáng tác
truyện ngắn "Mặt Trận Ở Sài Gòn", một truyện ngắn đã
gây cho ông khá nhiều phiền phức:

> "… Tôi nhớ lại thì lúc đó cũng là thời gian các toán
> Biệt Cách thám sát phát hiện ra con đường mòn Hồ
> Chí Minh rộng như một xa lộ vận chuyển ngày đêm
> chạy suốt tới vùng Tam Biên. Nó đã như một mũi
> dao nhọn đâm vào cổ vùng địa đầu cao nguyên lúc
> bấy giờ. Từ Phủ Tổng Thống xuống đến Bộ Tổng
> Tham Mưu không thể không biết đến sự kiện này…"

> "… Liên Đoàn 81 được gọi về Sài Gòn trong bối
> cảnh ấy. Thay vì là rừng xanh, những người lính
> dũng cảm bị cầm chân ở trong sân Tao Đàn, phía
> sau Phủ Tổng Thống, bên hông Hội Kỵ mã. Họ bơ
> vơ lạc lõng như những con thú hoang về thành. Họ
> được giao cho mặt nạ lưỡi lê cắt xé đàn áp những
> cuộc biểu tình. Nhưng trong đám biểu tình ấy họ
> là ai: có thể là những thanh niên sinh viên lý tưởng
> hăng say, đám cô nhi quả phụ đói khổ hay chính
> những thương phế binh - những người anh em què
> cụt đã từng cầm súng sát cánh với họ chiến đấu.

> Trấn đóng giữa trái tim Sài Gòn chìm khuất giữa
> những buildings cao dập dìu đĩ điếm, nằm kế bên
> Hội Kỵ mã lúc nào cũng nhởn nhơ những con ngựa
> giống với từng bờ mông láng nhẫy. Bỗng những
> người lính ý thức được rằng trên đời này không phải
> chỉ có cuộc chiến tranh buồn thảm làm họ điêu đứng
> mà hơn thế nữa ngay giữa quê hương này, chỉ ngay
> bên kia vòng rào vẫn còn một xã hội trên cao, lộng

lẫy sáng choang và thản nhiên hạnh phúc. Cái thế giới khác xa họ, chỉ có ngào ngạt hương thơm và hưởng thụ thừa mứa. Của một đám người kêu gào chiến tranh nhưng lúc nào cũng ở trên và đứng ngoài cuộc chiến tranh ấy.

"Mặt Trận Ở Sài Gòn" là tên một truyện ngắn viết trong bối cảnh ấy với phần kết là giây phút phản tỉnh của người lính với ý thức rằng ngoài cái chiến trường súng đạn quen thuộc họ còn phải đương đầu với một trận tuyến mỏi mệt hơn — đó là cảnh thối nát bất công của xã hội. Rằng không phải ở chốn biên cương xa xôi mà chiến trường thách đố của họ là ngay ở Sài Gòn."

Lúc ấy, tình hình chính trị nhiều biến động. Chiến tranh càng khốc liệt thì sự bất ổn ở hậu phương càng làm nao lòng người lính ở tuyến đầu. Tác giả viết lên một sự thực. Thân phận của người lính được viết với sự chủ quan và trung thực của một người trong cuộc.

Tôi có nhiều lần nói chuyện với tác giả "Mặt Trận Ở Sài Gòn". Anh là "nhà văn của những ước mơ" như nhà văn Nguyễn Xuân Hoàng đã viết. Hay, theo chủ quan của tôi, anh là người nuôi nhiều "lý tưởng" trong cuộc sống. Những công việc anh làm, anh để cả trái tim và khối óc vào đó. Viết một cuốn sách, không phải là kể lại những chuyện thuần tưởng tượng. Mà là những đối chiếu với thực tế. Viết "Vòng Đai Xanh", anh đã có bao nhiêu tháng ngày hành quân trên cao nguyên, nghe và thấy biết bao nhiêu chuyện thực của người Kinh người Thượng. Viết "Cửu Long Cạn Dòng, Biển Đông Dậy Sóng", anh đã đến tận nơi, nhìn tận chỗ. Và chúng ta đã được đọc những trang sách ghi chép lại những cuộc du hành thú vị, xác thực, đầy sinh động.

Tôi biết "Vòng Đai Xanh" và "Mặt Trận Ở Sài Gòn" đã được chuyển dịch sang Anh ngữ và đã được xuất bản. Một sự thực là các dịch giả bản xứ chỉ chú trọng và để ý tới các tác phẩm của những người cầm bút ngoài Bắc và trong nước. Hiếm hoi mới có tác phẩm của văn học miền Nam hoặc hải ngoại được chuyển dịch. Hai tác phẩm Anh ngữ của Ngô Thế Vinh có phải là mở đầu cho một thời kỳ khác hơn trước?

NGUYỄN MẠNH TRINH,
Người Việt 20/02/2005

BÙI KHIẾT
Vài Cảm Nghĩ về tác phẩm
"Mặt Trận Ở Sài Gòn"

"Mặt Trận Ở Sài Gòn" là tên một tập truyện ngắn mới nhất của Ngô Thế Vinh do nhà xuất bản Văn Nghệ phát hành năm 1996. Đối với giới văn nghệ, Ngô Thế Vinh là một tên tuổi quen thuộc. Riêng đối với giới Y Nha Dược sĩ, Ngô Thế Vinh là một văn tài được bạn bè mến phục ngoài khả năng sáng tác cùng là tư cách và lối suy nghĩ của ông. Ngay từ thời mới bước chân vào trường Y khoa, ông đã liên tiếp ra mắt độc giả bằng ba truyện dài độc đáo: Mây Bão (1963), Bóng Đêm (1964) và Gió Mùa (1965). Và sau năm ra trường, ông phục vụ trong Lực Lượng Đặc Biệt và giữ chức vụ Y sĩ trưởng Liên Đoàn Biệt Cách Dù. Vào thời gian này, một cuốn tiểu thuyết thứ tư với nhan đề "Vòng Đai Xanh" ra đời. Cuốn tiểu thuyết tạo ra một cơn bão nhỏ. Thứ nhất cuốn "Vòng Đai Xanh" được giải thưởng Văn học Nghệ thuật Toàn quốc năm 1971, vào lúc cuộc chiến Việt Nam đi từ khốc liệt này qua khốc liệt khác. Và ánh sáng hòa bình từ hội nghị Paris bắt đầu lập lòe. Nội dung của cuốn tiểu thuyết đặt nặng vấn đề nổi dậy của đồng bào Thượng tại cao nguyên. Ngô Thế Vinh nhìn vấn đề FULRO như có bàn tay giật dây của ngoại bang và nghĩ rằng cả người Thượng lẫn người Kinh chỉ là nạn nhân của một âm mưu lớn lao.

Ngô Thế Vinh viết văn từ lâu. Ông rất gần gũi và bén nhạy với tình hình chính trị. Trong mỗi truyện của ông là một cái nhìn về đất nước. Thứ hai là sau khi nhận lãnh vinh dự về giải thưởng Văn học Nghệ thuật, Ngô Thế Vinh phải ra tòa. Lý do là ông sáng tác một bút ký ngắn mang tên "Mặt Trận Ở Sài Gòn" đăng trong báo *Trình Bày* số 34 (và nay là tên tập truyện ngắn mà tôi đang viết vài cảm nghĩ). Trong truyện này ông kể lại đám lính của ông đang đi hành quân bỗng bị gọi về Sài Gòn để đi dẹp biểu tình. Bây giờ đám lính phải tập quen với mặt nạ, lưỡi lê, lựu đạn cay và phương cách cắt xé đội ngũ của đám biểu tình. Đám lính Biệt Cách Dù đã bao năm nằm gai nếm mật nơi rừng rú, bây giờ là bầy thú hoang về thành. Lạc lõng bơ vơ. Mà đám biểu tình là những thành phần nào. Thật là lấn cấn. Họ có thể là đám sinh viên quá lý tưởng nghẹn ngào và đau xót theo cơn bệnh của đất nước. Họ là những cô nhi quả phụ lếch thếch cuộc sống đói khổ với vòng khăn tang trên đầu. Họ là những thương phế binh què cụt đã một thời chiến đấu bên cạnh những người lính Biệt Cách. Làm sao lại có thể "giương lê" về phía họ. Giương lê bảo vệ cái gì ngoài con thuyền xa hoa ngao du trên dòng sông máu, cái xã hội xa hoa của một dúm người đó. Sài Gòn của xa hoa và bất công. Mặt Trận Ở Sài Gòn phải là mặt trận hướng về những cứ điểm đen đúa này. Chắc là Ngô Thế Vinh nhắn nhủ như vậy. Và ngày 18-05-1972 Ngô Thế Vinh ra tòa với một đội ngũ luật sư nổi danh như Vũ Văn Huyền, Mai Văn Lễ, Đinh Thạch Bích.

Kết quả ông chánh án Nguyễn Huân Trình vẫn thấy Ngô Thế Vinh có tội phổ biến những luận điệu phương hại trật tự công cộng và làm suy giảm kỷ luật, tinh thần chiến đấu của quân đội, một tập thể mà chính Ngô Thế Vinh là một thành phần trong đó. Tòa phạt án treo 100.000 đồng tiền vạ và bồi thường Bộ Nội Vụ một đồng bạc danh dự.

Mặt Trận Sài Gòn bị tan rã vào phút đó. Phe Ngô Thế Vinh phải tan hàng. Cho đến 30-04-1975, một Mặt Trận Sài Gòn khác lại xuất hiện. Lần này lính tráng có xe tăng, đại pháo từ ngoài Bắc tiến vô. Và lần này chẳng có tòa án, chẳng có luật sư. Con thuyền xa hoa, xã hội trên cao của một dúm người, cả phe chống đối đều chạy giạt... Bây giờ con thuyền xa hoa của lớp người mới còn lớn và rộng hơn nữa. Xã hội trên cao vẫn một dúm người, thay vì đầu trần trán bóng, giờ là nón cối. Và người ta manh nha nghĩ tới một Mặt Trận Ở Sài Gòn lần thứ ba nữa.

Vì câu chuyện này, vào thời điểm đó và cho tới giờ đã có nhiều ngộ nhận có lúc Ngô Thế Vinh bị chụp mũ liên tiếp...

Ngô Thế Vinh sang Mỹ năm 1983. Sau những năm học hành và hành nghề trở lại, ông đã có thì giờ để suy nghĩ. Tôi có nhiều dịp được nói chuyện với ông và trăn trở theo nếp suy nghĩ của ông. Với ông người Việt Nam giết chóc tàn hại nhau chỉ là hiện tượng ở vào một thời điểm trong một hoàn cảnh lịch sử đặc biệt. Con người Việt Nam thương yêu nhau, đùm bọc nhau mới là bản chất Việt Nam. Làm văn hóa hướng về chân thiện mỹ thì phải phát huy bản chất ấy.

Trong "Mặt Trận Ở Sài Gòn" gồm 12 truyện ngắn đều có cái chủ đề đó. Ngô Thế Vinh rất đôn hậu về cái gốc. Ông không hận thù nhưng buồn và thương tiếc. Cảm nghĩ của tôi, Ngô Thế Vinh chấp nhận và cam chịu giữa hai lằn đạn.

Cả hai phía bên này lẫn bên kia có vẻ khó chịu và nghi ngại ông. Bởi ông là nhà văn lấy chính trị làm bối cảnh mà lại viết và trình bày theo lương tâm. Chính cái lương tâm trong sáng từ bi và bác ái đó làm bóng đêm thủ đoạn chính trị bị lộ diện. Như con thú đêm khi lộ diện thì cuồng quẫy chống đối khó chịu.

Một cảm nghĩ nữa của tôi về truyện ngắn "Người Y Tá Cũ". Câu chuyện kể lại một Thượng sĩ Quân y của VNCH là Tụng được cách mạng chiếu cố lưu dung tại Tổng Y viện, chắc là TYV Cộng Hòa. Nhiệm vụ của Tụng là vừa săn sóc thương binh của R của chiến trường K chuyển về. Họ là những thương bệnh binh của những người nghèo khổ. Tụng chưa từng thấy một người nào thuộc giai cấp "đầy tớ nhân dân". Thương bệnh binh VNCH thì trốn chạy hoặc bị đuổi ra khỏi bệnh viện và buồn thay chỉ còn một số thương binh bị liệt thì đành chịu trận nằm lại chờ chết. Cách mạng ruồng rẫy số bệnh binh này và chỉ có Tụng âm thầm chăm sóc những người đó. Dù cách mạng miệng nói một đàng tay làm một nẻo thì Tụng vẫn cố sức mình hàn gắn vết thương của cả hai bên. Với Tụng tất cả chỉ là người Việt Nam. Vậy mà cuối cùng Tụng vẫn bị sa thải về quê sống với mẹ và người vợ chưa cưới. Đã tưởng như vậy là yên thân nào ngờ một tai nạn mìn muỗi còn sót lại trên ruộng cày khiến Tụng cụt mất chân và trở thành tàn phế. Nhưng Tụng vẫn không ai oán, vẫn nghĩ tới mẹ và vợ còn hơn nghĩ về mình.

Câu chuyện buồn và cảm động. Bút pháp điêu luyện. Cái chú ý của tôi là góc trái của tựa đề câu chuyện có ghi "gởi TXD". TXD là ai mà được tác giả ưu ái đến thế. Ngồi nghĩ mãi đoán là BS Trần Xuân Dũng ở Úc Châu. Ngô Thế Vinh viết truyện này như một trần tình, một kiên định lập trường vừa như bày tỏ một hòa giải. Trần Xuân Dũng là cây viết của nguyệt san Tình Thương của trường Y khoa, lúc đó Ngô Thế Vinh là chủ bút. Trần Xuân Dũng có lập trường chống cộng rõ rệt. Với ông cộng quân là kẻ thù. Bạn bè ai cũng biết tính ông Dũng chân thật, ngay thẳng và là một bác sĩ đầy lương tâm. Nhưng trên bình diện chính trị thì Trần Xuân Dũng và Ngô Thế Vinh có những cái nhìn khác nhau.

Năm 1990, BS Trần Xuân Dũng có xuất bản tập thơ nhan đề "Như Sóng Thần Lên" để ca tụng cái hùng khí của Quân lực VNCH trong các trận đánh rực máu lửa với cộng sản. Ông có ưu ái nhờ tôi (Bùi Khiết) viết tựa cho tập thơ này. Với ông Dũng là bạn thân từ thuở thiếu thời. Tôi mến và kính phục ông nhưng có cái nhìn khác đi một chút. Vì vậy trong lời "Vào Đề" tập thơ của ông, tôi viết như sau:

"Trong ông, cũng như trong thơ ông lúc nào cũng có lửa. Lửa bừng bừng từ tim đến óc. Lửa cháy ngập từ trang thơ này qua trang thơ khác. Nếu khi ông buồn thì giọng đậm đặc trong thơ cũng nóng sốt như những giọt acide bỏng cháy khốn khổ. Ông vẽ ra một ranh giới rõ ràng giữa bạn và kẻ thù. Ở đó ông tôn vinh chiến hữu và căm hận kẻ đối nghịch. Khác với Nghiêm Sỹ Tuấn [cũng là cây viết của nguyệt san Tình Thương*] ông ít cần biết về cơ năng lý do của kẻ thù. Ông chỉ thấy phải xốc tới, tiến tới.

Nhiều người trong đó có tôi mến lửa ông, nhưng cũng sợ lửa ông. Bên những hoang tàn đổ nát, bên những nấm mồ hoang lạ tiêu sơ, tôi đã có lần trộm chút lửa đó thắp lên những hàng nhang dài cầu mong sự siêu thoát cho mọi người Việt Nam đã nằm xuống. Tôi nghĩ tác giả cũng chẳng hẹp hòi gì khi thấy người bạn thân của mình trộm đi một chút lửa…"

Lời Vào Đề này cho một tập thơ tranh đấu được tác giả nâng niu cho in kể như là một thân thương rộng lớn. Tôi không biết Ngô Thế Vinh có được đọc lời viết của tôi cho

Trần Xuân Dũng hay không. Song cái mỹ ý "gởi TXD" như là một thông điệp cho hai khuynh hướng đã đến lúc phải suy nghĩ.

Lúc này người Việt Nam cần nghĩ về mình, về tổ quốc và sự phát triển toàn diện. Cơ bản là như vậy. Còn cách nào, lối nhìn nào thì cũng phải đặt trên cơ bản khách quan. Cái khách quan của suy nghĩ, nhưng phải có cái chủ quan thương yêu nhau, thương yêu tổ quốc thật tình thì bài toán của cả thế kỷ mới giải đáp được...

Cảm nghĩ cuối cùng của tôi là văn Ngô Thế Vinh trong sáng, truyện của ông hàm súc. Rất mong độc giả tìm đọc tác phẩm để hiểu lý do nào tác giả cầm bút và lý do nào có sự hiện diện của "Mặt Trận Ở Sài Gòn" ở hải ngoại.

BÙI KHIẾT
Chủ bút Nguyệt san Y Tế 11-1996

HOÀNG VĂN ĐỨC
Các trang viết của Ngô Thế Vinh

Các trang viết của Ngô Thế Vinh là kết hợp của cảm xúc và suy tưởng với những kinh nghiệm đã trải qua suốt thời gian tình nguyện phục vụ trong quân lực Việt Nam Cộng Hòa. Là một quân y sĩ trẻ cho dù sống qua một thời kỳ đau thương nhất của lịch sử Việt Nam và vẫn với một tâm hồn trầm lắng quả là điều đáng ngưỡng mộ. Là một người lý tưởng chiến đấu cho chính nghĩa quốc gia không mang thù hận và là một người yêu nước luôn tra hỏi đâu là ý nghĩa của cuộc sống giữa chiến tranh – phản ánh tư tưởng của Descartes: "Tôi tư duy do đó tôi tồn tại." Tư duy với Ngô Thế Vinh là "biết nói không" với chính thể độc tài quân phiệt và vì thế ông trở thành một người lính viết văn phải ra tòa. Nhưng trải nghiệm này cũng đã tạo sức bật cho sáng tác của nhà văn. Ngô Thế Vinh nhạy cảm và dứt khoát. Có thể đó là điều ân phước. Và chúng ta cám ơn công trình soi sáng chiếu rọi ấy của ông.

HOÀNG VĂN ĐỨC, MD, Sc Dr.

Author of Notebook of Southeast Asia

NGO THE VINH

THE BATTLE OF SAIGON

Short Story Collection

Văn Học Press & Việt Ecology Press - 2020

Front Cover: (1) Soldiers of the 4th Assault Company, 81st Airborne
Ranger Group on the march in the Tha La Xóm Đạo, Trảng Bàng
District, Tây Ninh Province [Source: LĐ 81 BCD]; (2) Chaotic
demonstrations in the streets of Saigon 1968 with children, rocks,
and tear gas grenades. [Source: Tim Page's NAM, 1983].

Published by Văn Học Press & Việt Ecology Press - 2020.
Printed in the United States of America.

ISBN: 9781989993194

To My Fellows of
The 81ˢᵗ Airborne Ranger Group
and to all those who never made it back

An Lộc, the hallowed grounds, resounds the fame
Of the airborne ranger's glorious names
Who made the ultimate sacrifice
To their fatherland they gave their lives

AUTHOR & WORKS

Operation in May 1971 of the 81ˢᵗ Airborne Ranger Group at Dakto launching base, on a reconnaissance mission to track the movements of the North Vietnamese forces along the border all the way to the three border areas: Vietnam, Cambodia and Laos. From left: 1st Lt Nguyễn Sơn, Joint Leader of Reconnaissance Teams; 1st Lt Nguyễn Ích Đoan, Commander of Assault Company 1; 1st Lt Ngô Thế Vinh, Chief Surgeon; 1st Lt Nguyễn Hiền, Intelligence officer.
[private source: Nguyễn Hiền]

*

Ngô Thế Vinh, born in 1941, graduated from Saigon University's Faculty of Medicine in 1968, was a former editor-in-chief of Tình Thương Magazine [1963-1967], a former ARVN Airborne Ranger who served as a Green Beret M.D. during the Vietnam War. A widely renowned writer, winner of the 1971 National Prize for Literature for his novel *The Green Belt*. Ironically he was also penalized for his writing, when he was summoned to the court of law because of the title story of this collection: *The Battle of Saigon*. This short story records the spiritual journey of a soldier who accepts sacrifice and hardship in the struggle for freedom of South Vietnam, a soldier who at the same time longs for a better society in the future.

After 1975, he was imprisoned in different communist re-education camps for three years. In 1983, he arrived in the US, succeeded in becoming an intern, then resident physician in SUNY Downstate New York. Ngô Thế Vinh currently resides in Southern California, is an internist and staff physician at a Long Beach Medical Center.

In Vietnamese:

- *Mây Bão* [Sông Mã, Sài Gòn 1963, Văn Nghệ, California 1993]

- *Bóng Đêm* [Khai Trí, Sài Gòn 1964]

- *Gió Mùa* [Sông Mã, Sài Gòn 1965]

- *Vòng Đai Xanh* [Thái Độ; Sài Gòn 1970; Văn Nghệ, California 1967; Văn Học Press, California 2018]

- *Mặt Trận Ở Sài Gòn* [Văn Nghệ, California 1996]

- *Cửu Long Cạn Dòng Biển Đông Dậy Sóng* [Văn Nghệ, California 2000, tái bản 2001; Nxb Giấy Vụn Việt Nam 2014]

- *Mekong - Dòng Sông Nghẽn Mạch* [Văn Nghệ, California 3/2007, Văn Nghệ Mới 12/2007, Nxb Giấy Vụn, Việt Nam 2012]

- *Audiobook Mekong – Dòng Sông Nghẽn Mạch* [Văn Nghệ Mới, California 2007; Việt Ecology Press & Nhân Ảnh 2017]

- *Chân Dung Văn Học Nghệ Thuật và Văn Hóa,* [Việt Ecology Press 2017]
- *Y Sĩ Tiền Tuyến Nghiêm Sỹ Tuấn, Người Đi Tìm Mùa Xuân,* [Tập San Y Sĩ Việt Nam Canada, Việt Ecology Press 2019]

In English:
- *The Green Belt* [Ivy House 2004]
- *The Battle of Saigon* [Xlibris 2005]
- *Mekong – The Occluding River* [Universe 2010]
- *The Nine Dragons Drained Dry, The East Sea in Turmoil* [Việt Ecology Press & Nxb Giấy Vụn, Vietnam 2016]

- **In Bilingual Vietnamese English:**
- *Mặt Trận Ở Sài Gòn / The Battle of Saigon* [Văn Học Press & Việt Ecology Press 2020]

Contents

Preface by NGUYỄN XUÂN HOÀNG

Ngo The Vinh – No Distance Between The Author and His Work

Readers usually tend to identify an author with the protagonist in his literary work. However, in some instances, the writer's real life makes it appear that he is the negative of his created character. One cannot fault the author for inspiring divergent interpretations. At the same time, neither are readers at fault for projecting one reading or the other.

Of course, no one is naïve enough to believe that the protagonist is the author himself, and that consequently the writer must be seen in each and every action performed by this main character. But this is an issue of concern for the study of literature. Researchers in the field, when discussing the relationship between writer and audience, will be able to bring out more comprehensive perspectives.

Here, I would like to touch upon the case of Ngo The Vinh, where there is no distance between the author and his work Those readers who have had an opportunity to follow his writings – from the first novel entitled *Mây Bão* (Storm Clouds), published in Saigon in the 1960s, to this present collection of short stories, *Mặt Trận Ở Sài Gòn* (The Battle of Saigon), published in California in the mid-1990s – certainly can recognize one fact: Ngo The Vinh in his literary products and Ngo The Vinh in real life are one and the same.

"The Battle of Saigon" consists of twelve stories, half of them created before 1975 and the other half written after that year. In spite of the separation in time, the collection as a whole displays a clear pattern of consistency. The consistency is seen not only between the author and his texts, but also throughout the totality of works, from the first line to the last, which he has written during the last thirty years.

Ngo The Vinh is a writer of dreams, or more precisely, an author of conscience. In Saigon, a year before *Mùa Hè Đỏ Lửa* (the Red Fiery Summer of 1972), inflicted great damage and suffering on Central Vietnam, he wrote in the title story *"The Battle of Saigon"*: *"How can the dreams and aspirations which we hold for a military career manifest themselves only through turning us into security guards for the rich, into a type of highway police directing traffic on the flow of history?... Beside the murderous battlefield familiar to them, they [the soldiers] must confront another frontline, a barricade more depressingly wearisome: the corruption and injustice people are being forced to bear in sorrow and shame."*

One can appreciate the reason why Ngo The Vinh was brought to the court of law, even though a short while before his novel entitled *Vòng Đai Xanh* (The Green Belt) had won him the 1971 National Prize for Literature. Outside of his position as a medical doctor and a soldier, he was also a writer who projected dreams of a better society. He was a soldier ready to fight for his country and to sacrifice himself for an ideal, but he did not want his sacrifice to be misplaced, in support of *"a separate society up above"*, a society that soaked itself in excessive consumption, that belonged to *"a group of people clamoring for war while managing to stay above the fighting or remaining outside of it"*. [1*]

More than anyone else, Ngo The Vinh realized only too well that the thoughts he held amidst the disintegrating society in Saigon at that time were no different from elusive and fragile foam bubbling on the surface of the sea. All the more so then, when he decided to write up those "sacrilegious" thoughts in an atmosphere of intimidation and terror, one must admit, he was a brave person.

In my first novel *Kẻ Tà Đạo* (The Nonconformist), published in Saigon in 1972, I reserved almost a chapter to refer to Ngo The Vinh, as a token of gratitude. I called him "my conscience". And now, more than twenty years later, looking again at this author and at the works he has just written, I find that my thoughts and opinion about him remain the same as before when, on a Sunday morning, we sat together in the popular Givral coffee shop in Saigon talking about the summons that warned him to appear in court because of his short story *"The Battle of Saigon"* published in the journal Trình Bầy (Exposition). My unchanged view of him is reinforced by *"Giấc Mộng Con Năm 2000"* (A Small Dream for the Year 2000), the last story in the collection *"Mặt Trận Ở Sài Gòn"* (The Battle of Saigon), which was written in January 1995. The work

---

1 * In the story "The Battle of Saigon"

demonstrates that Ngo The Vinh has not abandoned the path he previously walked. He has continued to be a social being, a socially-committed writer. Indeed, Ngo The Vinh remains the voice of heart and conscience.

Every dream is merely a dream. Nonetheless, I have always hoped that Ngo The Vinh's small dream will become a reality. I do wish to see that. And I believe that this wish will be fulfilled for Ngo The Vinh and for us.

NGUYỄN XUÂN HOÀNG
Author of The Nonconformist
California, April 1996

THE BATTLE OF SAIGON

reaking camp, our unit prepares to return to Saigon. After another military operation laden with several months of hardship, this move makes the troops quite elated. I should feel the way they do, anxiously longing to go back, back to where my loved ones are waiting, to the city which is virtually unaffected by war and death. But somehow my heart is weary and dispirited. I am tired of all changes, including the anticipated complexities of some new role and responsibility.

Previous vague conjectures have turned into reality – the reality that our prospective battlefield will not be the mountains and forests of the Central Highlands; instead, what we are actually to encounter is a battle in the capital city. The first time our unit returned to Saigon, during the Tet offensive of 1968, it was our task and our accomplishment to wipe out with lightning speed important concentrations of enemy troops. In fact, events which transpired at the subsequently much-mentioned localities – Cay Thi and Cay Queo – made a legend of our Vietnamese Green Beret unit, officially known as the 81ˢᵗ Airborne Ranger Group, transforming us into experts in urban counter-guerrilla warfare. Perhaps our reputation in itself was sufficiently sound a reason for the central government's decision to recall us to the capital where there is an electrified atmosphere predisposing to unrest and demonstrations generated by the anti-government movement.

Tomorrow we will again be in Saigon. Come to think about it, the presently closing mountainous tour of duty marked the fifth time we had set foot in the Central Highlands. Without alteration, every year at the beginning of the wet season, together with fellow ARVN units from the lowland, our unit converged on this mountainous area to encounter big enemy divisions with whom we competed for control of a few denuded hills, control of a road of strategic value running through an uninhabited area.

The Central Highlands, often referred to as this *"Wretched Land"*, filled with unfamiliar place names like Dakto, Chu Prong, Pleime, and Duc Co, and inhabited by forgotten ethnic minorities, became well known thanks to the annual battles that engulfed it in fire and bombs and heaps of corpses. And this year, according to the government's spokesman, the *Dong Xuan* or Winter-Spring campaign alone, at its peak during the rainy season, dealt a devastating blow to the communist fighters. In actuality, the losses for both sides reached a level considered the most horrible since the Second Indochina War had broken out. In the Ngok Tobas area alone, whole battalions of ARVN were wiped out. As for damage to the enemy, taking into account only what happened on Hill 1007 – another name for Fire Base 7 – the figure of three thousand corpses is not at all an excessive estimation, and one that customarily could be heard on the government's radio station. This is to say nothing of the extent of destruction made by hundreds of thousands of tons of bombs being dropped from B-52s day and night along infiltration routes. Furthermore, during this year's rainy season, for the first time ever in the Vietnam War, or in any war for that matter, the U.S. Air Force in order to decimate the enemy's hope for victory resorted to use of the gigantic Demolition Mark, a type of munitions weighing fifteen-thousand pounds and having the destructive effect of a small atomic bomb. No living thing remained in the resulting bomb craters, giant lunar lesions larger than soccer fields. And within this hazardous terrain of tropical forest, fleets of helicopters landed, disgorging soldiers who sacrificed their lives to thrust through the siege laid by enemy troops. It will be many more months, perhaps until the wet season next year, before we dare return to that area: a jungle of traps, asphyxiating gas, and dispersed CBUs, cluster bomb units.

Eventually, the rainy season passed. Without prearrangement, things fell into their regular pattern: the mad fighting being suspended at the onset of the dry season. And now, on the roads running from the border areas toward the national highway, convoys once again follow one another to transport us back down to our respective destinations in the lowland, the trucks growing emptier, the soldiers exhausted and ragged, though lucky to be alive.

Kilometer upon kilometer, as the trucks move, our psychological state improves. Apparently having learned from experience in previous years, the town of Pleiku, which is our first stop, seems to have arranged to be duly forewarned of our arrival. Many restaurants and eateries have automatically closed their doors to avoid mishaps. Their precaution is amply justified when rumor was heard that the commanding general of II Corps Tactical Zone –

the Central Highlands – had given orders for local squads of military police to turn a blind eye to whatever is committed by the soldiers returning from the world of destruction and death, provided their rowdy behavior is not deemed excessive.

This first night in town, at the officer's club named Phuong Hoang, 'Phoenix', the general himself hosts a party to entertain the heroic fighters who made their mark in our glorious victory this rainy season. Not counting those who died, among the survivors present are a few truly worthy to be called heroes because of their legendary feats of arms. Indeed, one can easily identify outstanding figures present at this party.

To begin with, mention should be made of Captain Thoa, the CO or commanding officer of Fire Base 7. He is a man small in stature. His darkened skin and hardened facial features testify to the grueling hardship he has undergone. He and a Mike-Force unit had to endure their stay in a deep underground shelter for thirty days of defense beneath a rain of artillery and against many attacks by massed enemy troops.

Then there is the major, CO of Brown Beret Battalion 93. Together with his staff, he played the greatest role in removing the enemy's blockade. His extraordinary skill in arraying troops was esteemed by the American advisors as "the world's best", which was brilliantly displayed in a lightning counterattack that caused severe losses to the opposing forces three days before the battle came to an end.

In the same light, one should not forget to mention Major Binh, a young pilot who is both courteous and full of courage. Throughout the operation, he commanded Helicopter Squadron 215, which effectively supported units of Brown Beret rangers and Red Beret paratroopers in their counterattack upon and recapture of Fire Base 7. Despite the enemy's thick network of anti-aircraft guns on the ground, the major and his comrades day and night conducted hundreds of sorties to transport troops, food and ammunition, landing even in new bomb craters still smoldering in the heart of the enemy's operational area. An inspection showed that none of the helicopters remained undamaged. His command and control aircraft displayed more than twenty bullet holes. In one of the particularly critical situations, Major Binh risked landing on top of Hill 1007, and luckily escaped relentless shelling by the enemy.

And finally, it would be negligent not to honor Dr. Bao. He is the only medical doctor who volunteered for insertion into Fire Base 3, or Hill 1003, which was also in an intense state of siege. The doctor stayed on in the base for fifteen days until it was liberated, during which time he cared for and performed emergency surgeries on numerous sick and injured soldiers stuck in underground passages. The manner by which he brought himself down onto the top of the hill was nothing short of reckless – a very risky calculation, albeit exciting. The situation was that, after many aircraft had been shot down by enemy anti-aircraft fire issuing from among the rocks down in the valley, the general ordered an airlift suspension until the enemy's pressure had been neutralized. Even though food and ammunition were adequate to last for many more days of fighting, of concern was the traumatic situation of the increasing number of sick and wounded soldiers stranded there in dire need of medical attention, while having no access to evacuation. This deplorable circumstance was precisely the reason for Dr. Bao to volunteer for the risky mission, a mission to which two American helicopter pilots were also assigned.

Early in the morning of D-day, the day of the insertion operation, when the mountains and forests surrounding Hill 1003 were still wrapped in a thick fog, while the doctor's comrades were holding their breath in great anxiety, from above the clouds a small OH-6A Cayuse light observation helicopter, like a gently falling leaf, landed on the base safely, disgorging the doctor, medical supplies, and other equipment. This type of helicopter, shaped like a scoop with a long handle, is normally used in a scouting role to find targets for Cobra gunships to attack. Unfortunately, this particular aircraft came under fire after landing, and before long the enemy's heavy bombardment demolished it completely. Together with the two American pilots, Dr. Bao remained in the base amidst the heavy fighting. He worked day and night in underground passages, attending to the sick and the injured. His brave appearance at critical moments greatly heartened those soldiers still wielding their weapons in the continuing fight. Though he had served to the best of his ability as of an exquisitely skilled surgeon, upon reflection Dr. Bao expressed his dismay at and weariness with the fact that he had not been able to do much on a battlefield which was short of all the necessary medical facilities. He also expressed his sincere discomfiture with being extolled as a hero because of his volunteer undertaking. In his words, all he had done was to fulfill the duty expected of a frontline doctor. Furthermore, he added, only unnamed soldiers who had been killed in action deserved that kind of praise.

I wonder how many more names I should reckon, from among other military services, before I can say that an adequate account has been given of all the heroes who gather here at the Phoenix Club this evening. At the same time, out of modesty, I do not cite the worthy contributions made by comrades in my Group, namely the assault companies and reconnaissance teams. They operated in an extraordinary fashion, while surrounded by the enemy, erecting effective blockades which served as obstructions to passage of enemy personnel and supplies.

This evening, the general is no longer seen wearing a sling which helped reduce pain in his left shoulder joint. Paralleling the rhythm of fighting in the Central Highlands, his arthritis activated at the start of the wet season and began to fade away as the weather turned dry. At this party, the general wears civilian clothes over which is draped a splendid traditional Thuong tunic. In the eyes of his subordinates, he is the image of magnanimity, and more importantly, viewed as indispensable for stability of the border areas of II Corps.

After some simple ritual words of welcome, the general joins everyone in raising a glass of whiskey to toast the glorious victory for our side during this rainy season. Subsequently, he is the first to appear on the dance floor where, together with a gorgeous woman, he performs fancy foot movements to begin the dance party. The place is animated with boisterous words and laughter, the air thick with cigarette smoke and the scent of hard liquor. There is live music for dancing. Readily available women. All forms of freedom are on the loose, so as to restore a little of the sexual drive that had gone cool, and to obliterate obsession with fear and death. Touching the wine glass to my lips, I tell myself to think of the living, not of corpses.

But the problem is how we can hope for oblivion, for the ability to erase from memory the horrible images of the battleground overwhelmed with the fetid smell of putrefied corpses from both sides. Images come of comrades mistakenly strafed by flechettes which completely wiped out their faces. Individual images: that of a pilot's corpse retrieved from the jungle by helicopter, drooping from the sling like dead game being pulled up; that of the close and reliable non-commissioned officer who had been attached to me for many years in various battles, and who had recently died, died just the day before we received orders to go back to Saigon. His body was discovered two days after his death in dense bush, which suggested to me that he had only been injured in the battle and unknowingly left behind in the field. With the instinct for survival and avoidance of danger, he had obviously dragged himself into the bush, making it into a safe place to lie and wait for rescue, or at least to prepare himself for a dignified death. He was found resting his head on his rucksack, his jungle hat laid over his chest where a wound penetrated through from the back. Such images continue wandering about in my mind, even though I honestly want to be able to forget them forever.

For a long while now, the lieutenant colonel, commander of our 81st Airborne Ranger Group, has been sitting in silence, seemingly engaged in private thoughts. So has the doctor, the chief surgeon of the Group. In the midst of a celebration of victory, what makes some of us stay on the margins? Certainly, worry and anxiety cannot lead to a proper state of mind, a state enabling us to survive the war.

Captain Thoa asks me, "So, Hawk, when will you go back to Saigon?"

"Hawk" is the nickname the chief surgeon conferred upon me for my warlike tendency.

It appears to me that everyone present is irritated with news of trouble in Saigon. This is suggested by what the captain immediately says: "When you are back there, Hawk, if you meet any discontented students, just pick them up and deliver them to me at Fire Base 7."

Holding his wine glass as though he wants to break it in his hand, Major Binh, the pilot, says in a sharp tone of voice, "Left it to me, you won't need waste any tear gas grenades and rockets. I'll need only have a few heavy machine guns set at street corners to await them."

It seems that politics divides us in some fashion.

The major turns to the doctor. "Well, how about you, Dr. Zhivago? What do you think about those students who do nothing other than engage in disturbing demonstrations?"

We gave the doctor that nickname by way of describing the seeming contradiction between the free spirit of his artistic nature and the life he leads strictly governed by prescribed principles. It is true that in the past, he went through an exciting and active period of life as a student, but at present he resigns himself to a tolerant, quiet lifestyle. He rarely bares his heart, a heart we know to be full of deep contradictions.

Gathering calmness into his voice, the doctor answers, "During the long years spent in university, I lived the state of mind experienced by the students of today, and at present I live side by side with all of you in this state of war. I understand your annoyance with them, but at the same time I appreciate the motivation behind their struggle. It's not entirely absurd that they should abandon their studies and sacrifice their future in order to commit themselves to their strongly motivated movement."

I realize that the doctor's conscience is being placed in an awkward position. On the one hand are the soldiers he cares for as required by his duty; on the other hand are the youths and students who participate in anti-government demonstrations colored with a touch of anti-American sentiment, and whose viewpoint he accepts and shares to a certain degree. Clearly, we all are but small cogs in a large machine.

Contrary to his usual self as a man of few words and discretion, this time the lieutenant colonel participates in the group's political discussion. "Well then, doctor, if we are ordered to launch an attack on the compound of the Medical College in Saigon, how do you plan to deal with that?"

The current student unrest, in fact, originated at the Medical College. The lieutenant colonel's teasing question makes us all smile, the doctor included.

In a tone of voice free of bitterness, the doctor replies, "Under such a circumstance, of course, I wouldn't be able to do anything other than to wear an anti-teargas mask, drive an ambulance, and take care of the injured from both sides. But the issue is what follows afterwards…"

Directing his gaze toward the lieutenant colonel, the doctor speaks in a confiding manner, "If it clearly turns out that my assigned duty involves a long-term stay in Saigon, I will ask permission to be released from our unit and transferred to a certain hospital in the highlands. This is in spite of the fact that I have constantly thought of our combat unit as the one and only place I would choose to spend the entire period of my military service."

Without confessing it, every one of us feel weary even before actually placing ourselves in that dull battlefield, Saigon. Thoroughly familiar only with mountains and forests, the soldiers under my command will be no different from wild animals in the city, bewildered and lost. Then, what they will face is days of confinement to quarters where they are to become accustomed to gas masks and bayonets, where they must learn various methods of dispersing demonstrators, practicing formation into a defensive line, into an offensive wedge, and into a reinforced defensive line constituted in a lozenge shape. In the name of order, we cannot refrain from mercilessly suppressing the demonstrations. On the opposing side, the demonstrators might be youths and students fired with idealism; they might be hungry orphans and widows; they might be war invalids, the disabled ones who, at one time or another, wielded their weapons and fought for our side. How can we now turn ourselves into the very nightmare that disturbs their sleep? That uncomfortable thought is made sharper by memory. More than once have we experienced our days, not in the highlands, but in Saigon. The last time was eight months ago when, plucked from long days in isolated mountains and jungle, we were immediately dispatched to the capital. Only to find ourselves posted right at the heart of Saigon, surrounded by high-rise buildings bustling with prostitutes, adjacent to *Hội Kỵ Mã – Cercle Hippique Saïgonnais – the Equestrian Club*, where plenty of stud horses were constantly seen with their glossy rumps!

Such a change of locations, involving a spatial transit of merely a short distance, provides the troops with an opportunity to realize that this worldly life is made not only of the sorrow and pain arising from a war that constantly haunts them with fear of destruction and death, that afflicts their wives and children with hardships and misery. What is more, in this motherland, this very same motherland, there is a separate society above and beyond them, magnificent and gloriously bright, and immersing itself in its detached happiness. This separate society is a world that alienates itself from the soldiers, soaks itself in pervasive fragrance and excessive consumption. Here we have the world of a group of people clamoring for war while managing to stay above the fighting or remaining outside of it. Eventually, these bewildered soldiers ask themselves *'what'* they are protecting, *'what'* they are defending with their weapons, their risk of death. They cannot imagine protecting a luxurious pleasure boat traveling down a narrow river stained with blood and dotted with the floating corpses of their fellow countrymen. Neither can they find any acceptable reason to protect the leisurely life of a small fragment of high society, to secure the environment of care these privileged people lavish on their favorite dogs, on their stud horses at the *Equestrian Club*, care which surpasses anything the wretched mass of humanity has ever dreamt of. These young soldiers who are ready, always ready, to sacrifice their lives fighting the enemy in the battlefield, cannot stop wondering why they are pulled back to the capital. How can the dreams and aspirations which we hold for a military career manifest themselves only through turning us into security guards for the rich, into a type of highway police directing traffic on the flow of history? In the name of the army, are we contributing to the implementation of a social reform program, or are we instead turning ourselves into an obstruction to historical progress, a mere circle of red light that blocks the flow, obstructs the essential steps of social transformation?

A soldier's only wish is to hold a weapon and fight for his country, to sacrifice himself for a noble ideal and for justice, without having to bother about anything else. But in the present circumstance, our soldiers are aware that the false sense of security they feel when repairing from exhaustion accumulated in the mountains and jungle is gone, lost. Beside the murderous battlefield familiar to them, they must confront another frontline, a barricade more depressingly wearisome: the corruption and injustice people are being forced to bear in sorrow and shame.

For thirty years now, there have been many heroes in war, while social activists have proved to be few and far between. For our peace of mind, which battlefield should we choose? It may appear to the soldiers that the right battlefield is not the one far away in the border areas of the highlands, but the truly challenging battleground found in Saigon.

Dakto, Tây nguyên 1971

BUDDHA'S TEARS

As observed by the intelligence staff of the headquarters operations center, there were signs of unusual infiltration activity by the enemy, the North Vietnamese communists. In the past, it had usually been the case that about ten days or so after units of Red Beret paratroopers engaged in battle, the enemy's fighting vigor decreased, as expected. However, this time, even though fifteen days had passed, and even though the communists had suffered heavy losses, South Vietnamese battalions still found themselves confronting a seemingly undiminished strength of opposing forces. I believed that this situation served as a most legitimate reason for our Airborne Ranger Group to leave Saigon and proceed toward the western border area to take part in the military operation aimed at liberating Krek, a town in Cambodia, from enemy siege. I had to admit that we all were just simply happy to be on our way there, which was not to mention the fact that every day in Saigon we had longed like wild animals for a chance to return to the deep jungle, as we were the Green Berets, those most at home with the familiar border environment.

Having trained to adapt ourselves well to any circumstance, we had no qualms in knowing that this time our battlefield would be jungle areas across the border, deep inside the territory of Cambodia. This was terrain where the communists had set up numerous liaison stations, where their storehouses of military provisions were hidden, and where units from the two renowned North Vietnamese divisions, 5 and 9, were constantly on the move, dispersed to conceal themselves, complete with combat vehicles.

The normal duty performed by the reconnaissance teams of our unit was to be inserted into the enemy's terrain to gather information on their operational strategies, to discover their storehouses, and to capture prisoners in order to extract intelligence from them. Now, instead, after a week of such operations, the nature of this new battlefield propelled us toward a different task, more difficult and more arduous. It involved erecting blockades with small Airborne Rangers battalions, causing confusion in the rear of the enemy units' AO's, areas of operation. In spite of our instinct for self-preservation, we became a kind of modern Jing Ke who, once committed to the mission, had little hope of surviving. Jing Ke was the strong courageous warrior in ancient China who volunteered to take up the suicidal task of assassinating the evil cruel Emperor Qin Shi Huang; he failed, but left an everlasting example of heroism. In another light, it was also a good thing that each of us believed luck would be on his side; that thought was enough to kindle all hopes.

For a few days now, the endless stream of artillery shells landing on our departure base had made us rather tense. On top of that, there came the less-than-encouraging news about fast and constant encounters of the reconnaissance teams with the enemy. Though the teams were said to have emerged victorious, the high price paid was heavy losses sustained by two of our best teams. Having just left Saigon, and having been thrown into an abrupt change of environment, the soldiers were not psychologically prepared to face such a battle situation, riddled as it was with difficulties. Generally speaking, their morale was rather low, if not to say shattered. Perhaps that was what made me feel, after two years commanding an Airborne Ranger company, that it was about time I volunteered to rejoin a reconnaissance team, with the hope of projecting the air of invigoration sorely needed by the unit. The lieutenant colonel, commander of our Airborne Ranger Group, agreed to my request for transfer with much hesitation. What he was afraid of, rather superstitiously, was reassignment of former team leaders, those reckless war hawks that easily can have their wings broken.

Of Catholic background, not as superstitious as he was, I nonetheless had lived through and witnessed the chancy unpredictable outcomes of battles, and hence could not but believe in a number of omens and even in the alertness of instinct that forewarned of an impending mishap. Due to that, during my last stint with a reconnaissance team, I had declined to infiltrate the enemy's territory one last time before I left the team, after two other team leaders had been captured or lost in similar circumstances. But this time, after having spent a period in an Airborne Ranger company, I had almost forgotten the taboo and decided to lead a reconnaissance team once again – an ill-omened move forward likely yielding no return, as had happened to another very well-known team leader. However, perhaps there lurked a secret reason that I myself had only come to realize just now, which was that the time spent in Saigon had bored me to tears. I wanted to restore, through ferment of death, the pride and vitality that had sunk low in me.

The orders for our operation were changed at the last minute. The team would infiltrate Cambodia an hour earlier because heavy rain was predicted in late afternoon. The 81ˢᵗ Recon Team was led to the briefing room where a very brief explanation of the operational plan was given. Quite unlike reconnaissance missions conducted inside Vietnam, this operation was without an American advisor and his interpreter. The whole helicopter squadron was composed of Vietnamese pilots who, aside from youth and courage, had had no experience with this type of operation, an operation where they were to drop eagle-like reconnaissance teams down into the jungle. In truth, in this last stage of Vietnamization of the war, the Americans wanted to wash their hands of the whole conflict. And in one way or another they were trying to pull out of the Indochina quagmire. Aside from all the ultramodern weapons which they provided, at this present juncture we really fought alone. Shrewdly, the Americans halted on this side of the dividing line, so that the fire and destruction on the other side were none of their responsibilities. Therefore, in the eyes of our unit, the U.S. participation in the war was defined simply by their leisurely presence in the rear. Amidst the tense and seething atmosphere of the war, the Americans stayed on the margins – coolly sitting down for a card game, thumbing through *Playboy magazine*, or engaging in body-building exercises – being virtually an indifferent audience to news of our happy victories or devastating losses.

Indeed, without a doubt, the Americans had actually withdrawn from this theatre of war. You had only to witness

U.S. bases and barracks left behind in utter disorder to realize that their departure was "hurried". And every day, on the main road from the western border battlefront, convoys of American vehicles painted with white stars were seen moving, one following another, heading east toward Saigon, heavily loaded with weaponry. In the accompanying jeeps were weary, ragged GIs with long hair and thick beards puffing up clouds of marijuana smoke, the expressions on their faces suggesting presence of a feeling of gratification for an honorable withdrawal. Their *"Kill for Peace"* slogan was now a string of empty sounds. *"Blood, Sweat and Tears"*, the rock group's name attached to the barrel of each Howitzer cannon, was buried and lost beneath layers of red dust. Disappearing like the lost meaning of a holy war without the Cross, these slogans had been stained by the recent exposure of secret documents designated the Pentagon Papers.

The team stood ready for insertion at the airport. The lieutenant colonel walked us toward our helicopters. He himself would fly in the command and control aircraft. In dangerous situations, his presence in the sky over the area of operation gave many of us peace of mind, largely because of his store of experience, his calm and cool demeanor, his adeptness at orderly solving of dilemmas by resolute decisions. The leader of the squadron informed us that another Slick helicopter had broken down at the last minute. It would appear that the maintenance skills of the Vietnamese Air Force would take many more years before reaching the expected standards.

Though the lieutenant colonel tried to contain his feelings, I could detect a fleeting anger on his face. As things stood, we would not have a rescue helicopter, but had to content ourselves with a command and control aircraft, a single aircraft to insert the reconnaissance team, and two gunships.

More than an hour before the appointed time of departure, rotating airfoils whipped up red dust. The fleet of four birds followed one another upon lifting off the runway, moved into formation at an altitude of three-thousand-feet, and headed directly in the northwest direction. The sky was the purest of blue, without a dark cloud to indicate imminent bad weather. Water of the rice fields shimmered highlights. We left behind us, in the distance, Black Lady *Ba Den* mountain – its existence no less than a mistake made by the Creator of the universe, a deformity embedded in the Delta's otherwise unbroken topography – which protruded denuded from the green flat surface of the plain. The mountain embodied many mysteries and legends: a habitat of bloodsucking and venomous mosquitoes; a place of malignant malaria caused by plasmodium falciparum; a site of horrendous battles; a ground where were buried our fellow fighters during an operation four years ago. Engraved in my mind was the image of moonlit nights, nights when *Ba Den*'s lunar orb wore the pale face of one afflicted with malaria. On the jungle hat sitting upon my knees, worn out and faded from long exposure to seasons of rain, my memory tried to find the imprint of this place: Ba Den mountain among Daksut, Polei Kleng, Mai Loc, A Shau, Khe Sanh, Bunard, Pleime, and dozens of other familiar place names. I had been in each of them a few times, and from each had carried away memories of sacrifices made. Through the full length of history, Vietnamese youths have been nourished from roots of misery and fed with death. Their youth was reckoned not in terms of months and years, but by changes in the environments touched by their combat shoes, the shoes that had been and were trampling on the remaining green grass of their beloved land of birth.

Mixed with the sounds of the rotor and the wind blowing through the aircraft, the voice of the sergeant who was the team's deputy asked me, "Grey Tiger, when will it be our turn, me and my fellow team members, to be dropped into Phnom Penh?"

At such an instant of anticipation of serious developments like that, I could only keep silent and smile at him by way of answering, instead of confirming it was possible a general offensive along the lines of Tet '68 in Vietnam would occur in Cambodia and that Phnom Penh would need us to come to the rescue. However, it would seem that with respect to the people's hearts and minds, we were at a disadvantage when setting foot in this land of wats and temples. The atmosphere of distrust and hostility was rooted in an obsessed memory of severe historical antagonism between the two countries. During my first border crossing together with a large division deep into Cambodian territory, I witnessed the devastation of a village hit by bombs and shells, and met a monk in a damaged wat. The Cambodian abbot, an old senior monk well-versed in the French language, had talked with me through his tears.

"It is truly unfortunate for us Khmer people," he said. "We can't possibly make any choice between the two Vietnamese sides."

His words echoed the heartfelt headline "How sad to be a Cambodian" written by an American correspondent describing the widening war in Cambodia.

Upon reaching Thien Ngon Special Forces camp in Tay Ninh province near the Vietnamese-Cambodian border, the squadron of helicopters had to change direction because from the ground heavy smoke rose high accompanied by sounds of explosions. The camp's underground gas tanks and ammunition storage had been hit by artillery rounds, and the fierce fire had continued since morning.

The war was made horrible not only by encounters between combatants, but more than that, by artillery fire and rockets. In this theater of battle, man could predict or determine nothing; he could only accept luck, good or ill, as being a matter of fate.

It was the turn of another team member, Luong, to voice his aspiration: "If we find an underground shelter of 122 mm rockets, please try to get me another *chicken wing*, would you, Grey Tiger?"

He was using a slang term, common among ARVN soldiers, to refer to a stripe in an insignia which, having the shape of an inverted V, suggested the image of a chicken wing. Luong had served as a corporal for more years than anyone else, ever since I had previously been assigned to the team.

Gently giving him a playful knock on his completely bald head, I shouted in his ears, "Not only a chicken wing. You'll receive another medal for valor."

I was referring to the most honored medal for valor under fire, that given for feats of arms performed outside the national borders or within enemy-controlled territory. Luong had received this kind of medal twice. As much as he performed excellently and was intrepid in the jungle, he was riotous whenever he returned to the city. He was a champion in both winning medals and being disciplined for many days, and hence even after six years he had not been promoted to sergeant.

"This time when we go back to Saigon, if I still haven't got myself a chicken wing, would you allow me to desert the army, Grey Tiger?"

He trusted me enough to say such a thing. But why was it that even though it was meant as a joke, there was this very unusual change in his countenance that was not at all cheerful? Could it have been a harbinger, a predictor that this time he would be gone, I thought to myself, and immediately tried to dismiss that crazy thought from my mind.

In order to avoid antiaircraft fire, the squadron swerved and flew along the national highway, which was no more than a red dirt road extending like an arrow of flame straight into Cambodian territory. On this highway numerous convoys of GMC trucks, packed with provisions and ammunition, were heading toward the ongoing heavy battle at Krek in order to deliver these supplies to our troops.

About 15 minutes into the flight, I realized that perhaps we had left our homeland, as down below among green fields curved roofs could be detected, a special architectural feature of Cambodian wats, their Buddhist temples. Cambodian villages did not look much different from Vietnamese villages, only more spacious. Many red-tile roofs stood close to one another, interspersed with dung-colored thatched roofs. Wispy columns of grey smoke rose gently from late afternoon cooking fires, children played, and buffaloes and cows returned to their paddocks. How much longer could that romantic scene last in an area of Asia still rather peaceful? Or had its better time already passed, after fifteen years of skillful swinging above a sea of fire by Prince Sihanouk? In the distance toward the south, the afternoon sun was scattering its golden rays over the Mekong river, so abundant with fish and silt. Rolling rubber tree forests blended into the wild jungle. Soon there appeared below us deserted villages marked with rows of craters left by B-52 bombers. In fact, no trace was detected of human or other living beings. Was I not seeing a repetition of Dakto, Khe Sanh, or Son My in Vietnam? I asked myself. To where had the armed struggle between Vietnamese opponents driven away the Khmer people born of those villages? Being carried forward by the intoxicating sweep of history, who would stop to consider the fact that war among the Vietnamese could widen its effects to diminish the glory of an ancient Angkor civilization? In the desolate quietness of an early evening, in one of those ruined villages, I imagined, there remained a certain unknown woman who resignedly sat holding and breast-feeding her baby. Was not that, after all, a most comfortingly beautiful and everlasting image which symbolized the significance of survival of the human species?

Indeed, to me, the image represented life full of its challenges, and also suggested a generous forgiveness for this protracted and futile war marked with senseless destruction by men and weapons. But such feelings of concern were of no help to us at this moment, a moment when everything had been arranged for us and all we ought to do was submissively throw ourselves in. Present day Cambodia had become an arena wherein Vietnamese were brutal gladiators armed with ideological contradictions and ignorance. For thirty years now, what we had not been able to learn for ourselves was that the thoughts and feelings of each Vietnamese had been unilaterally conditioned to the extent that we no longer saw one another eye to eye. When talking with a North Vietnamese communist prisoner, I could not believe that while the both of us were Vietnamese conversing in our mother tongue, we no longer spoke the same language. Not only because of the deadly effects of bullets and guns, but this was precisely a mental impasse which had made us incapable of thinking and reasoning on any issue. Our brains had been reduced to broken masses of grey matter, so that we were only capable of passive acceptance as one would nominally embrace fate, going straight into mindless killing. Perhaps the only thing left to us was the pulsation of the Vietnamese heart, a heart that had not changed, a heart that knew no joy and shared in a painful collective hatred. I was clearly aware that in a short moment, we would jump from our helicopter onto Cambodian land while the news was still fresh that President Nixon was about to go to Peking, that Moscow was preparing for détente with the U.S. In the end, what we would face was shameless opposition and animosity between two Vietnamese sides – another instance in the history of division, an inevitable tragedy.

Detaching from the fleet and gradually decreasing in altitude, the helicopter which was tasked to insert the team wavered over treetops. Not finding a landing zone, we prepared ourselves to go down by a rope ladder. All our senses became alert again, disposed to action. We were poised on a hair-trigger, tense with the demeanor of those set for offense. There would be precious little discrimination on the battlefield, where reflex differentiated friend from foe from non-combatant. Guns and bullets would engage in no dialogue. There would only be Vietnamese of fortitude – from both sides – who volunteered to offer their bodies as torches to heat up the Indochina war.

How many pages of a book would be needed to recount outstanding feats of arms performed by the nameless heroes engaged in this operation on Cambodian land? The 81ˢᵗ Recon Team's activities for the duration of 96 hours, from the moment their feet were on the ground, could be viewed as the unfolding of a *splendid epic* – even though for those who lived to tell, it was no less than an experience of hell. The story was retold many times.

The aircraft inserting the team took heavy fire soon after lowering itself to near the ground, and had to lift abruptly, pulling with it on the rope ladder the sixth team member being inserted, who had been killed. The whole team should immediately have been extracted and returned to their base. But upon request of the team leader, the TOC, the Tactical Operations Center, agreed to allow the five members on the ground, including himself, to continue with the assigned task. Through six heavy encounters with the enemy, they counted as victories the effective ambush of a convoy of four Molotova vehicles, and the complete demolition of an 88 mm cannon emplacement. They performed extraordinarily well and fulfilled their task beyond expectations.

By hour 96, however, the team was almost done for. Only two of the five remained, and they had been unable to locate the corpses of their fallen team members. These survivors were the team leader, who had received a bullet through his left hand, and a sergeant critically wounded in the chest. The two gave their best effort to fight to the death with their assault rifles and grenades. During the many hours of the mission, while surrounded by opposing forces who seemed inclined to capture them alive, they broke three waves of assault and caused heavy loss of life to the enemy. But in the end, they were overwhelmed. The last sentence heard from them through the field radio was short: "A huge number of enemy troops are moving against us."

The TOC then completely lost touch with them. A rescue attempt could not be carried out because bad weather had paralyzed all activities of the Air Force. Only two days later did the weather return to normal. At the earliest possible opportunity, all resources were mobilized for the rescue mission. After 72 hours of intense but hopeless search throughout the operational area, after having checked and digested information from various sources, the officers in the TOC resigned themselves to the conclusion that the 81st Recon Team was to be considered missing in action, if not having met death with fortitude. To salvage the situation, and also to be in compliance with standard operating procedures, G-3, the headquarters operations staff, asked for and received clearance from the TOC to conduct an air strike. Several hours later, four B-52s were in flight carrying thousands of tons of bombs to transform the involved area of jungle into a sea of fire, a fire fierce enough to cremate the corpses of our fallen fellow fighters, and, perhaps more notably, sufficient to neutralize the enemy's desire for victory.

Afterwards, while looking at aerial photos when reviewing the event, a pilot from a U.S. "Pink Team" – the OH-6A Cayuse light observation helicopter was quite effective as a military scout when teamed with the AH-1G Cobra attack helicopter – commented, "Here we have created a small Arizona desert in Cambodian marshland."

As for the significant effects of the 81st Recon Team's combat activities, this was once more confirmed by concrete evidence in the form of a copy of a top-secret flash-priority message captured by a paratrooper unit when it inspected the targets of the air strike. The flash-priority message had been sent by unit K30 to NVA Division 9 noting the presence of a South Vietnamese unit, whose designation could not be determined, which was operating in their rear, describing its operational signature and requesting any information available. Moreover, destructive activities conducted by South Vietnamese reconnaissance teams in general had propelled COSVN, the Central Office for South Vietnam, the communist headquarters in the South – located near the Vietnamese-Cambodian border – to issue and circulate a communications bulletin exposing activities of ARVN Airborne Ranger teams whom they called "Spy Groups" that infiltrated their pacified areas to cause unrest. The last part of the document contained guidelines to help all units become more alert to such ARVN operations.

Not very far from that same headquarters, in the northeast direction, after seven days lost in the jungle wilderness, two ghost-like figures made it with difficulty to a ruined village, the man slung over the shoulder of the other being near death. And throughout that night, in a deserted Cambodian wat, a Catholic ARVN soldier, exhausted and full of sorrow, knelt down by the corpse of his fallen companion. Directing his tear-filled eyes toward the serene face of the Buddha statue, he prayed with all his heart for the soul of his unfortunate comrade soon to be liberated.

Outside, pounding rain raged relentlessly. Wind shook the long dark night enveloping the entirety of mainland Southeast Asia.

Krek, Kompong Cham Province
Cambodia 1971

A TURNING POINT IN HISTORY

From all outward appearances, Davenport was a freelance correspondent, new to the profession, who had just set foot on Vietnamese soil – the territory that promised to lift him from the position of a nameless journalist to the highest peak of glory, if he knew how to exploit opportunities and was lucky. It was not that he failed to realize that the Vietnam War had moved to the stage comparable to a market at its closing, that the inevitable day would come when people – including the Americans – had to return peace to this wretched country. But that humanistic consideration was a mere fleeting thought at a time when the flames of personal ambition burned brightly within him. His journey to Vietnam was a continuation of the *Westward* movement in American history, this time toward the other side of the Pacific Ocean. Opportunities did not have much time left to present themselves to him, save for the slim hope that certain high points of explosion would occur before the war died out. In fact, it now being the threshold of another Lunar New Year, there lived in his mind the anticipation of a repeat of the Tet Offensive, which had created havoc to South Vietnam and its people over the Lunar New Year of 1968. He believed that the communists could not resist doing something dramatic during Nixon's historic visit to Peking. There appeared signs of movement that seemed in agreement with his view, and consequently all his research effort was exclusively for the purpose of confirming this belief, which was saturated with self-interest. Once the appeal of fame overpowered the voice of conscience, it took Davenport only a 24-hour short trip away from Saigon, all moves carefully planned, before he craftily projected the woeful vision of an inevitable pre-2nd Tet-'68 offensive in the Central Highlands.

Only a few hours after his teletype news item was dispatched from Kontum, one found Davenport sitting importantly in the air-conditioned bar on the tenth floor of the Caravelle Hotel, in the company of his personal secretary who was also the first young and beautiful woman he had taken as a lover in Saigon. He could not help indulging in the pleasure of seeing his inflammatory words spread over virtually the entire front page of most Vietnamese-language newspapers hot off the press that afternoon. There was no shortage of attention-getting eight-column articles which focused on magnifying the intensity of the news, articles which, with translation assistance provided by his secretary, even Davenport himself found not particularly truthful.

In such a half-baked fashion was the information circulated that according to reporter Davenport, then presently on the scene in the Central Highlands, the town of Kontum was experiencing days of suffocating tension. Supposedly under threat of enemy attack – as gleaned from various sources – even old women and children of the town were armed. People hurriedly dug underground shelters and packed sand bags for protection against artillery shells. In addition, every day after dark, women, children and old men moved around in great numbers within this small town of less than thirty thousand inhabitants. They formed the armed civilian self-defense forces, ready to confront the enemy's offensive which, according to intelligence sources, would have Kontum as the main target. For security reasons, it was said, Air Vietnam, the civilian carrier, temporarily suspended their flights between Saigon and Kontum. Many civilians, as well as contract staff at the American hospital in town, the articles maintained, had migrated to the city of Nha Trang down the coast. Defenses at important locations in the highlands were reinforced, it was claimed. In the meantime, both Vietnamese and American observation helicopters had successively uncovered traces of thirty enemy tanks. And at noon on the day Davenport departed Kontum, the Air Force found and destroyed a convoy of six combat vehicles in the area to the southwest of nearby Ben Het Special Forces camp.

Two mornings after the articles spawned by Davenport's teletype transmission appeared, when the horizon was barely lit by the rising sun, fourteen huge transport aircraft filled with crack reinforcement troops took off one after another from Tan Son Nhut Air Force Base in Saigon bound for Kontum. This was the first time ever a troop transport operation was energetically accomplished in a virtual flash by an Air Transport Wing composed entirely of young Vietnamese pilots, supporting Vietnamese staff and airmen. By noontime, Kontum airport was already swarming with well-trained and well-equipped soldiers ready to engage in battle. They were the first wave of reinforcements to arrive in town for the purpose of coping, in a timely manner, with the situation described as critical during these days prior to Tet.

Ironically, contrary to the news about suffocating tension, which had been blown out of all proportion in the press, the town of Kontum still carried out its daily activities as usual. There could be found no sight of great numbers of armed old women and children walking around in the streets. Air Vietnam maintained its regular flights between Saigon and Kontum, not to mention additional flights scheduled during the Tet holiday period. Artillery attacks were at their average rate of occurrence.

Most of all, given the character of the Commanding general of II Corps Tactical Zone, who was prone to exaggerate and utter sensational statements, the so-called "traces" of a few dozen enemy tanks just discovered remained to be verified. In the same vein, not counting the international news services, when one looked only at the national news, one found no channel other than the single government news agency with its uniform way of reporting as ordered. And one would be hard pressed to discover when the Vietnamese press truly became the eyes and ears of the people, free from the labyrinths created by the foreign news agencies which had a monopoly on producing news right within Vietnamese territory. Given that journalism in Vietnam was mature enough – backed by a history of more than a hundred years since creation of *Gia Dinh Bao,* the first Vietnamese newspaper, a paper run by Truong Vinh Ky beginning in 1865 – it hardly seemed incidental that a number of present day Saigon papers unknowingly abetted the international powers in conditioning Vietnamese public opinion.

As for those soldiers who had just arrived in Kontum, every place they were sent was basically the same sort of battlefield – save for varying details in the physical environment – from the immense green delta holding denuded *Ba Den* mountain to the rolling hills and mountains of the Truong Son, or Annamese Cordillera. In all such places, what remained familiar to them was trenches and sandbags. This time, as soon as they arrived from the airport at their assigned posts, without a minute wasted, they exposed their sweaty tanned bodies, as strong as bronze statues, to the fierce mid-day sun pouring heat over the expanse of denuded and baked landscape. Hundreds of muscular arms in unison raised hoes, then brought them forcefully down onto the mountainous ground embedded with gravel and stones. The men were like worms digging their own holes and burrows, caverns adequate enough to allow them to creep deeply into the earth, good enough for them to live, live even strenuously, while anticipating that the war, like a natural disaster, would strike them down without warning. Though not openly expressing it, the soldiers wondered who among them would be reduced to ashes in the red fire of war that would flare up violently before it was extinguished, even as there appeared a fleeting hope for peace in the coming new year. Naturally, no soldier wanted to be the last nameless person to die in this protracted and truly futile war.

Contrary to how rumor had it, there appeared no sign of a general offensive by the enemy, and therefore the *Dong Xuan*, 'Winter-Spring' campaign, could possibly terminate at any moment. North Vietnamese troops would be incapable of carrying out such a general offensive because the element of surprise, which had existed with the Tet-'68 offensive, was not currently present. On the other hand, they were more than capable of achieving a partial local victory of their own choice, in order to generate repercussions that would serve to enhance their stand in the ongoing negotiation. This would be the strategy of utilizing "the fist to deliver a key blow", to quote the words used in a captured manual written for communist cadres. The phrase alluded to a splendid punch that would stir up world opinion as had the battle of Dien Bien Phu against the French in 1954, only this time it would result in the withdrawal of all Americans involved in the 2nd Indochina War.

Where would the target be of such a key focal assault were it to transpire? This was a question difficult to answer, which was causing severe headaches to our leadership, particularly at this point when international political developments seemed to render completely unfavorable the viewpoint held by the Saigon government, which sounded tough only on the surface. The Vietnamese Joint General Staff could only venture to guess that very possibly II Corps, the rugged mountains of the Central Highlands, not being adequately protected, would be the prime target for easy infiltration by enemy divisions. Possible developments were visualized as follows: from *Vung Tam Bien*, the 'Tri-Border Area', and from base 609 – an important location of strategic value in the Central Highlands – a powerful unit under the command of the enemy's B3 Front would swam over and occupy Kontum; the town Kontum would thus be their starting point, and their objective would be to take control of the area within which sit Dakto, Pleiku and Quy Nhon port. This so-called strategic "key blow", if successful, would divide South Vietnam into two segments. Such an occurrence would constitute not merely a change in the direction of the war; it would in fact constitute a major turning point in history. All concerned parties would then be confronted with a fait accompli: a reality of three Vietnams, forming the groundwork for ceasefire negotiations. Given that our relationship with the Americans was always marred by unexpected disappointments, what made us believe that they would oppose such a solution? One might well wonder if, in fact, this would not be a bargain they would want, like a tacit compromise with the opposing side providing the Americans with the opportunity to withdraw with honor. It was not necessary to look back further than recent events to become wary of the possibility of what is called the game of destruction and rebuilding played by the hands of sorcerers, among whom, naturally, are to be found the Americans. These events included the Tet-'68 offensive in Vietnam; the ARVN's loss of the strategic town of Snoul in Cambodia to the North Vietnamese, thus giving the communists control of sections of major routes leading into South Vietnam; and the heavy casualties and materiel losses suffered by the ARVN during the Lam Son 719 Operation, the objective of which was to destroy North Vietnamese supply lines and stockpiles built up in Lower Laos.

Vietnamese soldiers carrying rifles were conscious of having, with humiliation and complete loss of faith, to fight alongside an allied force which placed its own interests above the highest goals for struggle by the Vietnamese people. As for the North Vietnamese side, to sacrifice tens of thousands of troops to reach a goal of strategic value was something all too easy for them to do. Those were the reasons which urged us, while having to wield our firearms, to estimate for ourselves through a smokescreen the true measure of this war, in order that we would not transform ourselves in the last hours of the conflict into heaps of ashes. For us, definitely there must not be a duplicate of the disaster that had befallen Fire Support Base 31, which had been brought under massive attack and was overrun by North Vietnamese troops during Lam Son 719 in Lower

Laos. History, it seemed, was not a matter of repetition, but the continuation of a process full of ups and downs, regulated by most profound causes.

Though it might turn out to be no more than a mental exercise, it was not by chance that our unit devised a contingency plan to keep our strength intact. Having been placed in a situation where we had to fight alone, with no hope of being supported by allies, we realized that if we did not have a plan to resolve the battle quickly, sooner or later we would be surrounded by the enemy and wiped out. In view of this, our staff considered a strategy to "open a path of blood" through the perimeter of the opposing forces, with mutual support among our different units, to escape from a siege. We would be facing a battlefield where the enemy possessed combat vehicles and heavy artillery, a thick jungle nearby for their concealment, as well as underground tunnels for easy movement away from the watchful eyes of our reconnaissance teams. It would appear that this time, along with what the enemy called "a key blow", the new nature of the battle would force us to abandon the idea of limiting ourselves solely to the offensive, and to adopt a defensive position, with a backup contingency plan. It was a defensive strategy of such high quality and excellent flexibility that the American advisors commented that the enemy's offensive, if it were to be carried out, would be a suicidal action on the part of North Vietnamese troops – *"a suicide game they can't win"*, as the advisors put it. Of course, our position was by no means as inviolable as was naively observed by the advisors, but at least we would be strong enough to contend with the attackers and even to fight back fiercely. And then there was the possibility of our being overwhelmed by the enemy were they to decide to pay a very high price by sending into battle, as a sacrifice, a fighting force bigger than ours by many times over.

Under the circumstances, when there was no alternative other than our preparedness, we calmly waited. Nights passed and days followed. *'A-day-as-long-as-these-two-nights'*. That was the code that would alert the whole unit that the communists were about to attack. Ironically, what we experienced were long days and unusually silent nights. There were neither firecrackers nor gunshots to welcome the instant of transition into another year. All one could see were brilliant flares being shot into the air from forward outposts. Homesickness forgotten, soldiers in all innocence believed this quietude an auspicious sign that peace would come in the New Year.

The morning of the first day of Tet was beautiful and warm. Tet had truly come to this small town near the border. The streets were full of people who had left their houses early in the morning for celebration ceremonies at temples – plenty of old women and children among them, carrying no firearms but wearing new and colorful clothes reserved for this special time of year. Joy and happiness blossomed on every person's face. The exception was Davenport, who had returned to Kontum and sat holding a cassette tape recorder and bulky cameras, his face cast downcast. In the company of a few colleagues from AP and UPI, he was in a tiny coffee shop on sloping Phu Mo street, worn out with having waited, almost desperately, day after day for a second Tet offensive to occur. To his chagrin, Tet and the first days of spring calmly passed by. It was a curious fact that, even though the war had dragged on for thirty years, there were still those who would want to see additional springs of armed conflict and destruction, who could not accommodate themselves to the notion of peace. These included not only Davenport and the gang of vulture journalists eagerly awaiting a devastating offensive, but also the staff of the Commanding General of II Corps, it must be said, who had raised a ballyhoo about a terrifying battle that was sure to develop in the Central Highlands. One should not forget to mention the rich minority who, believing the sensationalized news, had fearfully left town in the days before Tet.

In the end, thus, a general offensive all over the highlands, as forecast by the Commanding General of II Corps – what Davenport termed the Second Tet-'68 Offensive – did not happen. Nor was there a key blow *"à la Dien Bien Phu"* which would allow the communists to affect a turning point in history, to use their phraseology. This year witnessed only a proper traditional Tet celebration by a population of good people, who brightened up the town with their smiles and their happy faces. As for the soldiers placed in the green jungle, though they were sadly away from home during the three days of Tet, this was the first time they were blessed with silence, with an absence of bullets and bombs, and with continuously blooming bright yellow *"mai"* flowers, blossoms of the ochna plant signifying onset of the New Year. Gently and softly, spring enveloped the tops of the high mountains.

Kontum, February 1972

PEACE WILL COME NO SOONER

The scene was the immense ancient jungle of the Central Highlands. The time was the early 1970's when, unsteady step by faltering step, Vietnamization of the war was being implemented. This was also the period when reconnaissance teams of Airborne Ranger Groups discovered that the Ho Chi Minh Trail was as broad as a superhighway, on which supplies were being transported day and night all the way to the Tri-Border Area. The Trail was very much like a knife stabbing directly into the throat of this strategic border area in the highlands.

*

It had been no less than seven days. Truly, for six nights our company of Airborne Rangers had been lost in the wilderness of the jungle, our rations depleted, and our canteens empty while neither a stream nor even a bomb crater was found that held any water. We were saved from dying of thirst with puddles of dew drops accumulated over night on the surfaces of our ponchos. It was not as though we were not familiar with warfare in the jungle, the kind of battlefield to which we had grown inured. But all the same, it was obvious that at this point we had lost our direction. The cause for our dilemma could be traced to the fact that the American helicopter unit, of no great courage and experience, had dropped our company down onto the wrong landing zone, the wrong LZ, a spot in the jungle many kilometers away from the targeted location. The pilots should not be blamed, however, as they were still very young, and this was the first time they had made acquaintance with the unconventional initiative named Eagle Reconnaissance Operation. At such times, when both body and mind were at a low ebb, I always invoked a few principles to encourage myself. First, one has to maintain one's offensive spirit – which was a principle I had internalized ever since choosing Dalat Military Academy and subsequently volunteering to join the Vietnamese Green Berets. Second, under whatever circumstance, if one does not want to experience defeat – this term did not exist in the vocabulary of our military academy – one must always insure that one is in an offensive position. Those sharp words were engraved upon my mind.

From the beginning of this operation, the orders given had been incisive; they stated that one of the four assault companies in the Ranger Group was to be dropped into the jungle at sunset, dropped at a location no more than two kilometers away from the target. That target was said to be a very important liaison base, a central node under the command of the enemy's Yellow Star division. My company was chosen for the task. I, also known as Grey Tiger – a nickname given me by members of the reconnaissance team, one of the dozen constituting the recon company to which I had been assigned before being transferred to the assault company, a name likely bestowed upon me for various reasons related to my character: not only was I brave, but I also had brown skin like the Thuong people, and the ability to move through the jungle as fast as they could – was to lead the company, and at nightfall was to move the advance element into position near to the target, where we would lie in ambush deployment and wait until H-hour when the whole company would advance in assault movement and quickly neutralize the enemy base before the break of dawn. Equipped with modern weaponry, extremely powerful yet compact and light, and guided by an audacious plan of operation, we figured that success would depend on the element of surprise and the speed of action. Included in the OPLAN, the operational plan, was the idea that, under whatever circumstance and at any price, we had to be lifted out of the enemy's sanctuary 48 hours after insertion. Yet, even by the third day in the tangled mass of vegetation, we had not so much as neared the target area, while at the same time we recognized signs of being closely followed and watched by the enemy. Unlike the situation faced by other combat units, the area of our operation lay well beyond the range of supporting artillery. And at that moment I already knew very well what a high price in personnel losses, damaged equipment, and spent ordnance we would pay on a battlefield within enemy territory where we were, quite obviously, alone and exposed.

The old jungle was of two layers, the upper one made up of trees no less than thirty meters tall, the lower level a spread of tangled rattan forest. Trying to stay away from well-trodden paths, we had no choice but to carefully part thick bushes and snake through them. From afar we must have appeared like a swarm of ants. We were very hesitant to cross a clearing, a field of straw grass populated with jungle leeches. It was extremely difficult to lose the enemy no matter how many false traces we left behind to deceive them. For seven long days we met nothing but the green of the jungle and the smell of rotten damp leaves. There was no sign of wild beasts, even though during French times this area had been well known as a hunting ground. The animals, if not killed by Agent Orange, had apparently moved elsewhere, away from the shelling. In a situation like this, I truly came to appreciate the statement made by a certain writer, that in this era, men were no longer afraid of wild beasts, instead they feared their own fellow human beings – the object of our fear at the moment was in the form of our fellow Vietnamese. It took merely a note of sung melody from an unfamiliar bird, or several rustling sounds from a bed of leaves, to make the soldiers hyper-alert and anxious.

I will never forget one such experience of anxiety, an experience which occurred when I was still with the reconnaissance team, and on an operation in the Ashao valley. The team's task at that time had been very specifically delineated: we were to search for the enemy, watch for clues that might lead to their ammunition stockpiles, and if possible, capture North Vietnamese troops alive in order that intelligence could be extracted from them. This had not been the first time I was assigned such a task. I had long trained for it, and had become familiar with that type of operation. However, contrary to what I had previously thought, that courage was no more than an acquired habit, it did not seem that the frequency with which we engaged in jungle warfare was good enough a habit to help lighten our fear. Being truthful to myself, I had to admit that I was afraid, even though the soldiers always saw in me the image of a bold and stubborn grey tiger; some of them even superstitiously believed that I possessed magical power. It was not necessary to correct their false belief, if it made them feel calmer. I myself was quite aware that my outwardly brave behavior was sometimes only an attempt to suppress anxiety, or a reaction prompted by self-esteem, the self-esteem which anyone in a commanding role was expected to have.

At that particular instant during the Ashao operation, I had been leading my team toward a turn on a trail where we were to lie in ambush. In truth, I had not prepared myself well to contact the enemy right at that moment, even though we were looking for them. Therefore, it had been quite a shock when, without warning, I came face to face with an enemy soldier no more than three meters distant. We both had firearms in our hands, not an M16 and an AK, but AK against AK, both surely with round chambered and safety off. Our reconnaissance teams, when dropped into the jungle, were outfitted in black pajamas and equipped with AK's exactly as were the VC. We recognized one another's identity only through some sort of subliminal perception or by an instantaneous awareness of some specific detail in the manner of wearing the outfit, or perhaps even by the postures assumed.

This was so absolutely a strange situation – the meaning of which, up until now, I have not been able to figure out – that when our eyes met, we both stopped short, motionless. The fear strangled my breathing and surely his as well, because before we knew it, both of us at the same instant spun around and ran away from each other, without looking back even once. So absurd a happy feeling I had for having escaped this danger! What did the look in his eyes, and surely mine as well, bode, looks which provoked such fear

for the both of us that our minds became numb? I have
not found the answer. Surely, I was not a person short of
courage. The merits I had earned in the past were sufficient
to guarantee my present standing, as judged by everyone
from common soldiers to my commanding officers.

In the present circumstance, as the sun rose higher,
the speed of the company's movement markedly reduced.
Without waiting for permission to halt, a few soldiers
collapsed, panting through open mouths. I realized that
they had become truly exhausted, having no strength left
for fighting. I radioed the OPCON, the commander of the
operation, and requested that, at any price, the company
be withdrawn today, the seventh day in the jungle. My
immediate duty was to locate an LZ. Given the landscape
of rolling hills and mountains it was not easy to find an LZ
flat enough that use of rope ladders would not be necessary.
You could not argue with an inexperienced American
helicopter squadron, so in order to be picked up you had to
do as they wished, I thought to myself.

Once again was heard the voice of the American advisor
begging to stop for a short rest. The man, a giant, was once
a Special Forces sergeant. This was the third time he had
volunteered for duty in Vietnam. I had known him when
he was the renowned top sergeant, the senior intelligence
sergeant, of a Special Forces team running a camp located
near the Tri-Border Area. Coming from Fort Bragg, and
having accumulated years of experience in the battlefield
of the Central Highlands, he was definitely no chicken. Yet,
at this time, he looked miserable: his face bright red, his
lips dry and cracked, his mouth wide open as he gasped for
breath. It was not as though he was the only one exhausted
from the operation. The soldiers and I also desperately

needed rest. But that was not possible. I could not allow us to halt until we had found an LZ. We had to continue moving on if I hoped to avoid losses and uphold the morale of the soldiers, which was rapidly declining. With that decision in mind, coupled perhaps with something akin to ruthlessness, I sarcastically told him that if necessary I would ask my soldiers to carry him on a stretcher. His self-respect wounded, the advisor stood up again, and walked on with heavy footsteps, panting. Looking toward my ragged soldiers, I could not help belching a short laugh out of suppressed anger. After all, the fact that assault companies had to continuously operate in the jungle resulted from pressure exerted by his side, the Americans.

Indeed, the American chief advisor to II Corps Tactical Zone, a colonel with eagle eyes, always urged us to maximize our companies' engagement in combat. He declared that from his personal perspective, as well as that of MACV, the Americans could not understand the low level of losses sustained by a Vietnamese military unit whose specified tasks were reconnaissance and assault. One interpretation of this insinuation was that our Airborne Ranger Group had to demonstrate its fighting spirit by sustaining huge numbers of lives lost during upcoming operations. Otherwise, MACV would see no legitimate reason to continue its support, at such a high financial cost, for the existence of a unit acting as if it were merely a reserve force. This argument pretty well reflected what Nixon called *"Vietnamization of the war"*, which the American press in turn cynically dubbed *"an effort to change the skin color of the corpses"*.

Only now did I come to appreciate the dilemma faced by my commanding officer. He was a qualified commander who led a frugal, honest life. Naturally, duty, and also self-respect, would have prevented him from ever allowing his soldiers to die in an operational arrangement alien to his own notion of troop maneuvering. But he knew only too well that any stubborn resistance on his part against the American advisor's ideas would land his unit in innumerable difficulties. Normally a very calm person when dealing with whatever difficult circumstance, on one occasion he could not contain himself. Pounding his fist on his desk in response to the chief advisor's vituperation, full of arrogance and condescension, he dismissed the American from the underground shelter being used as the operations command post. The American advisor had once more put on pressure relative to various issues, and had yet again been successful with his manipulations through the mediation of the present commanding general of II Corps Tactical Zone, a general with shady dealings who was quick to reach compromises in order to be left undisturbed, no matter what was to happen to the units under his authority. Having a commander as strong and firm as my own, the sense of self-esteem I required was to some extent gratified. But then what? Besides the temporarily gratified self-esteem, there were realistic issues which had to be dealt with. How could we have a strong voice when every ARVN soldier from A to Z had to depend on the Americans? Eventually, we had to find ourselves asking how it was that generations of our predecessors, even without foreign aid, had been able to create powerful armies to fight against foreign invaders.

When enrolling in the Dalat Military Academy, I had believed in the mission of a mature army to protect national independence and to re-construct the country. Sadly, the Academy was only capable of transforming us into military experts, but failed to adequately prepare us

to cope with the complicated political circumstance which
was the case at present. Starting from a very simplistic
naïve notion of serving the fatherland to the bitter end,
by confronting and overcoming whatever obstacles and
difficulties that might arise, I had not entertained the
thought of dealing with politicking amidst the military
collective, and had resolutely refused to have anything
to do with it. But gradually, through repeated experience
of rubbing shoulders with others, I had become deeply
aware that wielding weapons was not the end of our line
of duty; rather, we were being forced into complicated
circumstances of political entrapment. The time had come
for a soldier to clearly define his position and ask himself
for what legitimate reason he was sacrificing so much of
himself in continuing to participate in armed conflict.

There came an incoming call on the field radio. The
reconnaissance squad, which had gone ahead of us, informed
of contact with the enemy, whose effective strength they
could not determine. I wondered what our unit could hope
to accomplish when all we had at this point were dog-
tired soldiers. But then the sounds of discharging weapons
awakened the survival instinct, and the soldiers came to
life again, ready for action. When I had managed to pull the
company up to the point of contact, we did not need to fire
another shot. There remained only underground shelters
full of rice and provisions which we had to quickly destroy.
Upon checking, we found a single North Vietnamese soldier
who had been hit during the first round of fire exchanged
with the reconnaissance squad. This constituted the small
and only victory our company would claim during this
operation – and, ironically, it had been achieved by those
few riotous and drug-addicted soldiers, still being severely
disciplined, who happened to be members of the recon

squad. In principle, when taking alive a prisoner, those responsible each would automatically be granted a 30-day pass for leave of absence, as well as a sum of money for reward, and a medal. However, this time, all they asked of me was that when we had returned to the rear, I would set them free from confinement to the Conex containers. They also promised to behave themselves from now on. Conex containers were 2-square-meter metal shipping receptacles, often retained at the operational base and frequently used to store supplies, including ammunition. To be punished by confinement in a Conex container exposed to the sun was a torture which even the unruliest soldier dreaded.

I only smiled and offered no promise, even as my heart was filled with affection for their carefree and very courageous natures.

"Who can ever trust tongues of the likes of you?" I asked.

In point of fact, more than once they had sworn on their honor to give up drugs, but the habit had become so much their second nature that it was hard for them to get rid of. I had to note, nonetheless, with respect to the one named Lam Chut, that here was a special case. On one occasion he had been inserted by helicopter – equipped only with a few hand grenades, a knife, and some dry provisions – near a fire support base temporarily under control of the communists. Rather unbelievably, only five days later, he reappeared at the rear with a huge smile on his face and made a detailed report of his observations. Without, as his commanding officer, being able to say anything openly, I had to admire him.

When I met the prisoner, he was still alert, which made me think that he had suffered only a light wound. Though the bullet had penetrated his buttock, probably it had not hit any major artery. Staff Sergeant Tung, a medical corpsman, quickly bandaged him to stem the bleeding. Orders from the OPCON were to give priority to taking the prisoner to the LZ for pick up. The man was very young, his skinny pale body quite in contrast with the alert facial expression and the deep passion in his eyes. He evoked the image of my younger brother who had been killed in battle not long ago, a battle also in this jungle area. There arose from the depths of my heart a sentiment very hard to describe, somewhat like a combination of anger and compassion. But then his childlike face immediately settled my feelings. Not displaying much fear, he showed instead a cooperative attitude. From my experience with NVA prisoners, his manner of response was what was to be expected, nothing out of the ordinary.

Ut Hien, the officer accompanying us from the S2, the company Intelligence Section, came immediately to interrogate the prisoner. Originally from Thanh Hoa province, the captured soldier had infiltrated into the South four years ago and had participated in many battles. His unit had been engaged in an operation down in the lowlands for the past three days. He had been left behind in their rear base area with an ordnance team because he had succumbed to fever from malignant malaria. This ordnance team had just hurriedly left, as they did not want to clash with such a ferocious enemy as a Ranger unit. I tried hard to suppress my strong emotions when hearing him mention the place of his origin... It turned out that he and I were natives of the same province. An invisible connecting string drew me nearer to him. This approach, in fact, was not merely because of the necessity to extract intelligence from him, but simply because I felt I had the duty to save his life. The look in his eyes betrayed his trust in me. All fear gone, like a child he talked and asked numerous questions without pause. I entrusted Corpsman Tung to keep an eye on the young prisoner and care for him. Seeing that blood seeped through the bandage over his wound, I grew very concerned. I asked Tung about it.

"There's no cause for alarm, Lieutenant. The pulse is still strong and regular," Tung said.

The young man was given shots to reinforce his heart, manage the pain, and to stop the bleeding, and an IV was started when his blood pressure was found to be rather low. There was nothing more we should be anxious about before finding a serviceable LZ from which to send him out.

Having achieved a feat of arms, the soldiers became oblivious to their exhaustion, every one of them in high spirits. The commanding officers at the rear base, and especially in the S2, seemed very impatient for news and information. From the command-and-control helicopter where he was with the lieutenant colonel, the chief surgeon of our unit requested that we inform him of the condition of the prisoner's wound so that, if necessary, the man could be the first evacuated by a helicopter equipped with a mechanism to pull him up on a rope stretcher-swing. As for myself, I still honestly believed that he would be all right until the time he would accompany the company to the base. Moreover, in my heart I had the wish to be present, to have a role to play in the handling of this particular young man, which I thought would be rather different than usual. After mapping out the route with the use of a compass, I ordered the company to continue in the southern direction. Not very far away, a good LZ seemed possible. Immediately, the prisoner advised me against it, as it was possible that we would encounter his unit returning from their operation in the lowlands. I always had great confidence in my sharp intuition. This time, it took only a brief look into his eyes to convince me of the value of his judgment. Consequently, I had the company move in the northeast direction instead, even though I knew it would be more difficult because the landscape presented many obstacles, and we would have to climb many slopes. Almost all members of a platoon took turn to carry him on a hammock. During the bumpy trips up the slopes, I observed that the prisoner tried his best to contain his pain, which had not been completely assuaged by the medication. Though blood still seeped through the bandage, his pulse remained stable. An acceptable location for an LZ was found only after we had walked for almost two hours. I mobilized the soldiers to clear it quickly. The American helicopter pilots, no matter how little courage they possessed, would have no reason to refuse landing on this LZ. Moreover, they were well aware that an American advisor was among us. Nonetheless, to guarantee airlift for the whole unit, I decided that the advisor and I would be the last to be picked up.

The prisoner was placed straight down on a bed of soft grass. Weakly, he forced a smile when seeing me approach. I meant to chat with him for a minute by way of showing a caring gesture. All of a sudden there were cries of jubilation by the soldiers when from afar the sound of the approaching helicopter squadron was heard. Soon thereafter, for some unknown reason, suddenly the prisoner sat bolt upright and screamed in panic. As if he could not see, the man blindly extended his arms straight in front of him and got hold of me. Apparently in terror, he called out a single word: "Brother!" before he collapsed and died instantly. Flabbergasted, I immediately summoned Corpsman Tung, who had been attending to several soldiers with early symptoms of heat prostration. Both he and I tried various ways to revive the prisoner, to no avail. I did not think the wound was severe enough to cause his death so quickly. Tung's only explanation was that the young man had died of shock. Learning another technical medical term did nothing to help me make more sense of his sudden and unreasonable death. Then I remembered that earlier I had noticed that when first hearing cavitations from the rotors of the helicopters as they approached the LZ, the young man's face had completely lost its color, giving place to horror. Perhaps his death all boiled down to a conditioned reflex to the fear of one who had lived in the deep jungle for four years, the reflex of one to whom the constant threat was air-mobile Ranger teams engaged in their Eagle Operation. In contrast, the sound of those same propeller blades made my hungry and thirsty soldiers jump up in a delirium of joy.

There came only four aircrafts. The remainder of the squadron had unexpectedly been mobilized for support of the ongoing fighting in the lowlands. As the situation stood, it would take at least twelve trips to withdraw the whole company from the jungle. To make things worse, there came ominous signs of bad weather. In fact, words from our base indicated that there might be a big rain storm in the afternoon. In accordance with standard operating procedure, I and the rest of the command section of the company were always to be the first to land and the last to leave an LZ. I entrusted to Second Lieutenant Lực, my XO, executive officer, to see to the arrangement for withdrawal.

My body heavy with exhaustion, I sat down on the ground next to the corpse of the prisoner. My hand reached out and pressed upon his eyes. The still warm eyelids closed without resistance. This was a gesture which I had not been able to extend to my younger brother when he had been killed in a battle in Pleime. My mother had, without a second of hesitation, embraced and wept over his putrefied corpse wrapped in a poncho and brought back five days later.

I happened to look at the prisoner's hands marked with bloodstained scratches which must have been caused by the thorny bushes through which we had passed. It was heart rending to imagine that the pain was still imprinted in that body losing its warmth. Go to your last sleep now, I said gently beneath my breath, even as I was aware that never before had I felt so intimate and familiar with death. There was no appropriate label to attach to that young dead body. It made no difference whether it was his corpse or my younger brother's, for in the end it came down to another dead Vietnamese. I wondered if there was any way to inform his family of his demise. I had heard about a radio station called *"Mother Vietnam"* established by the Americans, with very effective broadcast sessions aimed toward North Vietnam, in which were read letters captured from cadres and soldiers born in the North and killed in the South. But then, upon second thought, it might be better to let his mother and his younger siblings continue to nurture the hope of his return. The unfinished letter he had tried to write this morning surely would never be sent to them. In the letter, which I had read, he mentioned his mother and his little brother; talked about Vinh Loc district in which his Bong Trung village was found on the Ma river, a river flanked by a crumbling bank on one side and a silt-deposit bank on the other. He also referred to the grave of his father lying beyond a summer rice field, at the foot of Da But mountain. His words instantly evoked the image of a homeland that both he and I had lost. My throat constricted painfully and my heart wearied, but I could not shed even the drop of a tear. In the inmost recesses of my heart, I truly wanted to be able to cry.

New orders came which demanded that the corpse be left behind on the LZ. Our commander, the lieutenant colonel, being by nature superstitious, would not allow dead bodies – those of his fellow soldiers included – brought back to the operations command post. There existed an anecdotal rumor that before every operation, he would take care to cleanse himself, to the extent of avoiding intercourse with his wife, an act which he considered inauspicious. He always tried by all means available to avoid as much as possible loss of and damage to his soldiers.

As for myself, I felt it cruel to leave the dead body behind. When I as the last person had entered a helicopter, the aircraft hurriedly shot up into a gloomy sky where storm clouds were rolling in without pause. Viewed from this height, it looked as though the corpse was deep in a peaceful sleep, covered not with a flag but with a pale green hammock. I was resigned to leave him there alone, alone with the isolated mountain and the surrounding jungle, and carried with me an indescribably disquieting emotion. How I wished I had had enough time to dig a grave for him, even one just barely deep enough to enfold his body.

Sitting next to the door, I felt the strong prop blast forcefully splashing moisture from the clouds against my face, making it cold and sore. My skin and flesh numb, my heart numb too, numb almost to the point of insentience, I could neither think thoughts nor respond to anything. Inert, almost to the point of death, it seemed. Sitting nearby, and constantly fidgeting, was the deep-blue-eyed door gunner, his heavy machine-gun thrust out before him. All of a sudden, like one possessed, he pointed the gun down toward the landing zone and fired rapidly and continuously a rain of roiling rounds, even though there appeared no suspicious sign of the enemy. The strong smell of burning cordite accompanied deafening clanging sounds of the extraction mechanism and the spewing bullets.

When the helicopter squadron had completely moved away from the LZ, the sergeant, who was my close and reliable aide, raised his voice and reminded me.

"I think you forgot something, Grey Tiger," he said.

"No, I did *not* forget about it this time around," I assured him.

He was referring to the practice of planting a grenade with the safety catch undone under the body of the dead prisoner left on the LZ. More than once the enemy had done that and caused us much damage. But this time, I thought that even if I had used his corpse as another trap and caused a few more deaths, that would not make Peace come any sooner.

Kontum / Tân Cảnh 1971

THE KIM DONG DREAM

At the battlefront in the Central Highlands, 1971.

U nseasonably, the weather changed, hampering activities
of the Air Force and of reconnaissance teams. Our time
here could not possibly be extended much longer. The war
was dragging its weary feet amidst extremely exhausting
difficulties suffered by both sides. Such thoughts were
unavoidable during the final days of our operation which
had lasted for a whole month in the Ho Bo secret zone
located on An Lao mountain and in the surrounding jungle
area, within which North Vietnamese troops were said to
recuperate – at the stage of the war when the Americans
were planning to abandon it and run away, the stage labeled
as Vietnamization by the American press.

This morning, another of our helicopters was shot down,
the third one in less than four weeks, by the Soviet-made
S8, a surface-to-air heat-seeking missile, with which every
North Vietnamese military unit seemed to be equipped. A
Ranger assault unit was immediately inserted for the task of

rescuing the downed helicopter crew. The said helicopter had fallen into a big and important enemy training area which appeared to have been virtually abandoned. As was their common practice, the enemy had withdrawn very early on, refusing engagement in combat where they could not have the upper hand by virtue of the element of surprise, and for which they had not been well prepared. The helicopter crew was rescued, their aircraft not having been destroyed. Assault teams enjoyed free rein in exploiting enemy stockpiles and collecting war booty. Every one of their rucksacks was tightly packed. Even in the midst of a military operation, they acted jubilantly, like carefree children playing among the rice fields. Some of them gathered vegetables, others pursued pigs, and others yet competed in chasing after chickens. We were smack dab right in the location we had been searching for, a place of rest and recuperation occupied by a North Vietnamese unit about the size of a regiment. It was cleverly camouflaged, not at all perceivable from the bird's-eye view of an aircraft. In the kitchen, the charcoal ashes were still warm in the stoves, indicating that upon hearing us the enemy had hurriedly left, not long ago and could not have gone far. Since we were to be lifted out by helicopters before dark, we had to immediately destroy the place as quickly as possible. We met with no resistance apart from inconsequential sporadic sniping not worth mentioning. Innumerable documents and films were confiscated. It would be a hard job throughout the night for the Intelligence section, S2, to sort and inspect them.

In this *Wretched Land*, everything was at its extreme. After days of scorching sun, all of a sudden downpour of cold rain and wind came upon us and continued throughout the afternoon, giving no clue as to when this fit of nature would come to an end. Hills and mountains were shrouded in thick white mist. Under their ponchos, none of the soldiers was spared the cold wetness. Only the canvas tent of the command staff stood rather firm, not blown away by the fierce wind. There, the piles of documents scattered about were immediately evaluated and classified. Separate films were put into their original order and projected on a framed canvas: *Sea of Fire, Waves and Wind, Hanoi in Glorious Victory* were seen together with documentary films and newsreels. All were to high degree propagandistic, evoking the fighting momentum of the people of North Vietnam who wielded a weapon in one hand and handled a plough in the other, who dealt well with air strikes and competed to shoot down American planes, while at the same time engaging in production of foodstuff to ward off starvation and to share with the people of South Vietnam in a spirit of brotherhood – nothing new and interesting about all that. It certainly was not worth spending hours watching such worn-out stereotypic images.

But, unexpectedly, time withdrew thirty years backward. Before our eyes a movie unfolded with a panorama of the impressive natural landscape of Viet Bac, the northern mountainous region of Vietnam inhabited mainly by Thai and Meo tribes. The protagonist is a boy named Kim Dong, portrayed as the first child liaison agent who brilliantly performs his task of helping revolutionary soldiers at the start of the war of resistance against the French. His name is the title of the film and also of the children's story by To Hoai from which the film was made. This story can be seen very much as a precursor to the author's award-winning book of three stories entitled *Truyen Tay Bac*, Stories of the Northwest Region, written several years later, which describes the lives of ethnic minorities during the war of resistance. " Kim Dong" is a simple and moving story, reflecting the peaceful way of life of humble and honest mountain folks whose rich traditional customs and practices were very alien to Kinh people of the lowlands, who nonetheless actively participated in the common struggle. In essence, the work encapsulates the initial stage of the resistance when the sacredness of its mission was held intact, when the whole population as one rose up in arms with determination to fight the French and regain the country's independence. Kim Dong is the very image of the beginning of that romantic and emotion-filled revolution. His story made mothers cry in their hearts and aroused innocent and pure patriotism in their children.

Then, that little liaison boy dies an honorable and beautiful death, at a point in time when the resistance is at its purest of intention. And in that spirit, his story has become the Kim Dong legend. His death symbolically marks the end of the original noble goal of the struggle, giving way to a muddled path that recalls a folk legend. This folk legend tells the story of a man's search, in a dense and dangerous jungle, for a precious wish-granting piece of sandalwood. During the adventure, he held in his mouth some mugwort herb that had been infused with magic, said to have the power to protect him from bodily harm in the dark wild jungle. The journey prolonged without his ever finding the miraculous wood, and he lost his way home. When the amount of mugwort diminished to nothing, he was transformed into a grey tiger, a horrible consequence about which he had not been forewarned.

As if life imitated art, very much in line with the Kim Dong legend, Vietnamese people throughout the country had been called upon to continue, in unity, with the struggle for *"independence, freedom, and happiness"*

– the sought-after sandalwood – arming themselves with genuine patriotism as the miraculous mugwort against death and destruction. The slogan was constantly reiterated even as people began to lose sight of the original sacred mission. Thirty years after the inception of the Kim Dong story, there existed many generations of other Kim Dong who lived until adulthood – be they from the North or from the South – who, in the name of the Vietnamese Dream of Unification, assumed other labels, each zealously holding an AK or an M16. In fact, at present, in the darkness of night, while fierce rain felled trees and dented rocks, those youngsters might feel lost and afraid in the wilderness of the Central Highlands, at the foot of *Truong Son,* the Annamese Cordillera, even as they groped about, lay in wait, watched, and sought to kill one another like animals.

Saigon lost its name in 1981.

It had been six years since the traumatic event of April 1975, but the skin-peeling pain of the experience was still as fresh as if it had just been inflicted yesterday. To remain where we were stationed in the last days of April meant to accept whatever came, including death in a decisive battle. But it had turned out that there was no hot battlefront in Saigon where the protracted Vietnam war could be concluded in a decent manner. Tragedy was found not merely during the long war; it lay precisely in what happened in the final hours when courageous ARVN soldiers were humiliated by their commanding officers' shameful fleeing or surrender. On the other side, the victors had nothing to show in the way of independence, freedom, and happiness, both during the war and throughout the six years in peace. The deceptive slogan promoting these commonly shared aspirations and values masked an ideological design that had little or no room for real concern with the people's welfare. Their patriotism worn out for lack of positive stimuli, during these postwar years the Vietnamese people were finding themselves relegated to a grey tiger's sub-human level of existence, bewildered by big words and the emptiness they represented.

Since when had the Vietnamese language been abused and corrupted to such an extent? How much longer should one expect to witness the decline of our beloved mother tongue, when word and meaning went their separate ways? How many more years would it take to restore the purity of Vietnamese words? Truly, this restoration was the task that must be undertaken by writers and artists through their authentic works which were capable of profoundly communicating emotion, works in which word and meaning would be seen again as an integrated unit, would return to functioning as a connecting bridge for genuine communication and dialogue within the society.

As my thoughts turned back to the story of mugwort and sandalwood, I wondered who exactly had led the Kim Dong dream, thirty years after its appearance, further and further away from its original goal. What remained was but the seed of division inherent in our history.

Bồng Sơn 1971 – Saigon 1981

QUIESCENCE
ON THE BATTLEFRONT

The morning was a cold one for Quang Ngai, which was not too surprising in aftermath of this year's flood. Tom wore a cardigan, a loop of leather strap revealed at the shoulder seam: he was armed.

Phuc had met Tom months before during another flood relief program in Phan Rang, a town in the southern part of central Viet Nam. Tom was a Caucasian American. After graduating from the University of California at Berkeley, he had joined the Peace Corps and volunteered to serve in Vietnam where he lived a simple frugal life among peasants. Fluent in Vietnamese, Tom was also known by his Vietnamese name Ninh.

"Did you come up here at the start of the flood?" Phuc asked.

"No. Fifteen days after," Tom replied.

Phuc inquired about the condition of the wind-driven pumps back in Phan Rang. Tom informed him that all of them were in working order. However, since the rice fields were still full of floodwater, the villagers had no present use for the pumps. Phuc recalled the day when he had first met Tom at one of those rice fields in Phan Rang which extended all the way to the rock-strewn foothills of the mountains, where herds of spotted goats ruminated. Standing high on top of a large rock, a male goat cut a sharp figure against the sky. Farther away, the deep blue ocean had been calm. Here and there slow-moving windmills were drawing seawater into fields of white crystalline salt. Phan Rang was famous for the quality of sea salt it produced.

"You were not angry with us, were you, Tom?" Phuc asked. "About our decision to leave Phan Rang and be on our way here without you? You know, during the initial period in a new place, we always try to avoid misunderstanding by the people, and we especially don't want to give the local communist cadres a chance to cook up distorted propaganda."

The distorted propaganda in this circumstance would in all likelihood be centered on the issue of lost sovereignty – that the South Vietnam government was but a puppet regime, while those young American volunteers were no more than agents of American imperialists. After the war of resistance against the French, the communists were now raising a ballyhoo about another sacred resistance against the Americans to secure independence and unity of the country. It seemed that the slogan still appealed to the people, especially those in rural areas. After a massacre of a number of student monks and nuns belonging to the School of Youth for Social Services, Phuc had come to keenly realize that there could never be such a thing as an ideal non-political milieu where he and his coworkers could calmly offer social services. Politics, to Phuc, was nothing more than dishonest practice and cruelty.

Smiling knowingly, Tom placed a coarse big hand on Phuc's shoulder. "Never mind," he said. "I understood what you meant as soon as you said the first sentence. During my long years here, I truly have wanted to mix well with the people, but unfortunately I still find myself out of place."

His sincere tone of voice was tinged with a touch of bitterness. To avoid unpleasant thoughts and bad feelings, Phuc changed the subject, "Cham girls have very beautiful eyes, don't you think, Tom?"

Tom smiled, his deep blue eyes looking at Phuc mischievously. He then told Phuc he was very fond of the costumes he had seen worn by the Cham people in Phan Rang.

The ancestors of the Cham ethnic group were the original inhabitants of the stretch of land from Da Nang to Phan Thiet of present-day central Vietnam, this land being well-established by the 7th century A.D. as their Champa kingdom. Still standing in several locations of this former kingdom were beautiful Cham brick-towered temples which bore witness to the bygone glory of their culture. Piece by piece the kingdom's territory had been annexed by the Vietnamese in their southward expansion, *Nam Tien* starting from the 14th century. Since then, the Cham people had been relegated to the status of a powerless ethnic minority in their ancestors' native land.

Happily, Tom confided that he had made friends with a Cham teacher in Phan Rang, a young lady who spoke some English. Phuc recalled images of Cham girls he had seen, beautiful girls in whose deep dark eyes lingered a shade of indescribable melancholy.

"Do you have any idea about the size of the Cham population at present?" Phuc asked.

"I don't know. All I know is that their birth rate is very low, and the majority of them have been completely assimilated into the Vietnamese population."

A young interpreter intruded into the conversation. Speaking directly to Phuc in Vietnamese, he said, "I previously lived in Phan Rang and went to school there. There's not much about the Cham people I don't know. They don't bear as many children as the Kinh people do. Only a few years from now they will be extinct."

Phuc was uncomfortable with the man's chauvinistic attitude.

"I don't think 'extinction' is the correct word," Phuc said. "The Cham people live in harmony and have gradually become integrated with the Kinh people. They all are Vietnamese citizens."

"No, that's not true," the interpreter objected. "They still try to retain their own separate way of life. Just look and see for yourself. They never have trees around their houses. Even when the Ministry of Agriculture had some trees planted for them, they pulled them all up. It's some kind of superstition they have."

Curious, Phuc inquired further, "I've heard that in the schools where Kinh and Cham children study together, the Cham students prove very intelligent."

The interpreter laughed out loud in agreement. "That's right. Always it was one among them who was the top student in my classes. None of them were bad students. Even the worst of them would not rank below the ten top students in class. The only thing is, they are far inferior to us Vietnamese in all other things."

"In what are they inferior?" Phuc asked.

"I'm not kidding. They're only good in their studies; but so far as the 'practice of trickery' is concerned, in no way they can match us."

His facial expression told Phuc that he honestly was proud of the fact he had just observed. Bewildered, Phuc simply looked at him and had no desire for further discussion. The interpreter turned to Tom and babbled in English. His talk centered on the subject of "women of the night". It was evidently not a proper time for such babbling. Tom smiled in embarrassment, and he also did not want to pick up the conversation. Unwittingly, perhaps, the presence of the Americans had led to an upsetting of all our values. They were responsible for that confusion, albeit in a freewheeling way, just like the rising and falling of a tide dragging everything along with it.

By midday, the road passing in front of the house before which they stood was quite desolate. Portions of it had been hollowed out by the whirling floodwaters. Up high, grass and refuse still hung onto electric lines. One end of a bridge had collapsed under the pressure of floodwaters. Regardless, the voice of the interpreter was still heard joking with Tom, its tone turbid and grating.

A green jeep was parked in the middle of the dirt path in the front yard. Red dust had spread over its sides, veiling the Red Cross sign and the word *"Medico"* in white paint. Larry was in the vehicle, waiting for the other relief workers to join him so departure could be made for a visit to a village affected by the flood. Every time he came to see Tom, it seemed, Phuc met this young medical doctor, a man whose refined facial features had an intellectual demeanor and looked somewhat similar to the face of the renowned Dr. Thomas Dooley. Even though Phuc could not actually visualize what Dr. Dooley's face was like, he still thought that Larry resembled the famous physician. Definitely, it was odd to be certain about the similarity between a man he had only met superficially and another one he had never laid eyes on. Phuc laughed at himself.

Not long after graduation from medical school, Larry had grown weary of American society. He volunteered to join the Medico association founded by Dr. Dooley, and subsequently had been sent to Vietnam. In a poor country at war, Larry felt that his presence was not redundant like in America. His days were dedicated to healthcare services, while leisure hours in the evenings found him struggling to write a book entitled *On the Margins of the Internecine War*. Larry said that he was not concerned with politics; he merely saw war as deadly devastation entailing poverty and misery for human beings. His book did not deal with characters; rather, it consisted only of situations.

Phuc once joked with Tom, "Who knows, Larry may be a great American writer."

Phuc thought of Dinh, a Vietnamese writer, and of his habitual way of creating characters. Dinh was of the loner type, who entered real life like a stranger, always exuding a sense of metaphysical emptiness, appearing exhausted even before engaging in activities, spending his days groping about in the darkness of the subconscious. Once in a while he removed himself from all that and communicated with others, essentially through his arrogant abusive language, only to end up falling under the spell of bodily animal desires. Soon after, one would again see him searching without discovering anything significant, even as his health further deteriorated.

Larry said he hoped to comprehend Vietnam as well as Pearl Buck had understood China. He did not interact much with other Americans, holding himself aloof from them while displaying his affection for Vietnamese. Discreetly, he was passionately in love with a girl from Hue, a young social worker. In a heart-to-heart talk with Tom, Larry declared that he would not get married before he turned thirty, and that when he decided to have a family, his wife definitely would not be an American woman.

A few American advisors had cautioned him. One of them said, "You stand out with your blond hair and blue eyes. So don't venture into out-of-the-way places. Remember, the locals don't much like Americans. Don't drive away from the city at night."

In spite of such warnings, however, every time a sick person's family came and asked for help, Larry would not hesitate to drive by himself in the dark of night to a somber village quite remote from the city. Personally, he did not believe in international laws related to warfare. He said the VC would neither spare a Red Cross vehicle, nor care what the Medico association was all about. They might well readily shoot him as they did any other American. He did not pride himself upon courage. Rather, he simply maintained a calm demeanor, leaving good fortune and bad luck to the mercy of fate.

"One worries so much about security that one tends to see a VC in every Vietnamese citizen," Larry opined. "I can't believe there are as many communists as all that."

So saying, he continued with his free movement, showing little or no fear.

Tom turned to Larry from the passenger seat. "Larry, I heard that after the flood, security in this area appears to have improved. Do you think this is so?"

"Of course, it should be so. What with all their underground tunnels and shelters collapsed, the VC lost not only weapons and ammunition but also foodstuff and medicines. They'll face hunger and other hardships for a long time yet."

Even though Larry drove the jeep slowly, the ride was still very bumpy and rough because the road they were on was thoroughly damaged by the flood. Suddenly Hoang, one among the group, pointed toward a bamboo grove in the distance toward which two bombers dipped their wings in taking turns at skimming near the ground.

Phuc remarked, "Well, it looks like another air strike in the offing to support an operation."

"Phuc, did you hear about the incident involving the gunning down of several dozen school kids?" asked Hoang in a sharp tone of voice.

The VC had secretly hoisted an NLF flag on the rooftop of a school. VNAF pilots had spotted it while flying by, and had immediately swooped down and opened fire, completely demolishing the school and killing almost all of the children it contained. Being an anti-war person, Hoang had the tendency to condemn only one side in the war.

Unable to hold back his irritation, Phuc retorted, "What good is it to condemn only one side concerning an act of war, other than to discourage those who are fighting for a good cause?"

Phuc turned to look at Hoang, his eyes expressing hostility. The conflict between the two of them was not serious, but Phuc felt it was time that he indicated he no longer wanted to hear provocations from a friend. He switched to lighter topics.

Upon arrival, their destination village looked desolate. Everyone in the jeep felt numb with anxiety about the unexpected surely waiting in shadows lurking in the scene before them. Not a man was visible. Seeing American faces among the group, several skinny children with pot bellies tagged along as the jeep edged into the village, begging for candies and calling out *"Hello"* and *"OK"* non-stop. The sun projected its golden light on thinly-grown bamboo clumps, the leaves of which were dotted with spots of dust. The gluey layer of soil on top of the rice fields had dried up and begun to crack. Following the Buddhist practice of holding several important ceremonial prayers during a period of seven weeks after a death or deaths, on this twenty-first day villagers were engrossed in praying for the spirits of those who had drowned. Here and there along village paths were seen white mourning shrouds which obscured faces resigned to pain and misery. Gusts of hot wind swept over plots of land where the earth contracted by evaporation. Ironically, the rice fields after the flood were arid and shriveled up as though suffering from drought.

Phuc and his group walked around in the village, then headed toward the riverbank where on top of a small hill overlooking the river a woman sat, her dry coarse hair unkempt. It was impossible to guess her age by her withered face, a face too hardened to display sorrow and pain. Leaning down, she pulled up the hem of her mud-soiled loose trouser leg to dry the tears from her eyes.

"Surely we have a flood every year here, but it has never been this bad," the woman began her woebegone story. "This year the floodwaters were red, and the level was so high and the surge so big that its force broke the iron bridge. A lot of uprooted trees from the forest floated down here and were stopped by the bridge, lining up against one another like a citadel wall. Because of that wall, the floodwaters could not flush out easily and so whirled about more forcefully. All the houses around here were under water, and most of the people who lived in them took refuge in that two-storied house over there." She pointed. "Everyone thought they were secure, but in the afternoon the whole house was pulled down by the whirling floodwaters, and more than thirty children and adults drowned."

Following her pointing finger, no one among the group could make out any trace of the indicated house at the foot of the bridge. Both riverbanks were greatly washed and torn back, almost crumbled. In the middle of the distant section of the river, there were seen two iron bridge spans that had broken loose and been flushed downstream by the current of strong floodwaters. The water level was still high, but the flow appeared to have settled calmly in the river bed.

On the side of the hill where the whirlpool described by the woman had been active, the ground was hollowed out into a big well. Nearby, a group of students from the Polytechnic College were absorbed in the task of hoeing the earth in search of a deeply buried house. The woman had lost her two children there. The students' digging only managed to retrieve rotten segments of a thatched roof, a house frame, a torn piece from an old pair of black trousers. The floodwaters had upturned a burial site, exposing on the ground moldy-white human bones. Among the students, a medical-doctor was bustling about with a hoe in his hand, constantly lifting his smiling face to be photographed by a member of his family. A few days from now, his socially-concerned face would appear widely in Saigon papers, and, of course, no detail of his on-the-scene personal engagement would be found missing in the daily newspaper that bore his name. After years of dragging his feet in a foreign land, he had, unknown to many people, recently returned from France. But he knew how to promote himself, and the press was to him a formidable weapon that would help him win a race in an upcoming election.

In midst of her talk, the woman cried softly. Tears flowed in streams down her dry wrinkled cheeks, the cheeks of a face that had lost its power of emotional expression.

"Throughout the wet cold night, my two children and I huddled together on the roof of my house. No one dared come to us as the water was moving very strongly. Even rescue boats did not dare, as one of them capsized even before it came near. We were hungry and exhausted. Heaven and Earth! The floodwater felt just like ice when I dipped my hand into it. The whole village would have been dead had the waters risen five centimeters higher."

Unabashed, again in front of the camera, the pot-bellied red-faced doctor approached the woman and ostentatiously inquired about her situation. Then smiling, he pulled out a brand-new hundred-piaster bill and handed it to her. The condescending gesture seemed to hurt the receiver's self-respect more than it evoked gratitude. Unable to tolerate that scene, Hoang angrily stomped away.

Under the hot sun, the digging team labored for a long while without unearthing anything other than pieces of rotten wood and tattered thatch. A few Polytechnic students, sweating profusely, seemed to have lost their patience. After a discussion, they decided to quit the present unrewarding effort, whereupon they divided themselves into smaller groups which began the task of unclogging debris from many wells. The thick-lipped and short-faced doctor was left standing there, smiling vaguely.

Phuc accompanied Larry and some others who got on a boat bound for the other side of the river. Looking backward, he noted that the woman was sitting still at the same spot on the hill, and soon she was but a dark silhouette cut against the grey sky.

Waiting for Dr. Larry on the other riverbank – Vietnamese refer to others by their first name – was a man in shorts and a black shirt. Politely, he spoke a few words in a tiny soft voice, gesturing all the while toward the hamlet. Larry understood and followed closely behind the man. Even before they entered the front yard of one of the houses, they already heard sobbing cries from within. As soon as she saw American faces, the crying old woman added volume to her sobbing, hugging her edematous swollen leg and making out that it was excruciating pain she was suffering. While crying, she spun out her tale of woe, shifting between her painful leg and her complaint that her son, the man who had brought Larry to see her, had left out her name in the book of flood victims entitled to food relief. She cursed her son in the most foul language, but the man showed no reaction other than resigned tolerance. Though he looked over forty, he was still being treated like a child by his mother. Leaning down, Larry palpated and massaged the woman's swollen knee and solicitously asked a few questions. After a whole morning walking in the sun, Larry's face was bright red. Tears welled in his eyes. Even as she picked up some pills from Larry's offering hand, she would not stop crying out loud and lamenting her lot. Through her, national pride and honor seemed to be dragged down to the lowest level. Irritated, Phuc went outside. He attempted to justify the woman's behavior by considering that there was nothing left to her life but looking for sympathy and charity.

Since the road was bad and they had to travel through an insecure zone, Tom urged the group to leave early. The jeep ran its course along the damaged highway weaving among rice fields filled with mud. Nonetheless, here and there patches of green rice seedlings were already seen. Admiring the enduring spirit of survival thus demonstrated by rural folk, which had perhaps long ago entered their backbone and psychological fiber, Phuc felt relieved from exposure to the haunting cries and laments of the old woman back in the hamlet.

In front of them, on a narrow path bordering a rice field, a couple of people in black pajama tops hurriedly ran behind two push carts with strung hammocks covered by straw mats. Phuc asked Tom to slow down the vehicle.

"Did some people in your family get sick?" Phuc asked.

"No, they're not sick. They were shot by people in an airplane at noon today, and now we have to push them to the provincial hospital," the first man behind the hammocks replied.

The painful groaning of one of the injured persons was heard amidst clattering of teeth. Larry lifted the old tattered mat and discovered a woman with her stomach covered by bloody marks. In the other hammock was a child with a head injury. His hands pressed against the wound behind his right ear, the little one cried miserably and complained of being thirsty.

Phuc recalled that they had, indeed, observed in the distance an air strike in progress that morning. "Why didn't you take them to the hospital immediately?" Phuc asked.

"Well, we've had to push them all the way from Binh Phien, more than thirty kilometers away. We've managed to make it to this spot now only because we tried to run as fast as we could."

The man's dark complexion was imprinted with quiet resignation, as though he was immune to suffering. On behalf of the group in the jeep, Phuc offered to take the wounded to the hospital and return to pick up the rest.

Too exhausted to even express his relief, the man simply said, "Had we not met you and your jeep, at best we would have arrived at the hospital in the early evening, and by then perhaps the kid's mother would have been dead."

The woman was very pale from having lost much blood due to the severe wound sustained. Larry, tending the woman, asked Tom to speed up even as they traveled on a broken road surface.

The low horizon made for a somber sky in its desolate grey color. Absent were the brutal bombers of morning. Shimmering water in rice fields reflected a sad shade of rose cast by the late afternoon setting sun. Flowers from a forest of reeds dyed yellow a slope of the mountain. On the national highway was seen a Self-Defense Forces unit, guns slung over shoulders, walking in a single line in strict silence. The unit turned a corner onto a worn-out path, then disappeared behind a range of dark trees that built to distant forest.

Phuc returned to the hospital the next day for a visit with the injured mother and child. He was happy to hear that both had been saved. This good news was even beyond his hope.

On the adjacent bed was a young man, not even twenty, in shorts and a black pajama top, one of his legs in a plaster cast. Lying in the surgical ward of the provincial hospital, a public place, he did not seem to see anything wrong with booming out his explanation to the grey-haired rural man standing by the bed.

"Consider it, Big Uncle. I spotted your son, my cousin, first, and I had already looked the other way to spare him. But when he saw me, he just shot rapidly without hesitation. He made me so mad, how could I *not* return fire?"

The uncle, his face full of sorrow and his eyes as red as those of a mad dog, did not want to listen to his younger brother's son any more than he had a desire to defend Ba, his own son. Not knowing yet what to say, he could only mutter a few vague words of reproach. "Who asked you to leave the village and rush headlong into the mountains in the first place? Once in a while you came back and caused trouble to the villagers. You had one leg broken and my son also had one leg broken. I don't know, but perhaps the graves of your ancestors were so disturbed that you two cousins were made to shoot each other. Well, it's lucky that both of you haven't lost your lives. But you must listen to me now. When you've recovered, let me sponsor you back to the village to live and work. You can't continue to live in the mountains and the mangrove swamp. You'll be hungry and thirsty and miserable as a dog."

Frowning with unrestrained anger, the young man lay still and quiet. The weariness on the older man's time-worn face concealed the depth of his painful emotion. He recalled that two years before, his nephew had declared that he was going away to find a job. Sometime later, he had come back and the villagers whispered that he had been sent for guerrilla training in the mountains. Realizing that his activities were suspected, he had again left for a while. But soon afterwards, every night he entered the village together with a few strangers, who nonchalantly searched for food and acted as though they were in their own territory. His relatives, out of pity, did not report him to the authorities. Believing that they were afraid of him, the young man harassed people even more. He had gone to the extreme in such acts before the village's Civil Self-Defense contingent and Combat Youth brigade finally decided to round him up. The result was that the grey-haired man's son from the Self-Defense group had a leg broken, and his guerrilla nephew was brought here with an injured leg as well.

The man reflected on the wretched misfortune that had befallen his clan. The bullet-shattered legs of two children made him think of the collapse of the whole family, and to him the family unit embodied the image of the country. In moments of hopelessness, he idly consoled himself by thinking of his country's enduring history of civilization running to some four-thousand years – a history which he, surrounded by war as far back as he could remember, had been told about, but of which he had not personally seen any concrete positive evidence. When thoughts of this cultural history did not prove to be a sure support he could depend on, the man turned to the fatalistic notion that his country was like human destiny, a destiny doomed to ill luck. There was no doubt about it, he thought, the land where he lived was not really his homeland. It had previously belonged to the Cham people. And he felt guilty by association, in the eyes of Heaven and Earth, for the annexation of their land and the destruction of their culture. A popular proverbial saying came to mind: "When the father eats salty food, the child is bound to be thirsty." He certainly believed in inevitable karmic retribution. The feat of territorial expansion achieved by his Vietnamese forefathers was at the same time their crime, the evidence of which was still extant. The tragic fall of the Cham people's Do Ban citadel in Vijaya, for instance, left its mark by historical reflection in old and crumbling Cham temples of present-day Binh Dinh province, itself the Vietnamese reincarnation of that same Vijaya region. The grey-haired man felt like a criminal who wished to hide himself away, while not wanting to see traces of the crime, in this case ancestral. He knew that a few Cham families lived at the foot of the far-off mountain. Knowledge of their existence constantly haunted him, and he wanted by some means to definitively obliterate that obsession. But the violence in prevailing circumstances spoke of nothing but fear.

Quảng Ngãi Province, 1965

NO FAREWELLS
TO SAN FRANCISCO

For Nguyen Trung Khanh

*And then came what had been expected. The day
of returning to Vietnam had definitely arrived. A
few weeks ago, several people had advised that
I stay on. They said that if I wanted, they would
even help me escape to Canada. I had wavered
ambivalently between two alternatives. On the one
hand stood the appeal of a new way of life, free
and comfortable; on the other, lay the deep longing
for my grey-haired mother, for the breeze rustling
through a bamboo grove, and for the delicately
pungent smell of a bowl of pho, beef noodle soup
– an indescribable, tender emotion. And above
all, I was reminded of an utterance from the short
dialogue between Doctor Rieux and Rambert in
Camus' work The Plague: "There is no shame in*

preferring happiness, but there may be shame in choosing happiness for oneself alone."

Ton Kan, The First-Lieutenant Marine M.D., an autobiography *(Journal of Vietnamese Physicians in Canada, 1993), pp. 94-95.*

*

Seen against a misty background imprinted with the distant Golden Gate Bridge, tourist-packed and passengers spilling over its sides, the cable car announced itself with clinking sounds as it descended a steep hill. That sight seemed to Phan the hallmark of San Francisco, a sight which had not changed from its image on the postcard sent many years earlier from this refined and beautiful city. Fifteen years after mailing that postcard, Phan could not believe he had returned to this scenery. It all felt unreal to him, the unreality having its origins in evoked images of a journey taken during that time long past.

It was a journey through fifteen states during a short period, with a view to seeing first-hand the vastness of the new world with its opportunities for immigrants. Every place was an attraction, presenting Phan with a legitimate excuse not to go back to his country. Traveling with Phan was Chinh. Phan and Chinh had known each other from the time in Saigon they had both lodged together, as medical students, in the college dormitory on Minh Mang Street. Chinh was an excellent student, but unfortunately, by a weird twist of fate, he had passed his baccalaureate to graduate from high school with honors only, not with the high honors required of students seeking to study abroad, and this shattered his dream of pursuing higher education in a Western country. Subsequently, Chinh chose Medical

School where he proved to be an excellent intern, and was recruited into the teaching staff and sent to America for specialized training.

Since before leaving Vietnam, and without soul searching, Chinh had entertained the thought of staying in the U.S.A. following his training. On this journey across America, while visiting Walter Reed Army Medical Center during the cherry blossom season in Washington, D.C., Phan met Chinh again. They subsequently became travel companions, as Chinh happened to be flying to many states for interviews for admission to internships at various hospitals. Their talk during the trip was centered largely on the issue of staying or going home. Chinh tried to persuade Phan to stay, citing countless "becauses" – because he did not accept the other side's communism, while at the same time he could not tolerate the corruption on this side; because sooner or later the U.S. would abandon South Vietnam. Wisely, and with determination, Chinh was making full use of his intelligence and available opportunities to build a comfortable life for himself in exile. Without judgment, Phan remained unruffled by the choice made by his friend. He even found good justification for Chinh's decision: given his intelligence and the range of opportunities in this foreign land, it would be no surprise if Chinh became an outstanding professor of medicine. Chinh's circumstances, as well as those of many other members among the teaching staff of Saigon University Medical School who had been sent abroad for further training, and who had decided not to return, fell within the phenomenon designated "brain drain", which was very common amongst countries all over the world. People often mentioned a frail Mother Teresa who sacrificed herself to the service of poor patients in India, but no one paid much attention to the tens of thousands of Indian doctors, quite a few superlative members among them, who continued to pour into America. Chinh was, after all, only a tiny drop added to the volume of water in a glass that apparently would never be filled.

Phan was then thirty. Earlier, in Vietnam, he had not left medical school for long, when, after a couple of years of hardship experienced as an Army doctor alongside combat soldiers, he found he had permanently departed from the mindset associated with a student's life without knowing exactly when this had occurred. Later, this impression was sharpened on weekend visits from San Francisco to the UC Berkeley campus, a higher educational establishment both contemporary and ancient in some way, where he attempted to blend into its ambience, only to realize more clearly than ever that he was but an outsider. There was a relatively large number of Vietnamese students living on campus. Most of them were children of influential people in South Vietnam, who ironically showed themselves to be more anti-war than American students. Not having set foot in a rural area all their lives, they nonetheless accommodated themselves to donning the VC uniform of black pajama tops when appearing on stage to sing the song *"Hail to Quang Binh, Our Homeland"* and to zealously raise funds in support of the NLF.

However, it was not to witness such a performance that drew Phan to Berkeley one particular evening. He had his own personal reason in the form of Phuong Nghi, the sister of one of his colleagues. Intelligent, innocent, young and of a fragile beauty, she was possibly no more than a manifest image of his dreams about marriage, a lifetime commitment. How could he have the heart to take that fragility back to Vietnam to share with him a stormy life full of danger and hardship? They met and, until late into the night, Phan and Phuong Nghi walked through small streets frequented only by students. When they parted, neither of them uttered a word of farewell, but Phan had the strong impression that it would be the last time they would see each other.

Beautiful sunshine embraced the morning. The Golden Gate Bridge was saturated with a glorious hue of rose. Above Letterman Hospital, however, where Phan had been posted as a military doctor for further training, the misty sky seemed to remain obscured by fog. Standing on the deck of a tour boat, basking in warm sunlight, Phan still felt the chill brought by gusts of wind blowing deep into the bay. Without further thought and with a determined gesture, Phan threw his camera and rolls of film into the water where they sank to the bottom of the bay. This act was so abrupt he thought it went unnoticed.

Nonetheless, an elderly American woman, her eyes bright and cheerful, approached him. "It seems you accidentally dropped your camera into the sea," she said.

Instead of an uneasy answer, Phan offered a polite salutation and remarked, "Dear lady, the wind is so strong now."

One beautiful hand holding the collar together, the other sweeping back a lock of blond hair glittering with sunlight, the woman agreed, "That's true. Why, my feather hat was blown away just now down to the surface of the water!"

She proceeded with friendly conversation. "Are you from Vietnam? I think you're Vietnamese, and truly I'd like to ask you about the situation over there. Following the nightly news on CBS, I've grown confused. All I see every day are scenes of American soldiers setting fire to

Vietnamese peasants' houses. Then came the incident of the massacre at My Lai. Up until now I still don't understand why my son has to be there..."

Since Phan showed no enthusiasm for the discussion, the woman, still with a gentle smile, walked away toward other travelers gathering on the prow of the boat. Phan imagined that in her old age, traveling helped her escape from the emptiness of her large house devoid of her son's presence. Her situation was but a tiny example of how remarkable it was that the little country named Vietnam, more than half a world away, had begun to imprint deep emotional marks on this new young continent. Phan recalled the day he had visited Stanford University in Palo Alto. Like other big campuses across America, this university was embroiled in *Sit-ins* and *Teach-ins* as active expressions of the movement against the Vietnam War. Flag burning, draft card burning, and draft dodging by escape to other countries, culminating in a case of self-immolation in Washington, D.C.: all this highlighted the dark reality that American society was experiencing extreme division at the height of the war, a war that had widened to encompass all of Indochina. Subsequent to monk Thich Quang Duc's famous act of setting himself on fire in the streets of Saigon as a powerful gesture against suppression of Buddhism in the early '60s, self-immolation was no longer a non-violent way of protest confined to Buddhists; rather, it had also become a protest method adopted by American students. Phan had been fully advised to neither wear a uniform nor display military insignia if he hoped to avoid being attacked or having his vehicle burned. On the same day he had visited Stanford, a group of American students placed themselves across railroad tracks to prevent movement of trains carrying weaponry and ammunition to the Port of

Oakland for shipment to Vietnam. Farewell, San Francisco, he decided. Untroubled, light-hearted, free of happy and sad attachments, though facing an unknown future, he was determined to go back to his old mother and his fellows in arms, back to fields rich with fragrant rice stalks. It was not San Francisco but Saigon where his heart had been left. He wished his homeland could have the life of plenty the American people enjoyed, a materially prosperous life he believed his own people could build by their own labor and inherent industriousness.

For years after returning to Vietnam from San Francisco, Phan resumed the life of an average military physician. Though the income of an army officer did not provide him with the comfortable life he would wish to have, all the while constantly devoting much time and energy to the care of soldiers and their families, he nonetheless felt at peace. By nature, not one who lived with ideas, neither was Phan heavily committed to the self-sacrificial morality of Catholic nuns – though he was no less sensitive, guided often by intuition. Having to work in circumstances of inadequacy, short of the necessary medical facilities, as was typical of the general condition of the whole country, Phan still tried to find the best possible solution for any medical case, imagining each patient as a member of his own beloved family. Having not much ambition, particularly with regard to politics – which he defined as the very embodiment of opportunism and falsehood – Phan found himself useful through ordinary daily efforts in healing the sick, and that was happiness to him. Compared to this humble existence, the days he had spent in America appeared to belong to a remote alien world.

Then came the critical last few days of April, 1975. During this period, Phan was on leave for one day in

Saigon where he found people extremely agitated with the inflammatory question of leaving the country before the communists overran their territory, or staying behind. This was the second time he came to the same decision, one that changed the direction of his life. The discarded camera and rolls of film lying somewhere at the bottom of San Francisco bay haunted like a vow which prevented him from entertaining the thought of going back to that city. In retrospect, could he call the act of tossing the camera a fateful mistake? Around him, when Saigon, the last stronghold, showed no hope of standing firm, people began to depart in confusion, running for this or that sea shore, rushing to ports and airports in search of escape from the imminent disaster all knew awaited the losers. Two days before Phan's arrival in Saigon, the VC guerrillas had openly started to check all traffic moving on the roads leading to Vung Tau and Rach Gia, and most warships and naval forces had left the Port of Saigon in combat formation, heavily bombarding the river banks on their way to the sea. Only Tan Son Nhut airport, though being shelled off and on, was still open to limited outgoing traffic, even as the last civil aircraft had had to turn back to Hongkong. In spite of the fact that the number of military aircraft progressively decreased, the quantity of people pouring into the airport rose steadily. The heavy-handed blocking off by military police did not stem the tide. Now, two days later, only a vehicle guided by an official agent holding a manifest for a plane was allowed to go through the check point at the entrance to the flight terminal. This was a golden opportunity for middle-level workers at the American embassy – mostly through their Vietnamese wives' mediation – to freely abuse their authority for personal gain: without having to show evidence of close connection with the American government or the American embassy, all one needed was to pay dollars or gold to have one's name added to the list of passengers for a given available airplane.

More than once, the American press had labeled this country a culture of corruption. Such a culture had quickly taught the Americans numerous forms of depraved behavior like smuggling goods from Tan Son Nhut airbase to the rubbish dumps where arranged sales often transpired, the goods being of all kinds, including weapons and items intended for Post Exchanges. And now, as the war was drawing to an end, for the last departing airplanes, Americans coolly set prices for tickets. Those tickets might not be for a journey to paradise, but at least they promised to liberate from fear of imprisonment or even death.

As arranged, Phan, his wife and little daughter, together with several other families, each adult carrying a light travel bag, packed tightly into a van that had been waiting for them in the grounds behind a hotel near the center of the city. By getting into the vehicle, each person took the last step of a fair deal. By some way unknown to him, perhaps through her parents' family, Phan's wife had managed to have their three names entered on a flight manifest. Understanding only too well by sheer female intuition Phan's state of mind, his wife skillfully found a way to deposit the little girl on his lap. In that way, she was perhaps assured of his company at least until they were inside the airport. Even though there were children among them, the atmosphere in the van was dead quiet and depressing. Silently, the vehicle ran fast through agitated streets. A small crowd, huddled together on a sidewalk, pointed and followed with their eyes the passing van. Phan

was sure they knew it was heading toward the airport.
When they were near the Joint General Staff compound,
he noted that a few soldiers were still standing guard –
standing guard on an empty headquarters. Without having
to set foot outside the gate, the remaining generals had left
the compound by the last available helicopters. The little
daughter wet her pants, the warm flow of urine permeating
the trousers covering his thigh. Phan attempted to hand
the girl back to his wife. As if by presentiment, the child
fiercely clung to her father, and burst out crying when she
was finally transferred into her mother's arms. When the
van stopped at the checkpoint, Phan opened the door and
stepped out, prompted by a quick decision that had been
formulated unawares some time before.

"I'll see you two later," he said to his wife, avoiding her
eyes, eyes that would undoubtedly soften his firm decision
on such a separation at this critical juncture.

Just before noon on April 30th, over national radio,
General Big Minh appealed to the ARVN to lay down their
weapons. Confusion, bewilderment, then stupefied pain
pierced the hearts of many. The order to surrender was *"a
mercy shot"* for those units determined to fight to the death
with their remaining last bullets.

Along Cong Ly street, from the direction of Tan Son
Nhut airport, Warrant Officer Ngo and his squad walked
in single file and complete silence toward Independence
Palace. For many days, his unit and other elements of
several paratroop battalions had day and night resolutely
held the area extending from Ba Queo four-way intersection
to Phi Long gate – thus presenting a solid obstruction of
access to Saigon by maintaining a protective belt around
the airport. The dark-skinned sergeant had a thin bony

face. His sparkling eyes wore a sad expression. A revolver hugging his hip and a small stick in his hand, he led a squad of twelve equally dark-skinned soldiers in frayed and faded camouflage fatigues covered with dust. Unaffected by the terrified faces of people in a city in turmoil, the soldiers marched on evenly, following in the footsteps of their leader, rucksacks over their shoulders with the muzzles of their rifles pointing downward. They must have been bound to something very intimate and sacred, which helped them triumph over all fear in the relentless tension between life and death. Theirs was a peculiar parade which boasted no drum, no gong, no flag. Entirely absent were important generals arrayed on a review stand, resplendent in combat uniforms, medals covering chests. Theirs was a parade with only a Non-commissioned Officer Ngo, followed by his nameless fellow fighters, those who, with the courage displayed while calmly approaching a zone of fire, advanced under strict military discipline, marched past scattered big and small groups of people huddling together on the streets of a dying Saigon.

Many years had passed since that dark day, during which time the vicissitudes of life were too many to count and too tragic to forget. While Phan was in a communist re-education prison camp, the remembered image that most came to mind was never a great military parade in full colors and uproarious sounds on Armed Forces Day of pre-75 South Vietnam. Instead, the ingrained memory enfolded the quiet marching footsteps of an unknown squad during the last hours of the city of Saigon, before it lost its name. No one knew the whereabouts of that warrant officer – in what re-education camp, alive or dead; nor was known the fate of those courageous common soldiers who upheld military discipline until the last moment. Are there a few lines in some unfinished military history dedicated to the extraordinary march of that lowly group of military personnel, which embodied the magnanimity of the armed forces in the last hours before the whole army disintegrated?

Coming to this land of opportunities the second time, fifteen years after his first experience of it, Phan, now in his middle forties with salt-and-pepper hair, was no longer young. A physician, at the moment turned a recipient of care, he stood amongst a mixed crowd of refugees from which he had thought he would have been able to separate himself by now. He and the group were led by several social workers from the airplane to a reception station. The station was an empty and immense hangar right within the airport compound, decorated singly with a huge flag of bright stars and stripes in three colors: red, blue and white. Subsequently, like everybody else, Phan waited for his name to be called before he joined the line to have his papers processed, to receive a sweater of a uniform brown color, and to be guided through the first step of assimilation into American society. The social worker in charge of guidance was very lively and articulate, talking non-stop in a Northern Vietnamese accent which could not entirely mask his original Hue tone.

With humor, the man concluded his first civic lesson, "Please remember that you all are no longer in Vietnam. You now live in the United States where you can enjoy complete freedom, including the freedom to criticize the President or the Congress. But," he paused a second and produced a gratified smile, as if to congratulate himself on his own wittiness, "you have no freedom to evade income tax. In America, tax evasion will land you in jail because it's considered one of the most serious offenses."

Phan wondered why the issue of income tax evasion should have been so emphatically drawn to the attention of the newly-arrived refugees whose immediate income would be no more than the amount received from welfare checks. Around him, Chinese-Vietnamese men from Cho Lon, or Chinatown in the Saigon municipality, seemed all ears and quite serious in receiving this first civic lesson.

Shaking his head lightly, Phan thought of the image of a knife above a heart, the Chinese character representing the word for *resignation*, the value of which he had learned during those long days, useless and wasteful days, in the re-education camp. At this very moment, there was no room for a feeling of weariness and sadness, not even for an aftertaste of bitterness. As though from force of habit, Phan smiled to himself without reason. More than ever before, he fully appreciated the position of one who has not yet obtained an *"identity card"* to enter a new life.

The gap of fifteen years all of a sudden was obliterated. Was it not by some predestined bond that Phan found himself again in San Francisco, as if he had never said farewell to this city?

San Francisco 1973 – Los Angeles 1984

ANOTHER WALL

For Thanh Tam Tuyen

From the tiny television set placed by the head of the patient's bed came a report on a pilgrimage made by a group of American war veterans to the site of a battlefield in Vietnam they had once known so well: *"Even though for an increasing number of people the war has for seventeen years been relegated to the past, it seems that both governments involved in the conflict still do not accept each other. Only the soldiers who previously held weapons on opposite sides of the battle lines find it easier to forget enmity and hatred, and in that spirit seek to meet one another and indulge in reminiscences about the horrible days of fighting."*

Though paying no real attention to it, even having a desire to "dismiss" it, Doctor Phan could not help clearly hearing the narrator's voice relate events of the past when the province of Quang Tri had for a period of days and nights been especially torn between the two opposing sides, each seeking at whatever sacrifice to gain every tiny square-meter of land. As a Marine medical doctor, Phan had once been confined for many days to the old citadel in the city of Quang Tri, where he had seen with his own eyes the courageous deaths of numerous of his nameless fellows in arms. Not long after, he had also witnessed the agonizing deaths of many survivors, heroic warriors abandoned without mercy on National Highway 1.

While Phan, accompanied by an intern, made afternoon rounds in the psychiatric ward, his beeper sounded. From the fifth floor, not using the elevator as was his habit, Phan ran at top speed down many flights of steps to the Emergency Room.

The patient's name, like those of a number of other Vietnam veterans, was quite familiar to Phan and the Emergency Room staff. They had lost count of the number of times he had come to the ER and presented himself for admission. Jim was forty years old, and black. He was obsessed with the fatalistic notion of being forever unlucky. Having come from a poor family, he was born and raised in Compton, California. During childhood, without knowing who his father was, Jim lived with his mother, his half-brothers and half-sisters. All of them were on welfare, since the mother, being an alcoholic and suffering from some heart problem, did not work. Obviously, there was no future for a kid in this circumstance. On the positive side, even though he was allowed to start school very late and could not attend classes regularly for one reason or another beyond his control, Jim was different from his peers in possessing a love of learning. He was convinced that only education could liberate him from life in the ghetto. As a youth, he nurtured high aspirations, and strongly believed in the so-called *American Dream*. Upon reaching the age of eighteen, not having finished his education, Jim applied to enlist in the Marine Corps, attracted by the daredevil reputation of its "leatherneck" members. He wanted to experience some adventures in the military for a few years, and planned that, after leaving it, with the promised GI Bill, he would go back to school to become a teacher. Jim wanted to teach history, a branch of study that would facilitate his search for knowledge and enhance understanding of his roots in the far away continent called Africa. He wondered what the fate of his mother and all her children would have been, even what destiny would have unfolded for the whole of the U.S.A., had there not been any of the traffic in slaves that led to black people breaking their backs in hard labor for development of this new American continent.

Phan found Jim in the now familiar state of barely suppressed hysteria. His eyes, marked with red veins, flashed a peculiar expression of both violence and fear. Obviously, this time Jim was extremely disturbed. The war veteran said that, even though he already possessed a sharp enough knife, he planned to buy a semi-automatic rifle the next day after he received his regular check, a weapon for the purpose of killing a few of his neighbors who always showed contempt toward him and badmouthed him behind his back. He then changed his mind, declaring that he would rather kill these people with his K-bar knife – a "special skill" which previously had helped him put to death many VC soldiers – for the added advantage of seeing them writhe in excruciating pain before dying.

To stem the rising tension, Phan posed a question. But the war veteran did not bother to answer. He continued with his tirade, declaring that if the police tried to confiscate his K-bar, he would kill the police too, then commit suicide.

Jim maintained that it was this country that had taught him how to kill. Previously he had had to kill the VC, and now he would not hesitate to kill whoever treated him badly or oppressed him without any sign of regret.

Given Jim's condition at this point, it was virtually impossible for Phan to obtain further details of his medical history so as to make sense of his present state of agitation. Jim had been married sixteen years earlier to a childhood classmate and neighbor. They had met each other again when, on one of his home leaves, he suffered a recurrence of falciparum malaria and happened to go to the hospital where she worked as a nurse. Their marriage of love had had its share of stormy periods, mainly because his wife could not tolerate the bouts of fury and unusual fear he exhibited, as well as his nightmares and haunting recollections of battle scenes in Vietnam. They separated for two years, during which time his wife continued to offer support and care in an indirect fashion. But things went beyond salvage, and the two ended up with the inevitable divorce.

Jim denied he had recently consumed alcohol or drugs. He insisted that the last time he had had any liquor was about a month earlier. Nonetheless, Phan could smell alcohol on his breath at that very moment. Furthermore, the blue veins along his arms betrayed new injection marks. Jim admitted that while in Vietnam he had consumed hard liquor and smoked marijuana in hopes of calming his nerves and reducing the fear that could get him killed. He had seen new recruits who, out of extreme fear, stood frozen in place on the battlefield. They were the best targets for the VC to shoot at. There had been many new recruits in Jim's unit, the consequence of which was that the unit was known to be one that suffered great losses.

Jim talked non-stop, jumping from one topic to another without coherence. He had been unemployed for three years, his last job being with a lumber company. He had slugged the manager because he suspected the man was gay and had attempted to seduce him. Naturally, he had been fired as a result. All this happened after his almost five years in the Army, from 1966 to 1971. For some unknown or unstated reason, he had not been admitted to the Marine Corps as he desired. Jim thought this was probably a matter of racial discrimination. After enlisting, he was given Basic Training for eight weeks at Fort Jackson, South Carolina. There followed eight more weeks of Advanced Individual Training in preparation for combat. Prior to departing for Vietnam, he was allowed a three-week leave which he spent in Compton with his mother and his friends.

Jim stated his problems in a voice choked with resentment and anger: "Through thick and thin, I spent almost five years of my life with the Army, only to be discharged under 'less than honorable conditions'." The sense of outrage was palpable.

In the same breath, Jim proceeded to reveal that he had often gone AWOL, and been disciplined on each occasion. Not allowing Phan to dwell on any point of his woebegone tale, he continued the story of his life in a rambling fashion. During his first tour in Vietnam, he had been assigned to the 6th battalion, 40th Infantry Regiment of the 9th Division, known by its nickname as the Panda Division. "That miserable battalion sustained the highest level of losses, because it had so many damned inexperienced new recruits," he said, smiling bitterly. "Anyway, it was while serving in that battalion that I got my first medal."

A sharpshooter, he had many times been on operations through the jungle and reached villages where searches for the VC were conducted. Once, while sitting safely in a helicopter hovering above the battlefield, the major in command had directed the battalion to enter a village reportedly harboring many VC cadres and soldiers, and to carry out the precise order to destroy all and kill all. But not a single man was sighted in this so-called VC village. As the leader of his squad, Jim directed the burning of houses and rice stores, but refused to obey the order to kill women and children. Consequently, he was disciplined on a trumped-up charge according to Article 15 of the Military Code of Justice, and the eleven new recruits under his command also received the same punishment under the same article.

Without pause in the recounting, Jim jumped directly to another situation. In this particular circumstance, the helicopter transporting his unit had descended to a hot landing zone, right smack in the heart of enemy territory, with the order to search for and destroy the VC. With Jim was a first-lieutenant, while the rest of the unit was made up of new recruits. As soon as they jumped off the aircraft with their rucksacks, heavy weapons, and ammunition, they came under enemy fire. Acting reflexively for self-defense, everyone threw himself to the ground and stayed flat against it. But a single new recruit was so shocked with fright that he stood planted upright where he was when coming under fire. Immediately Jim lunged toward him, grasped the soldier by his shoulder and wrestled him down, just as the VC set off a directed claymore mine. In his intense fear, the recruit sprang up to run away. Though injured by a few fragments of the mine, again Jim jumped up and threw himself on top of the younger man.

"We were stuck in the landing zone with our M-16s, plenty of ammunition, and a field radio," Jim recalled. "We managed to kill four or five enemy soldiers, opened a getaway blood path, and finally were able to communicate with a rescue unit."

Smiling bitterly, he continued. "That time, I was awarded a medal for valor in recognition of my courageous act of saving the life of a fellow soldier."

Pointing to the raised scars on his arms and legs, Jim announced, "They gave me a Purple Heart, awarded for wounds received in action caused by the shrapnel from the claymore mine."

He seemed suddenly to find a favorite detail to discuss. "You know what, Doc," he said, "even our wounds did not get equal status. The medic on the battlefield, when stitching my wounds, warned me: 'It's possible that these minor scars will swell up and take on twisted ugly shapes. But that's not my fault; rather, it's the biological destiny of your black people.' *Biological destiny* is the exact term which escaped from the mouth of that medic. But damned it, he might be right. Maybe because God is not black, all sorts of misfortunes are reserved for us black folk. I also suffer from sickle-cell anemia, you know. People say that this particular kind of misfortune actually has saved African Americans like me from being killed by malaria. But as you already know, while in Vietnam I almost died of malaria. No misfortune whatsoever spares us, it seems."

Jim was habitually wordy, his expressions burdened with reflection of psychological complexes of all kinds. But he was also quick to set this or that aside and to coolly move on to other topics. At this point, without any hint of pride, in an unexcited voice, he recounted his own feats of arms on various battlefronts. He talked without pause about his experience of the '68 Tet offensive in Saigon. During that time, the VC had tried their best to take over

Saigon so as to heighten international pressure and cause repercussions amongst the defeatists in Washington. The fighting ground in Saigon was obviously quite different from battlefields in the deep jungle which were more familiar to him. Anywhere, from windows of dilapidated houses in every nook and cranny of the city, there might appear a sniper's gun. In fact, Jim was sniped at, but fortunately the bullet only grazed his leg. A mere bandage sufficed to take care of the wound and put him back into action. During the time when this incident occurred, the VC were using tear gas bombs; therefore, Jim and his fellow soldiers had to wear masks. The mask did not fit him well and proved to be cumbersome. He peeled it off and threw it over his shoulder. This action somehow caused him to lose balance and fall to the ground at precisely the instant he heard a rifle discharge down a narrow alley. Had he not fallen by accident, he would surely have been badly injured, if not killed. Jim immediately fired in the direction of the sniper, killing the VC. This sniper turned out to be a young woman commando who could very well have been a university or high school student still at the tender age for romantic love. Jim was stricken by sadness and remorse; but, in a paradoxical reaction, from then on, he became gung-ho to search for and kill VC. He applied for an extension to his tour of duty in Vietnam, even as others in his unit counted the days to their departure, hoping to survive a day at a time until their tours of duty were complete and they could go home.

Jim did not care about returning home. All he wanted to do was stay on and kill more VC. Though he was delighted whenever he succeeded in taking the life of a VC soldier, his inmost heart remained depressed and filled with worries and fear, so much so that he could not consider questions of life or death. He began to drink heavily and smoked marijuana, behaviors which led to him being disciplined many times over. Moreover, on several occasions Jim challenged his commanding officers whom he considered incompetent and cowardly. Violation of military discipline became almost routine. Once, when learning that his mother was seriously ill from her heart problem, he asked for home leave. Based on his outstanding record of indiscipline, his superiors thought the reason given for the request was but a made-up excuse, and therefore denied him permission. In a rage, he went AWOL for almost a month, then of his own accord returned to the unit again. Punished with an Article 15, he was placed in Long Binh Jail for 25 days. There followed another extended period of AWOL, for which he was court-martialed and sentenced to 6 months in prison. In the end, he was discharged from the Army under dishonorable conditions, thus losing his right to the benefits of the GI Bill.

Jim was, indeed, very disappointed and depressed when leaving jail and returning to civilian life. Having thus dedicated the best part of his youth to the Army, he had never imagined that he would be treated so thanklessly. Added to that, upon returning to Compton, Jim found it virtually impossible to make others, including his family and friends, understand what he had gone through in Vietnam. Making matters more unbearable, in his private world he often had nightmares and re-experienced painful events of the war. Fury tore at his heart against the indifference, the lack of respect, which society showed him and other Vietnam veterans. "We should have been treated as heroes upon our return," he exploded.

Entirely disenchanted and frustrated, Jim imagined finding a way to kill his superiors, those who had imprisoned him and slanderously accused him of making up the story of his mother's illness when applying for home leave. They deserved an equivalent kind of punitive treatment, he concluded. But then he changed his mind about that intention. "Now, if I ever see them again, I won't care about killing them. It will suffice just to spit in their faces with contempt."

But getting rid of that dark thought was not the end of his torment. Jim confided in Phan that recently things had turned for the worst, because he was not free from reliving every night the nightmare in which he held a bayonet and stabbed a VC. Too exhausted and too helpless in confronting his inner hell, he often left his place at night looking for a fight so as to kill or be killed. More and more he grew isolated, getting along with no one, unable to adjust himself to family life, to employment and society. He had tried a variety of jobs but could not hold on to any for long, impeded by his erratic behavior, alcoholism, and the tendency to pick fights. The more he felt depressed, the more hard liquor he consumed in order to forget the depression. Then, not being able to forget, he felt he had to do something drastic like killing other people or killing himself. This vicious circle never gave him any peace. When the thought of engaging in violence frightened him, he got on a bus and returned to the Emergency Room where he asked to be re-admitted to the VA hospital.

Wave after wave of VC jump the concertina. My M-16 is rapidly and effectively spitting out bullets when all of a sudden it becomes jammed. Do those generals sitting in the Pentagon have any idea how many new guys have been killed because their M-16s choked at a critical moment like this? Who ever heard that the VC had the same problem with their AK, shoving in a stick to dislodge the bullet and clear the chamber right in the middle of a firefight? Even so, those damned arms dealers keep right on praising the M-16 as the best, as the unequaled first-class weapon.

The VC troops have come too close to the defense line for me to use grenades. I am forced to use my bayonet in hand-to-hand combat. The sharp blade pierces the neck of a VC soldier. Blood squirts forth from the wound and then his head is severed from his body. My left hand holds up his blood-soaked head with the eyes still wide open, my other hand grasping his trunk. I scream in a frenzy and mobilize my whole strength to throw those two parts of the corpse against several VC commandos who are rushing at me like wild animals. Then our Cobra helicopters appear on the scene, unleashing missiles just above our heads, killing a lot of VC, but at the same time causing the death of a number of our troops within the barbed-wire enclosure. Our ammunition stockpile explodes. I feel my body lifting into the air and lose consciousness.

Every day he had to relive that violent and horrendous nightmare. The psychological and mental stress rendered him absolutely exhausted to the extent that he could not remember anything, including the hour of the day and the day of the week. This deep-felt anxiety made him peculiar, strange, more and more incapable of relating to others in a normal way. He would pick a fight with anyone who said anything that caused him uneasiness, and he became fearful of these uncontrollable instances of fury. The fact of the matter was that as of the present moment he had reached the stage of being completely and permanently incapacitated, unable to return to any kind of normal activity at all.

Jim lived as if he were a dead person, numb and insensate. He had for all practical purposes died 22 years earlier, died together with the death of his *American Dream*, of his small dream of becoming a teacher when leaving the quagmire of the Vietnam war. Like the majority of Vietnam veterans, Jim was considered alive; but they were like scattered fragments of bombs and artillery shells that had not actually left the battlefields of Vietnam. Would there ever be another commemorative wall in Washington, a wall long enough to have all their names carved upon it and thus honored?

Phan wondered when he himself would really be liberated from the war that had belonged to the past for seventeen years.

Brooklyn, New York, February, 1991

IN RETROSPECT

Was the character of my valor less intense than those at Lexington?
Was the pain of my wounds any less severe than those at Normandy?
And was my loneliness any less sorrowful than those at Inchon?
Then why am I forgotten amongst those remembered as Heroes?
George L. Skypeck

Let's just call him Gumber, in order to protect the privacy of the victim and his family.

Gumber's recent death put an end to the occasional doctor-patient contact between Phan and Gumber himself. As a medical doctor who dealt with the matter of life and death almost every day, to the extent that he had become jaded by it, Phan nonetheless could not help being shocked upon hearing of the sudden death of Gumber. The manner by which the man had chosen to end his life, above all, surprised Phan.

Gumber had lived alone, divorced and without children. His wife had to leave him very early on, as she could not bear his unpredictable outbursts of violence, even though they still loved each other. An American veteran twice wounded in battle, Gumber was now almost fifty. He had been a leatherneck soldier, attached to one of the Marine units tasked to build the McNamara defense line before the Tet-'68 Offensive in Vietnam. Soon after arriving in that country at a very young age, he had come to be an alcoholic and also became addicted to marijuana. Discharged from the military, he was unemployed for many years, no future in sight. Gumber depended for his day-to-day survival on his service-connected disability compensation and pension, which amounted to little. Naturally, his disability was all related to injuries suffered on Vietnam battlefields. First, a wound to his skull resulted in seizure disorder. Like many other Vietnam veterans, he was not spared the severe malaria caused by plasmodium falciparum. Above all, exactly 27 years earlier, he was the sole survivor of a squad that had been classified MIAs, a survivor severely wounded in his stomach and legs from the shrapnel of claymore mines that greeted him and his fellow fighters during a night ambush staged by the VC, at a certain far-away location somewhere in the Central Highlands. Phan also could not discount the *"bloodless wounds"* pertaining to PTSD – post traumatic stress disorder – which Gumber had suffered in the years immediately following his return to the U.S.

An image of Gumber that readily came to Phan's mind was associated with what had occurred a few weeks earlier when, together with about 500 other volunteers, the man had actively taken part in a heartening Stand Down, an event organized every year in this city, and in many other cities all over the U.S., the purpose of which was to offer help to homeless veterans. The designation was borrowed from the military term *"stand down"* used during the Vietnam War to refer to the transfer of units returning from combat operations to a relatively secure and safe rear area. The event lasted three days, during which time hundreds of homeless veterans were brought to a temporary shelter where a broad range of necessities were provided them, including cooked meals, clothing, medicines, legal advice on the problems faced by the majority of them, job counseling and referral.

It was estimated by the social welfare office that in this small city alone, there were more than 600 homeless veterans who either did not know of or did not care to look for the available sources of help. No one knew for sure about the size of the homeless veteran population unaccounted for in big cities across the U.S.

There had been no shortage of parades swarming with the Stars-and-Stripes and splendid yellow ribbons to welcome home as heroes those soldiers coming back from the lightning Operation Desert Storm in the Persian Gulf, which lasted but a few weeks – as well as from some other wars. But the likes of such treatment had never been accorded to veterans returning from Vietnam after years of hard warfare. Indeed, even twenty years after that war, a large number of Vietnam veterans still carried their wounds around, wandering in the streets, far away from any sort of homecoming. They lived on the margins of society, constantly suffered shortages of food and clothing, and were suspected of undesirable behavior and activities normally attributed to drug addicts and petty criminals. All this pushed them into an abyss of despair where loss of faith and of self-respect loomed large. In short, the majority of them were forgotten veterans. Was it because they had not emerged from a war that was won with glory by their side, but instead from the first war the U.S. ever lost?

Let us now return to the story of Gumber and the Stand Down.

Though a few weeks had already passed, Phan remembered it vividly as if it had happened only yesterday.

Around 7:30 in the morning of the last Friday in June, when he had arrived at the stadium where the Stand Down was staged, under a beautiful sky illuminated by early Southern California sunlight, the scene before his eyes resembled a military bivouac of khaki tents camouflaged with nets of jungle green.

Milling around within the compound were homeless veterans who had been brought over by buses during the afternoon of the previous day. Though their hair and beards remained long and bushy, they had washed and bathed, and were outfitted in clean clothing – and, as such, it was difficult to tell them apart from volunteers, themselves also war veterans. Of various ages and racial groups, they were soldiers formerly attached to all branches of the military. They had participated in different wars, sacrificed a youthful portion of their lives, and endured personal losses in the service of the richest country in the world, only to face the crude reality after being discharged that a small number of them had to live as homeless people on pavements of city streets, live in need of basic necessities and in lonely and desperate states of mind. Their circumstances sounded very sad and unbelievable, but it was all true. On their hats, and on the chest and back of their T-shirts were printed lines of condensed history, most of them related to the Vietnam War: *The Forgotten War, The Forgotten Warriors, It's Time to Remember, Nam Vet, Graduate from University of Khe Sanh, Vietnam Vets, We Were Always Right, And Proud of it.*

Like a flashback, for an instant Phan relived his own memories of hard battles he had shared with his ARVN fellows in the past. But immediately he brought himself back to the present moment and prepared for a day that he knew would be very busy. This was the fourth time that Phan had had a chance to work with about 500 other volunteers in an attempt to provide homeless veterans with a few days of rest and relief.

Phan was surprised to see Gumber already at the scene. He looked quite different from the man that Phan had met before: he was at present quite clean and neat. In fact, he could be said to have rejuvenated, his eyes bright and his face radiant. It turned out that on this day Gumber came as a volunteer working at the makeshift clinic, not as a homeless patient like in previous years. A line was displayed on the front of his T-shirt: *"You're Not Alone With Your Pain"*. He worked hard and enthusiastically, and zealously acted as a messenger whenever his name was called for a task. Even having to use a cane, he was fast, running back and forth among different reception stations. By Gumber's gait, Phan was reminded that the man had been using the cane for many years because of the shrapnel wounds still embedded in his legs. It was hard to believe that in spite of that, Gumber could prove so efficient. In fact, his present behavior was in sharp contrast to the familiar image of him as one who all the time appeared sad and depressed, distant but also quick-tempered and ready to provoke hostilities, and who always complained about inconsequential small things. It had been Gumber's routine to frequent urgent care clinic in hospitals, the ostensible complaints merely a pretext for those visits, covering his real need of some human warmth.

He was also a regular caller to the emergency number 911 and ambulance services. But once in a while, in truth, Gumber was transported by an ambulance to one or another emergency room, either for a recurrence of seizures due to his failure to take the prescribed drugs, or because he had overdosed himself. That was not to mention a few times he had tried to commit suicide by slashing his wrists.

Phan remembered for sure that Gumber had come as a homeless veteran to the Stand Down the year before. But the situation was obviously different this year when he came as a volunteer to help other veterans. Phan gathered that the man might have grown weary of the unfavorable image of himself: a Gumber homeless and valueless. Consequently, this day he presented himself as a responsible person, in hopes of being given a chance to do good things, and he seemed very proud of that change. Thus, he seemed to have pulled himself up to be counted and refused to accept the cold ungrateful attitude of society toward veterans like him – the fact of which, as he himself knew, had the potential to pull down and sink his life to its lowest level.

From that perspective, Gumber's presence at the Stand Down this time around was very much like a challenge, which demanded that society do something to redress disappointment and bitterness found in homeless veterans, people who should have been given greater respect and kinder care. Gumber and other Vietnam veterans survived the war but were not cleansed of its dark ugly marks, simply because they had stepped out of a war that did not end with a glorious victory for their side. But, like it or not, they were an integral part of the reality of the United States.

After the Stand Down had ended, again Gumber was seen checking into the emergency room of another hospital during a full moon. It was curious that, as if by some lunar influence, more psychiatric patients tended to turn up at emergency rooms during that particular time each month, more depressed and even more obsessed with suicidal impulses. Gumber resumed a sad and aloof appearance, and stopped eating for a few days. Then he complained of a loss of sleep, of anxiety without cause, and of a sunken spirit, but declared that he had no intention to commit suicide. He looked quite ill, but refused to be admitted to the hospital as advised by a doctor.

Time marched on, and for a rather long time nothing was heard of Gumber. Then, accidentally, Phan overheard a few nurses in his hospital talk about special or peculiar patients who had frequented the emergency department. During that discussion Gumber's name and his death came up. The statement: "He hung himself" was said by a nurse matter-of-factly, in the same indifferent manner other patients' names were mentioned. But Phan himself could not help feeling stunned by the news when he heard it. He tried to visualize in his mind the sequence of facts and events that must have surrounded Gumber's suicide.

That day, after leaving the emergency room, Gumber returned to his temporary lodgings, a rundown room in an old downtown hotel. He did not care to eat, could not sleep, and his morale was at its lowest ebb. Added to that, every night, as a torture, he had to hear the continuous and noisy sound made by police helicopters circling around in the ever-dark sky above the city.

The same sound of helicopters had reverberated more than 30 years before, clung to him and followed him through numerous battle grounds – from muddy rice fields in the Mekong delta to thick layers of old forest in

the Vietnamese Cordillera permeated with Agent Orange.
That familiar sound emitted from the city sky at present
evoked memories of horrendous experiences in Vietnam.
This Vietnam flashback burst open all the wounds that had
not really healed.

*In a bout of extreme pain saturated with fear and a
feeling of hopelessness, Gumber left his bed, hurriedly
grabbed his cane, walked out of the door and plunged into
darkness of night. Stumping and limping, he wandered
along empty streets without purpose, without focus, with
nowhere to go and no desire to return to his lonely abode.
Having experienced a shortage of food and loss of sleep
for some time, he found himself exhausted very quickly.
Gumber halted at a bus stop where not a soul was seen at
this time of night.*

*He realized that he had by habit drifted to this familiar
bus stop, from where he regularly made use of this means
of public transportation to go from Shelter Downtown to
various hospitals, or even toward an undecided destination.
He had some time before spent hours at this stop and
carefully observed its columns and beams. It had come to
him that it would take only a good leather belt for any poor
bastard tired of life – though he did not have himself in
mind – to successfully hang himself there.*

*Gumber began a process of self-observation. Hunger
had flattened his stomach. Combined with scanty food
intake, loss of sleep had made him lose at least twenty
pounds. His pants kept sliding down from his waist, so that
constantly he had to grasp the belt and pull them up. Ah,
the leather belt and the bus stop! At this instant, as if in
collusion, the two suggested the fated idea and its timely
beckoning.*

Of a sudden, the thought of suicide came. He looked around. No scoundrels except himself were present. As if operating according to a topographical model, he proceeded to implement step by step the plan he had carefully considered previously. He hung himself with his broad leather belt, the type worn by cowboys in Texas, which his ex-wife had given him for his birthday sometime in the past.

Gumber had actually attempted suicide many times before, but unfortunately for him, he had been rescued every time. On this occasion, he at last had his wish fulfilled. No more Vietnam. Vietnam never again. The Vietnam War and the pain of all war wounds truly ceased to exist. Only at this point did he actually say farewell to Vietnam.

No article, not even a couple of lines, appeared in the local newspapers mentioning Gumber's death. In actuality, he had long ago died, died a nameless soldier having stepped out of Vietnam battlefields, never to reach home.

Living in a time of peace, it was indeed very difficult to comprehend how the war had inflicted long-term effects on each veteran, as it had on Gumber. To be sure, doctors and hospitals had treated him with advanced medical technology, but all the while they more or less separated his body from his emotional life. These professionals did what they should not have done in forgetting to remind themselves, in the words of Trousseau, that "There is no sickness, there is only a sick person." Furthermore, the ultimate purpose of medicine is to not just add-years-to-life, but also add-life-to-years.

Weeks after Gumber's reported death, Phan still could not erase from his memory the image of the poor veteran with a happy facial expression when he had suddenly found himself useful, even for only a few days while the Stand Down lasted.

Gumber would not have killed himself, and would perhaps have lived happily, had he been blessed with a real homecoming, complete with a recognized personal identity and an opportunity to live for and with other people.

And Gumber would not be the last Vietnam veteran to die from the Vietnam War.

Little Saigon, February 1996

A FORMER ARVN
MEDICAL CORPSMAN

For Tran Xuan Dung

That stretch of sand along the shore of the East Sea was blood-stained during the last days of March, 1975. In the chaos which arose from desperate struggle on the borderline between life and death when the eagles, the big brothers, had left their subordinate common soldiers behind and stealthily boarded a ship, and during the Deluge when people risked their lives plunging into the sea in hopes of reaching the last departing boat, there remained to be seen on shore:

"...the Marine medics, who were the only persons standing out among those who still had dry clothes. Instead of fidgeting around, they promptly engaged in activities expected of their normal role. Forming themselves into special first-aid teams, they were fully employed in giving injections to some people,

administering artificial respiration to those who had just drifted back from the sea, applying a field dressing to one person's wound, or carrying another person on a stretcher. In gratitude, I humbly bowed my head to honor these medical corpsmen." [Cao Xuan Huy, The Broken Guns of March, 1994]

*

After 1975, Cong Hoa General Hospital in Saigon lost its name and was identified only by its code number 175 – its atmosphere as cold as that which permeated a military barracks. A new group of sick and injured soldiers were either brought to this hospital from COSVN, or the Central Office for South Vietnam, the communist headquarters in the South, or were recently transferred from what the VC designated as Battlefield K. This new batch of injured soldiers was very young, most of them originating from the laboring class and the peasantry, pathetically skinny, pale, and lost. Indeed, they could be counted among the fifth suffering generation of workers and peasants, those glorious families who had had the honor of sacrificing themselves to the cause. Here one would be hard pressed to find sons and daughters of *"the class of the people's servants"*, whose real battlefields were the resplendent cities of the Eastern European countries, if not the USSR itself.

Tung, a staff sergeant medic of the former South Vietnamese Army, the ARVN, was among a small number of non-commissioned officers who were retained in service by the new regime. He had witnessed numerous changes after the so-called "day of liberation" of South Vietnam in 1975. But, in so far as his small immediate world was concerned, ever since the first days when control of the southern half of the country changed hands, there had been no real predicament to speak of. The sick and the injured ARVN patients, without waiting to be evicted, had left the hospital on their own, whether or not there were homes and families to return to. As to ARVN officer doctors, they were laid off en masse, waiting to submit themselves to re-education camps for a period ranging from ten days to a month as promised by the government, which was later proven a big lie. In the meantime, non-commissioned officers and common soldiers were subjected to a screening process designed to root out undesirable elements, which process was completed quickly and locally, based on the opinions and judgments of the people – the people being none other than the deep penetration agents who had been undercover during the war. This was a happy occasion for these communists, not particularly to pay debts of gratitude, but rather to avenge the wrong done to them in course of the conflict. Only a small number of medical corpsmen, Tung among them, were temporarily kept in service because of their expertise. He was assigned to the ward for paraplegics, under the supervision of a doctor of the rank of captain originally from Nghe Tinh province, who was said to have studied in East Germany. Though the man's level of formal education was no higher than grade seven, he had become a medical doctor through a crash course in medicine. Though he was *"redder than expert"*, his trademark as one who had gone overseas for education and as a Party member helped make him a person full of power and authority, which intimidated even the authentic medical doctors around him.

The ward where Tung worked was rather unique. It consisted of two separate units: one reserved for sick and injured communist revolutionary soldiers; the other,

like a dreary island in isolation, cold and cheerless with
the smell and the feel of death, holding about ten SCI,
spinal cord injury ARVN soldiers, long-term paraplegic
and quadriplegic patients who had been there since
before 1975. Most of the second group, homeless and
without family, were totally disabled, some suffering
from paralysis of all limbs, while others from contracture
deformity which rendered them bed-ridden. Obviously,
they could not have joined their fellow ARVN inmates
who, affected with lesser cases of paralysis and still able
to move around, had left the hospital, preferring to lie
down and live on a pavement instead. Tung worked in
both units, and was given the task of managing the one for
long-term ARVN patients all by himself and in his own
way, without attention and care from any revolutionary
doctor. Not only Tung, but also every group or delegation
that came to the ward for a visit, were subject to the
propaganda preached by the Nghe Tinh captain on behalf
of the Party. The man sang the humanity displayed by the
Party towards the losers who had not been thrown out
into the street and left to starve, but were allowed instead
to stay and to have the same hospital diet enjoyed by
revolutionary patients. In spite of that, the captain added,
somehow the ARVN patients' death rate was still very
high, the deaths resulting if not from decubitus ulcers or
urinary tract infections then from malnutrition due to not
consuming food for a period of time. Tung knew only too
well the reasons behind that sad state of affairs.

Though having worked in this ward for a long time,
Tung could not contain his emotions when giving care to
these young paralytic ARVN patients, some of them having
lived there under his care for many years. Coming from
all military branches, they had wielded their weapons

in combat and collapsed on various battlefields. And at present all of them lay here, dying slowly like fish stranded in shallow water. Many among them had been shot through the neck, which resulted in quadriplegia, paralysis of all his limbs, so that the only sign of life was seen in the blinking of their eyes. Some others were reduced to skin and bones, the skin displaying dry patches covered with white scabs, not unlike that on an embalmed body. No one knew how much longer they would hang on, living one day at a time in these adverse circumstances. The one patient who received Tung's special attention was Luong. Tung considered the younger man as his sworn brother, not simply because they came from the same home province, but also because of very special events in Luong's life history. From his love of adventure, Luong had scraped the actual year of his birth off his birth certificate and replaced it with a smaller number so he could join the army before reaching the required age. Eventually volunteering to become a Vietnamese Green Beret, Luong proved to be courageous and daring, fearless. Through numerous battles, including those fought in the most difficult and dangerous conditions when whole companies were splintered, he survived, walking out unscathed and returning to a carefree devil-may-care attitude toward life. Everyone joked that bullets avoided him. Fellow fighters in his unit started spreading rumors that Luong carried not only a talisman to avert danger and protect his life, but also a love charm. How else could one explain the fact that, no matter where in all four corps tactical zones operations had taken him, he had been the target of love for numerous young women admirers, including pretty and educated students? The daring maxim which Luong carried with him when entering military service was the condensed and allusive proverbial phrase:

"Green grass or red chest" – to be killed in action and lie in a grave covered with green grass, or to achieve many feats of arms and earn colorful medals for display on one's chest. Indeed, for exceptional performance, he had been quickly promoted to the rank of corporal and received several medals for valor.

By a twist of fate, his talismans somehow lost their magic power and failed to protect Luong; he was almost killed in a meaningless way during the Tet-'72 fighting. He received a spinal cord injury at the chest level by a haphazard fragment from an artillery shell directed toward the airport. No one else in his unit sustained injuries. Being by nature an active and flamboyant youth, there was no way he could endure the condition of a dying fish stranded in shallows. Luong attempted suicide many times, but was saved on each occasion. He then came to terms with the situation by the realization that, whereas living a half-life as he did was not at all easy, it seemed even more difficult to choose death as an alternative. Therefore, even though Luong was quite desperate and angry at first, denying the reality that misfortune had befallen him, he was in the end reconciled to resuming his life. In addition, his Christian faith gradually helped him attain peace of mind. Though only half of his upper trunk and his arms functioned, until the liberation he had enthusiastically engaged in rehabilitation exercises. Furthermore, outside the hours devoted to learning and raising his level of knowledge, Luong painted and even boldly tried his hand at poetry writing. As projection of the ingenious nature of his mind and heart, his paintings were drenched with light and awash in healthy solid colors, while his simple poetry, exuding warmth from a life anchored in religious faith, was touching. One particular poem of his entitled *"One Day At*

A Time" was hand-copied and circulated among other SCI patients in the unit.

> *Now smooth, now rough is the path of my life*
> *Enfolding the sins of yesterday, the uncertainties*
>   *of tomorrow*
> *Each day, well enough I perform my duty.*
> *Today is truly Our day*
> *God-given day and Mine*
> *Thus is my journey made, one day at a time.* *

In view of the so-called "lenient policy" announced by the new government, those deemed to owe a debt of blood, like Luong – a fact attested to by the words *'sat cong'*, 'kill the communist', tattooed on his upper arm – and who were on the verge of death, had not been evicted from the hospital. They were like lamps with little oil left in them, which could die out at any time. Since no doctor deigned look at them, they could only count on the care given by former ARVN non-commissioned officer medics who were retained in service for a salary they could not survive on, and who, in spite of all odds, stayed loyal to their emotional bonds with their former fellows in arms. Perhaps for the rest of his life, Tung would never be able to forget the empty and cold expression in the eyes of the injured ARVN patient inmates, a remote forlorn expression even more depressing than their sadness and despair. Their bodies were not completely dead, but they had totally died in their souls. For them, living was reduced to counting one at a time their remaining days on earth.

It was not only now, under the present circumstance where there was no alternative, that Tung worked hard. By nature, he was a man of few words but of abundant energy which allowed him to labor like a strong buffalo. Coming from a peasant family, he was very much the epitome of a plowman's attachment to his field, completely wrapped up in tilling the land no matter rain or shine. Tung was gentle and tolerant, but could also be brusque. He could endure any hardship whatsoever, but would not put up with being humiliated.

"What crime do I commit in caring for injured soldiers, even those with a 'debt of blood' as you call it? I've seen myself doing nothing wrong," Tung had said bluntly during a compulsory group discussion, one of those discussions now imposed on everyone adapted from the communist criticism/self-criticism session.

Though aggravated, he never failed with dedication to administer daily care to patients from both the communist and ARVN units of the paralytic ward, without knowing on what day his task would end. If he indeed paid more attention to the ten long-term patients, it was simply because they were so miserable, completely abandoned, receiving no visit and no food supplies from relatives. Supporting prosperity – another way of saying that money is drawn to money – as the normal medic did, was mere common sense. Who would be so foolish as to favor those entering bankruptcy? Acting ironically, like a current trying to flow up hill, Tung was the type who backed a cascade, the downfall seen in the forgotten ARVN patients. This was perhaps the reason why the Board of Directors and the Administrative Office at the hospital did not much like Tung. But they could not find specific fault so as to reprimand him, as he worked extremely hard, his labor productivity being twice that of model workers. The revolutionaries nonetheless felt uncomfortable with Tung's unclear perception of black and white. No matter how often he was "allowed" to attend re-education in place, Tung never made out the correlation between class nature and the different statuses accorded to the sick and injured in the two different units of the paralytic ward within which he worked. In so far as he was concerned, they were all patients whom he served with utmost care. The directors concluded that Tung was too old and too set in his ways to absorb new information. No matter how hard they tried to stuff his head with Marxist-Leninist theories, there appeared no chance to alter the Catholic nun's morality Tung upheld, which was but a general concept of humanitarianism. Regardless, not only did Tung conscientiously care for the patients, but he also tried his best to guide and instruct new nurses in nursing, those who undoubtedly harbored the spiteful thought of kicking him out once, thanks to him, they had secured a certain level of expertise.

Then the inevitable final day of his time on the ward arrived. Without benefit of forewarning, one morning while preoccupied with washing and cleaning a few patients, including Luong, Tung was called into the Administrative Office where he was informed that he was relieved from further service as of that very day. Tung was not allowed to return to the ward and bid farewell to the inmates, especially to Luong. He was given a printed form letter of introduction with his name filled in by hand, which requested that the local authorities help him resettle into his old residence. Having been away from home for quite a while, constantly pining for his gentle mother, Tung was happy to be allowed to go back to her as well as to the rice cultivation familiar to him. However, to his simple way of thinking, Tung did not understand the significance of having such an official document in hand. He was not aware that the hospital staff used it to alert the local cadre to his background.

Tung's home was in Ben Tre province in the Mekong delta. What remained for him to come back to was his old mother who lived in a house of the typical three-sectioned architectural style – a house inherited along with the incumbent responsibility for performing ancestor worship – and a rice field of a few *"sao"*, altogether measuring less than half an acre, which Tung's family had long tilled. Given such an economic background, his family certainly was not considered of poor peasant stock, but at the same time they could not have been labeled exploitative capitalist landowners either. During the last few years of the war, as his mother was aging and short-handed, and furthermore heart-broken because two of her three sons had been killed in battle – one had been a Brown Beret, the other a paratrooper killed in his first combat encounter – the fields had been left unattended, left to waste away.

Now that Tung was back, it was indeed the right time for mother and son to return to tilling the land and to get it ready in time for the next crop. Without reference to a general assembly and its resolutions or a four-year or ten-year plan, mother and son drew for themselves a very clear picture of their future. They would try their best to grow a few good crops and raise a few more pigs, then put whatever surplus money into a bamboo-stem piggy bank until the amount was adequate for the mother to contemplate marrying Tung to Be Tu, Little Tu.

"She asked after you all the time," Tung's mother said. "I had no one around me in this house, and she was the only one who came often to keep me company. So I already considered her as my own daughter. Now don't argue. You're no longer so young. You should get married immediately and give me a grandchild to pamper."

Tung smiled agreeably, silently consenting to his mother's plan, even though he had not seen what Little Tu at present looked like, the little girl he had known years before.

With affection, Tung said in a light teasing tone, "Mother, if that's what you want, then I accept. I'm a soldier, remember? I will carry out your orders first, then if there's something wrong, I can always complain later. But I'm sure I won't have anything to complain about, so don't fret, mother."

In truth, the mother could think of nothing to fret about. She no longer had to feel the anxiety and sorrow experienced earlier when Tung's irregular home leaves had always passed so quickly. This time, she could truly be calm and secure in anticipation of a long uninterrupted happiness with her son by her side.

"Peace has come and you're home. That's enough to make me happy, no matter what they say," Tung's mother said defiantly. "The local cadres had the gall to ask me to remove the framed photos of your dead brothers from the altar. I would never stand for that. Whether your younger brothers were ARVN soldiers or not ARVN soldiers doesn't make any difference; they were still my sons. Is there any family in the neighborhood that didn't have a son in military service at one time or another, who might have been killed in battle? Glory or no glory, what greater pain suffered by a mother than the pain of losing her son? That's what I said bluntly in a neighborhood meeting. If they didn't like it, it's their problem. Seeing me kicking up a row like that, even the head of the Women's Association kept her mouth shut."

Tung did not waste any time in getting to work according to plan. Though no longer a young man, he was still very

strong. Every morning, in the early hours, he walked with
his buffalo to the rice field where, as he guided, the animal
pulled a plow to turn and break up a few small areas of land.
They toiled until almost dark before returning home when
Tung's body ached all over. In compensation, he basked in
the warm affection of his mother who prepared every meal
he took and cleaned every piece of clothing he wore. Gone
were the days of rationed tinned meat and dried rice. Gone
was the stinking smell of combat boots worn day in and day
out. Under the roof of the ancestral home, dinner always
consisted of hot steamy rice, often eaten with fish braised
in caramel sauce, a dish which Tung had loved to have his
mother prepare when he was very young, and vegetable
soup cooked with greens gathered from the garden behind
the house. His mother was attentive, never failing to refill
his bowl as soon as it became half empty and urging him
to eat more as though he were still a child who needed
coaxing. In such a manner, she forgot that she was getting
old. Only after so many years apart could mother and child
again find such simple happiness.

"This dish of fish you cooked is absolutely delicious,"
Tung said, offering the praise for the umpteenth time while
consuming with gusto another evening meal, three weeks
after his return.

His mother laughed and mockingly chided him, "Well,
go on with your praises, you impious son. You haven't tied
the knot yet, but you already praise her to the skies. I'm
just kidding. Actually, I asked Little Tu to go to the market,
then cook this meal for me."

Tung smiled happily and bashfully. In such happiness,
for some reason he could not help thinking of Luong and
the rest of the ten ARVN patients back in the paralysis ward.

He related to his mother their circumstances, not unlike the situation of the children raised by Ba Phuoc, Catholic nuns in the area.

"Mother, these men suffer even worse than the orphan children of Ba Phuoc," Tung said.

His mother was moved to tears. "Don't worry. Let me arrange with Little Tu, and in a few days we will go up to Saigon to visit them and bring some gifts. I will love them as if they were my adopted children."

By the light of an oil lamp, mother and son intimately talked and discussed various things until late into the night. Afterwards, quite tired, Tung went to sleep quickly and soundly, but not before registering the image of his mother pulling up a blanket to cover him when it turned chilly around midnight.

The next morning, as usual, Tung arose very early, quickly shoved a few bowls of rice into his mouth, then led the buffalo into the field. As he stepped on newly broken furrows, Tung's thoughts wandered from his happy days by the side of his mother to Little Tu. He felt that he loved the girl at once, for no other reason than because his mother was very fond of her. Even though the sun had risen a distance of only little more than half a pole, and even as there came a gentle breeze, Tung already felt hot, his back wet with perspiration. The field – which had been uncultivated for many crop cycles and long exposed to seasons of rain and shine – had become arid and shriveled up, as hard as clay. Both man and animal were exhausted trying to break up the stubborn soil. Tung figured he would plow about ten more furrows then take a break, treating himself to a smoke on the water pipe and enjoying it until blissfully intoxicated. Tung had become addicted to water pipe smoking ever since he joined the army. During his services as a medic, he witnessed and would never forget the time when several soldiers attempted to modify a shell casing to improvise a water pipe for smoking and ended up having the shell explode and injure them all; and another time when a soldier, unsteady from too much smoking, fell into the fire they had built, burning his brows entirely as well as some parts of his face.

Coaxing and urging the buffalo on, Tung constantly tilted, shifted, and lifted the plowshare from the soil so as to reduce the animal's burden. A refreshing and pleasant sensation penetrated the soles of his feet when he walked on newly turned blocks of earth. Being so absorbed in happy thoughts about the land and the people he loved, Tung was abruptly brought back to the present when he stepped on a hard and cold metal object. Before he could withdraw his foot, a large boom pierced the air and rung in his ears as he screamed, *"Mother!"* A blinding pain knocked him to his knees. He discovered that his left foot had been blown off. Battlefield experience told him immediately that this had not been a grenade but an anti-personnel mine laid in his field by some unknown person at an unknown time.

The pain he felt was not confined to the loss of his foot – he knew he would survive it. Rather, the deeper anguish was his fear of bringing more sorrow to his mother. Tung tore up his shirt for a tourniquet to stop the bleeding. Previously, while still fighting the war, Tung had been known for being tough and stoic, unaccustomed to crying. But at this moment, he was directing his teary eyes toward the yellow sunlight spreading over bamboo groves a short distance away. Half hidden behind the trees was the home so dear to him, where he was sure his old mother and also

Little Tu were busy cleaning a basket of vegetables for the soup dish that they were going to cook for the evening meal. Neither thinking about himself nor paying much heed to the excruciating pain that shot up from the stump of his leg, Tung was burdened with the question of "what to say to his mother so that her heart would not suffer too much."

Peace had returned and Tung had contemplated an enduring happiness, but as things turned out, he would be able to do little more than manage his days one at a time.

Cộng Hòa General Hospital 04/1975 - California 04/1994

---

* Adapted from "A Day At A Time", unpublished poem by Brady Jackson, a spinal cord injury patient.

THE PROMISE OF
A GLORIOUS AUTUMN

*Characters and settings,
being mere pretext, are fictional.*

This time Chinh's trip to California was for the preliminary
meeting to set up the agenda of the Fifth International
Convention of Vietnamese Physicians to be held in Palo
Alto the following fall. It took only eight hours to fly across
the American continent: from freezing cold snow-covered
Montreal to sunlit California. Chinh remembered back
when he had engaged in military operations in the Central
Highlands of Vietnam during the rainy season, the same
length of time would not be sufficient to traverse a quagmire
stretching less than ten kilometers. This journey from
Canada was all-the-more appealing to Chinh for the added
pleasure of visiting Truong, a very close friend who had just
arrived in California from Vietnam less than a week earlier.

It was Chinh's hope that Truong could provide him with first-hand information and hot news related to the current situation in Vietnam. Being a friend considered intimate – no matter how long they had been apart from each other, no matter where and when they might meet – Chinh firmly believed there would be no change in Truong's heart with regard to their friendship.

On the other hand, recent fast and deep changes around him, especially within his own family, had concerned him. His children, growing more and more independent, started drifting away from their parents. Of importance was the fact that their view of life and of the times had become very much different from, if not to say opposite to, the perspective held by Chinh. After a trip he made to Vietnam without Chinh's approval, Toan, Chinh's eldest son, had become reserved, not inclined to talk much. The exception was his confiding in his mother the development of his warm feelings for his girlfriend, a young journalist, also from the U.S., whom he had met in Central Vietnam where they pursued their respective self-imposed tasks. Chinh's wife informed him that there was a high possibility that the girl, 100-percent Vietnamese but unable to read and write Vietnamese well, would become their future daughter-in-law. Chinh had not had an occasion to meet with the girl face to face, but he was deeply moved by her article describing a journey back to Vietnam, after 22 years away, of a daughter who was determined to search for her MIA father, officially presumed dead after such a long lapse of time. Throughout her spiritual journey into the past and to the land of her birth – a wretched poverty-stricken country still imprinted with the jaded image of the greedy and uncompassionate winner – she had deeply felt the maddening irony when witnessing erstwhile enemies coming together and exchanging their knowledge and experience of old battlefields in hopes of locating MIA persons on their respective sides. But it was perfectly clear that those on the winners' side did not care to take into account what had happened to her father and all ARVN soldiers who had fought for the ideal of freedom which they themselves considered right for their country.

All and everything related to the losers had quietly dissolved into the "emptiness of memory" during the last two decades, being no matter of concern whatsoever for the current authorities. There was cruel and total neglect concerning her father's fate, neglect paralleling the attitude of turning a blind eye to discrimination against the living who did not belong in the communist camp. Doggedly, the young woman followed up on all available leads no matter how flimsy they were. Then, thanks to the discreet assistance of a few compassionate people, she finally learned of, and put to rest, her father's demise. It was unbelievable but true that even the tablet bearing her dead father's name, deposited in a small pagoda on the outskirts of Saigon, was gone. Some time before, the communist winners, cruel and petty even toward the dead, had raided the temple and destroyed it along with many other things. When the living forget about the dead, the abbot of the pagoda had said by way of counseling her, the dead die a second time. This understood, she could not allow herself to contribute to such manifestations of collective despair, and therefore constantly prayed for her father and numerous other unlucky nameless heroes. Thinking about them and remembering them would keep them forever alive in her mind and heart.

Her odyssey had deeply touched Chinh. For a long time, he had participated in many conventions, none of them having produced any assessment or declaration which held the same power of persuasion and the same sharp criticism exhibited in the newspaper article by this young woman who had just crossed the threshold of adulthood. More than ten years earlier, Chinh had been one among the major figures responsible for the initiation and organization of a convention every other year, on an international scale, which gathered together a great number of Vietnamese physicians living outside Vietnam, who were members of the International Association of Vietnamese Physicians. If one counts two decades for a generation, then precisely one generation had passed by since 1975. And it was undoubtedly the case that, during that length of time, Chinh had proved successful in steering such a complex group on a consistent course of action based on a definite standpoint regarding the role of overseas Vietnamese physicians vis-à-vis the current situation of Vietnam. That standpoint was translated into the resolute determination to "do nothing" – no commitment, no contribution to Vietnam – until the post-communist period had arrived. And furthermore, the Association decided that it had to take an offensive stance by campaigning for the continuation of the American trade embargo, and by protesting against U.S. normalization of relations with Vietnam as long as communism existed in that small country. The lessons of South Africa and Cuba served as concrete evidence to solidify Chinh's conviction. Then came the day when the news was broadcast that the U.S. embargo was lifted. Though deep in his heart he had suspected all along that this was inevitable, Chinh still reacted quite emotionally, as if the U.S. had betrayed their Vietnamese allies for the second time. In the aftermath, there could have been no surprise on anyone's part to find a piece by Chinh in the right-hand column of the editorial page of the *L.A. Times* – over a million copies of the paper being circulated – which reflected Chinh's extreme rightwing view "on the shameful betrayal and ignoble capitulation by the U.S. under the leadership of a president who is reputed to have been a draft dodger during the Vietnam war".

Chinh's father had belonged to *Viet Nam Quoc Dan Dang,* 'Vietnam Nationalist Party', and almost all of his blood relations had been in one way or another associated with the Yen Bay uprising in 1930, and general resistance against the French. But to the communists, whoever was not in their camp was automatically considered a reactionary quisling. In consequence, the painful experience for Chinh's family was the high price paid by imprisonment, then elimination of his and his sibling's father. They knew only that he was arrested by the Viet Minh, and thereafter received no further news about him. No one informed of the politics of the resistance movement at the time could reach a mistaken conclusion: his father had been held, then killed, and his corpse had been summarily disposed of in a river or a canal, or buried in a corner of some nameless location – the details would never be known to Chinh's family. In his turn, Chinh himself had also experienced communist imprisonment, in this case for four years. He could endure whatever material privation and hardship, but he was by no means able to co-exist with cruel hypocrites, people in whom cruelty and hypocrisy were basic nature, rather than incidental. That judgment, specifically, might be the reason why Chinh had readily become an anti-communist extremist. In his eyes, the "red gang" was a group of devils devoid of humanity, who did not deserve treatment accorded human beings and therefore had to be destroyed.

Just as someone who is taking Antabuse will have a violent physical reaction to a mere whiff of alcohol, so anything suggesting a hint of association with communism would cause Chinh a feeling of nausea, vomiting and disgust, and he would invariably cut himself off from it. From that way of thinking and feeling, which he considered unquestionably correct, he had made no concessions to anyone including his friends who did not share his point of view. Chinh did not know to what extent his actions and reactions had caused harm to the communists, as he had no way of checking on it. But the damage that could be readily observed was that he had, without hesitation, sacrificed even his long-standing friends, who had also been his colleagues walking the same path with him for at least fourteen years in a foreign land. To think about it objectively, he had to admit that the friends he had hurt were upright patriotic personages and independent thinkers who deserved respect. What dark shadows had prompted him to sacrifice them mercilessly?

The first case involved Van and his wife who had wanted to give a lavish reception to an old friend who arrived from Vietnam for a visit. What had incensed Chinh was that this friend of Van's, a celebrated artist in former Saigon, was belatedly considered by Chinh, for nebulous reasons, to be pro-communist. The second circumstance centered on Thien, who had committed the crime of trying to mobilize support for an exhibition in California of works by a painter who, in Chinh's eyes, had sold out to the communists. Thirty years before, the said painter had been a member of the Association of Young Painters, those who together made a unique step forward in the development of their aesthetic field, breathing fresh air and innovativeness into the art scene of pre-1975 South Vietnam. He was known to have been awarded a gold medal for his work back then. It would not have been an issue for Chinh if not for the fact that not long before approaching Thien, the painter had staged a well-advertised show in Vietnam of works purportedly representing a life of peace and security in post-1975 Vietnamese society. The publicized theme of the exhibition had immediately been politicized both inside and outside the country. While the internal Vietnamese press endorsed his intended representation, the Vietnamese diaspora considered it no less than an expression of false belief or an indication of the painter's surrender to a repressive regime. With the passage of time, the controversy had been forgotten, only to be revived when an exhibition of the same paintings under the same thematic umbrella was planned for California, with Thien's active support. Under strong pressure from anti-communist elements in the Vietnamese community, among them some former members of the Association of Young Painters, the show was cancelled at the last minute. But the damage had been done, for Thien's reputation was tainted in Chinh's mind. Subsequent to these two events, with the sharp ability for manipulation possessed of a political animal, and from the totality of experiences he had gathered through many years in action, Chinh had encountered no problem in rousing public pressure to force both Van and Thien out of the executive board of the International Association of Vietnamese Physicians, the association of which they both were founding members.

Later, Chinh had often enough reproached himself for not being able to clearly appreciate the distinction between long-standing friendship and tactical political necessity when, like the two friends, he himself was standing in a grey area. Outwardly, Chinh appeared tough and resolute, but inwardly he was a person of emotions. His heart was deeply touched when reading an article by Van, which expressed all the bitterness of a refugee from communism

right after 1975, who at present had to consider a second
evacuation in order to escape the "bullets" shot at him from
behind his back by his friends.

Chinh's second morning in California was very peaceful.
It was equally peaceful to have breakfast in the posh restaurant
of the four-star hotel where he stayed, which looked into a
quiet garden. Chinh ordered a light meal: fragrant coffee
from Columbia, freshly squeezed Florida orange juice, and
brilliant red strawberries from California. The main course
consisted of French toast sprinkled with confectioner's
sugar. For some reason, today Chinh paid attention to details
of the comfort provided by a good meal, an ordinary meal
that he would normally take for granted after years of living
in North America. He wondered if it was not the aftereffect
of the emotion-filled meeting with Truong the day before in
this same restaurant, at this same table, which prompted him
suddenly to look closely at his own life.

Truong had arrived, not a healthy person, in the U.S.
less than a week earlier. He was in the last stages of non-
Hodgkin's lymphoma, a type of cancerous tumor that
claimed as victims a high percentage of Vietnam veterans
exposed to Agent Orange during the war. Truong was one
of Chinh's former classmates throughout the seven years
of study at the School of Medicine in Saigon. An open-
minded person with a good sense of humor, whose language
sounded rather amoral, Truong was in truth a warm-hearted
and committed individual.

During the Tet-'68 offensive, when all the hospitals
in Saigon were filled with injured patients but short of
doctors, Truong stayed continuously in a hospital, working
day and night until the shooting ceased. To have ended up
in a military career after graduation from medical school

was not his free choice. Though an excellent surgeon, Truong had found his name at the bottom of the list of appointments, which turned him into a mere physician in a Marine battalion. Even in the fierce-looking camouflage fatigues, he still retained the gentle and refined appearance of a student. Like many others, he spent two full years doing more than is normally required of a military doctor by intermittently providing healthcare services to civilians, in between hot periods of the war.

Then he was sent to the U.S. for further specialized training. Upon completing his studies, Truong returned to Vietnam and resumed his work in a military hospital. Unlike many people, Truong had never taken the unique uniform and the feats of arms pertaining to his unit as a reflection of his own attributes, attributes to be bragged about. In battle, he was full of unshakeable stamina, and for that he was respected by his soldiers. However, Truong was not much liked by his superiors because of his tendency to mix with others without becoming like them. It was, therefore, not surprising that when he left the battalion, he was still in the same rank of first lieutenant as when he had begun his military service, having not received a single promotion or medal. In so far as he was concerned, only dead soldiers who sacrificed their lives deserved medals and wreaths of flowers.

During the turbulent days of April 1975, even though Truong's elder brother, who was commander of an air force group, had in hand a means of evacuation, Truong was not among those who early on arrived in the U.S. Left behind, he was imprisoned by the communists for five years. Upon his release in 1980, Truong served as a surgeon at Saigon Hospital. This was at the height of semi-official departures for foreign countries organized by communist cadres.

Again, he was not included in those waves of people setting out for other horizons, among whom were his close friend Chinh and Chinh's present colleagues, all reaching new shores safe and sound. Seemingly without concern, Truong continued to calmly live his life regardless of criticism and provocation thrown at him from different directions. He was derogatorily referred to as an *April-30th revolutionary* – an opportunist who put on the mask of a communist fellow-traveler only when Saigon fell on that day in 1975. Or, from a different perspective, Truong was ridiculed as being a *3-N intellectual*: if he was not Ngheo, 'poor', then he must be Nhat, a 'coward', or Ngu, 'stupid' – which explained why he did not know how to arrange an exit from the country.

For his part, Truong knew who he was and treasured his own integrity, not to be confused with any other kind of man whatsoever. Truong was intelligent and sensitive, and therefore very early on he understood the communists with whom he had occasion to rub shoulders and work. To his view, it was not that no good people were found among them, but generally speaking, the majority of them were "hypocritical, cruel, and ignorant". Truong had thus summed up his observation during the last time he and Chinh had met before the latter's departure. In spite of that pessimistic view, Truong still remained in Vietnam, as ever frankly speaking his mind, paying little attention to self-interest, and always ready to share his knowledge and expertise with less-informed new colleagues, ultimately for the benefit of the patients. His patients were not exclusively poor and disadvantaged people. Rather, they also included high-ranking communist officers who, concealing their true identities, fled from Thong Nhat state hospital, where adequate medical supplies were readily available to them, and came to Truong to be operated on and cared for by him. Truong treated them all with equal care and without discrimination.

The majority of his friends and colleagues, who had departed in 1975 or some time later, had returned to the practice of medicine, and were quite well settled in foreign lands. Truong dismissed from his thoughts the immoral wrongful minority who had abused their privileges through underhanded manipulations, and who therefore had quickly become millionaires during the first few years in the good countries that had provided them with sustenance. Questionable success and the resultant repercussions generated by this small group had remained a deep scar that evoked pain and anguish for the first generation of Vietnamese immigrants. On the positive side, the majority of them, through sheer honesty and professionalism, no matter where they lived – France, Australia, or the U.S.A. – enjoyed not only freedom, but also the great comforts befitting members of a high echelon in society. These decent friends often thought of Truong and cherished his good heart, even as they considered him an eccentric friend. They believed that it was precisely Truong's eccentricity that had made his wife and children suffer hardship. Boxes of gifts were sent back to Vietnam by his friends as a form of aid for his family. But Truong did not want that. While not openly objecting to it, Truong took care to make plain to his children that he did not want to see them schooled in dependency, that they had to learn to live like everybody else around them, instead of having their life bank on boxes of presents and monetary support from abroad. In the meantime, he kept up correspondence with old friends, reminding them to send him books he would need in order to keep himself abreast with developments in his field of specialization. His letters, always in his beautiful artistic hand-writing, and in an ever-gentle tone of humor colored with a touch of sadness without bitterness, subtly mentioned degenerative changes in the new society; but they never contained a line of lament for the hardship endured by his family and himself. Perhaps it would have been an insult if someone had expressed pity for Truong. He had made his choice freely and felt happy with it. He did not belong to any camp, having taken an independent position for himself. And it would appear that there was no side of the political puzzle suitable to his sensitive soul, a soul which flourished in freedom. Truong lived contentedly and at peace with himself. Fully appreciative of the relativity of all things in life, he had never acted like an extremist or a fanatic. In fact, he had never idolized anything.

Chinh reflected on the previous day when, under the California sun, he had sat facing Truong across the same table in this same restaurant. It was now twenty years after 1975, and fourteen years since they had last seen each other in Vietnam. Truong as ever was casually dressed, in white shirt and khaki trousers, and wore gold-rimmed near-sighted eye glasses. He was still tall and slim, albeit a little on the skinny side, and his skin was rather pale. His grey hair betrayed his age. But his eyes were as bright as they were long ago, if not in some way brighter, like a piece of burned charcoal that glows just before it turns to ashes. That sparkle in Truong's eyes brought a sharp pain to Chinh's heart. Had it not been for the intimate revelation by Truong's younger brother, Chinh would never have thought that the old friend sitting across from him was going to leave this worldly life for good.

Perhaps because living had become an unquestioned habit for a long time, Chinh and his friends had not thought about and prepared themselves for the death that would come to all of them. Only when confronting the death of one so dear as Truong was it that Chinh had an occasion to ponder the inevitable death that would come also to him. As a physician, Chinh had had ample opportunities to discern the different meanings attributed to death by different patients. For some, it was liberation from unending pain or miseries. For others blessed with a solid faith, death was considered a subliminal transfer into another life. Chinh also could not but remember the voluntary deaths of those who chose to sacrifice themselves for their religion, and of those who heroically laid down their lives for a just cause. Experience also informed him of the kind of death meant to cause pain and anguish to someone else, the taking of one's own life in hopes of securing a love affection not available to one while living in this earthly world. The unknowable "black box" behind death is the source of all fear for human beings, Chinh firmly believed. Though there are no two deaths exactly alike, people still tend to imagine and draw from essays and books the common steps one would uniformly take toward death. One would move from denial to anger, then to negotiation of a payable price for life, on to sorrow, and finally to surrender and acceptance. In Truong, Chinh could find none of those stages of human stereotypic response in face of death. Truong's life was like a pure and fresh stream of water, the whereabouts of its origin and its final destination unknown. In Truong, there seemed to be no clear borderline between life and death.

If Truong died, that pure fresh stream would continue to be remembered vividly, flowing and murmuring gently somewhere in the hearts of many people. No one could be so sure about the state of his health over the age of 50, Chinh thought. A few among Chinh's friends and colleagues had abruptly departed from this world. To Chinh, old age sicknesses were biologically determined; they spared nobody. In spite of that understanding, Chinh found himself very concerned with what was happening to Truong. Why did it have to be Truong of all people? There was no explanation for Truong's cancer. Or was it that the Vietnam war had all along been killing him, through the Agent Orange campaign which had defoliated the old jungle in the Central Highlands, the area which Truong and his soldiers had ploughed through once and again? How could it be asserted that the army and the people of Vietnam, Truong among them, were immune to those cruel cancerous diseases when the American veterans themselves could not be free of them? In the post-Vietnam era such a question, weighing on the conscience as it did, was perhaps a taboo subject, a difficult subject demanding painful mental effort and energy to consider, so much so that no one wanted or dared to think about it. In the meantime, Truong stayed cool, not uttering a word about his own sickness. He talked instead about his friends, about experiences old and new, near and far. He recalled pleasant memories of his time with Chinh's children in the past. His generous heart overflowed with joy upon learning that after fourteen years in a foreign land, two of Chinh's three sons had just graduated from medical school.

Without meaning to, Chinh bemoaned over the very different way of thinking displayed by his children who had grown up and lived in North America. Unexpectedly, Truong defended them by suggesting that Chinh leave them alone to live the way they felt, naturally and spontaneously like the blooming of flowers and the rising of the moon, that he should not transfer onto their shoulders the emotional burden of the past carried by their parents' generation.

It turned out thus that Truong was very close to Chinh's children. Truong mentioned that without fanfare, the youths quietly did what they thought useful. The clearest example was Toan, Chinh's eldest son who, back when he was still fulfilling his residency in general surgery, had made a trip to Vietnam. During the trip, Toan had looked for Truong with whom he discussed various issues which he could not talk about calmly with his own father.

Toan had arrived in the U.S. when he was no longer a child, but a high school graduate. An excellent student, the youth had wanted to take an entrance examination to Medical School in Saigon, but was not qualified to seek admission due to his unfavorable family background – his grandfather killed by the Viet Minh, and his father kept in a communist re-education camp for four years after 1975. All his struggles to enter this field proved pointless until he accompanied Chinh to North America where he entered medical school, subsequently easily becoming a qualified physician. During his first year of internship, he was voted "the best intern of the year". It was not that Toan never encountered discrimination and unequal treatment; but he did not mind it sufficiently to become burdened with grudges and bitterness. Being well-educated in America, Toan readily considered himself American. However, when faced with questions related to Vietnam, he could not forget or dismiss his roots. Toan revealed to Truong that much later, while he was in the position of Chief Resident, one of his junior fellows, a native-born American, had come back from Vietnam after a tour of voluntary service there. The man passionately recounted his Vietnam experience, and his enthusiasm put Toan to shame. Soon after that, disregarding Chinh's opposition and even interdiction, Toan had spent a whole month of summer holiday in

Vietnam, traveling from the central part of the country to the south, in the company of a former medical doctor who had been Chinh's colleague before 1975.

During that period of time, when no two days were exactly the same, not only did Toan live in but he also worked in extremely inadequate conditions, trying to handle diseases which he would not have had a chance to encounter had he never left the U.S., diseases seldom or no longer mentioned in current medical books and journals. Toan worked without rest, and abandoned the initial plan of visiting beautiful locations in his native land. For all his work, Toan realized that in view of local needs, his effort was like a grain of sand on the sandy bank of the Ganges river in India. Nonetheless, Toan managed to perform rewarding surgeries on many hare-lipped children to correct their defect, and also reconstruction surgeries for patients who suffered all kinds of wounds from the war. Toan and his group regularly had a late lunch, which at times consisted of no more than manioc and a bunch of old darkened bananas. Both adults and children whom Toan met and cared for had the same common denominator: undernourishment and malnutrition. But Toan was more affected by indignation and heart-rending sadness over injustice and the almost criminal disparities between the minority of party members and the majority of people. Coming out of a society where food had never been a daily worry for him, Toan witnessed hunger and misery endured by people in the land of his birth, and found his days in Vietnam marked by restlessness and torment of conscience. That sentiment persisted in him until he returned to his ordinary life in the U.S. Subsequently, he no longer felt enthusiastic about accompanying his parents to conventions held in the various luminous world capitals, conventions that would invariably end with sumptuous dinner parties complete with dancing, or collective departure on a cruise ship. His father and his father's friends still had their hearts tormented by the past, whereas Toan wanted to look forward to the future. Toan continued to love his father, but at the same time realized that he was no longer a child and could not go on attaching himself like a tail to his parents. He wanted to explore life for himself, and to open the door to the future on his own.

When sitting across from Truong, Chinh suddenly found his friend a greater human being than himself. Truong had been free to make his choices, lived peacefully, and was now calmly advancing step by step toward death. Truong's last words during their meeting, softly enunciated from a frail chest, came from a brave strong heart.

"Chinh," Truong said. "Humanity or humanitarianism should never be conditional. Moreover, what kind of people would condescendingly think of humanitarianism in connection with his own family and with his compatriots?" He paused, then smiling weakly, continued, "Besides, in face of pain, there can't be any language barrier." Then Truong proceeded to quote a statement by Goethe: "All theory is grey, but the golden tree of actual life springs ever green."

*

Now, upon looking inward, Chinh was aware that he was very much a man of principle. He would not be able to swiftly change after the manner a philosophy conveniently arises to fit the time, or is generated from the base nature of opportunists. On the other hand, it was clear that Truong had helped him to arrive at an encompassing view instead of a tunnel-bound perspective, so as to see "a sick person" as a whole human being rather than simply a case of "sickness". The life of, and the pain suffered by, patients should be the primary concern of a medical doctor. "When the living forget about the dead...", echoed the abbot's words in the story.

If one turns away from suffering, the suffering increases twofold, Truong had said, giving Chinh a lesson in generosity, just so that Chinh himself could appreciate that Toan and his peer group had matured through selfless commitment.

Their useful presence in Vietnam was an enzyme that catalyzed change and progress, and simultaneously acted as a clear conscience powerful enough to denounce injustice in society. Chinh came to realize that the issue at present was not whether he should continue to doubt or to prevent their current activities, but rather, how he could keep these committed youths apart so that they would not become unwittingly mixed up with opportunist elements. Of equal importance, he wondered in what manner and with what ease he could enlarge the range of perception of the collective of physicians to which he belonged, those who had for long been in a state of stultification, slowly stepping into old age. In point of fact, for many years all of them appeared to have been conditioned by enmity and bitterness derived from personal experience. More than ever before, only at this juncture could Chinh truly appreciate what Van and Thien had attempted to do. In the days to come, if Chinh himself displayed a change of heart, he would possibly become a victim like those two, and would no doubt experience a boomerang effect of the severe and fixed ideas he had energetically defended and advocated. It was rather ironic that even though they now lived in a country supposed to be full of freedom, in actuality Chinh and his friends and colleagues had made themselves enjoy very little freedom of choice, aside from the choice of walking the simple and straight path they had drawn for themselves. When a member stopped following that path, he would be given the same fate that had been meted out to Van and Thien: he would automatically be thrust into the opposing side. In all likelihood, Chinh would have a barrage of attacks explode over his head in the form of loud words and phrases which could break his heart: that he was a swinging element, a deserter to the enemy, an opportunist, or an oligarch. Chinh asked himself if a person like him had enough courage of heart to walk through that war-like portion of the path. He thought of Truong who walked his own chosen path with complete freedom. Likewise, Chinh's son, Toan, and his peers were full of self-confidence and enjoyed greater freedom than Chinh did, because they were not conditioned by a past like he was. Before he could consider what had to be done and what could be accomplished for this autumn, right now Chinh had to begin a journey of self-liberation, in search of freedom for himself.

Chinh looked back to almost twenty golden autumns behind him. They were all dead autumns. Or, rather, they were autumns of the past. At present, over the Western Hemisphere, autumn was exhibiting its full splendid colors. Chinh was sure that next year in Palo Alto, autumn would be even more glorious.

Palo Alto, California 1994

---

* Faust pt.1 1808 'Studierzimmer'

A SMALL DREAM FOR THE YEAR 2000

Characters and settings,
being mere pretext, are fictional.

The man, a farmer, was formerly an ARVN soldier.
Twenty years had passed since his days in the
military, and he was now a middle-aged person.
Though not yet fifty, he had been made pallid, old
and decrepit by a life of unrewarding hard labor.
He had lost his left foot, ironically after his military
service had terminated, when stepping on a mine
right in his own rice field. One did not have to
be a doctor to know that his body hosted various
illnesses and diseases: malnutrition, chronic
malaria, and anemia. Whatever energy and dignity
he retained was revealed in his bright though rather
sad eyes, eyes that always looked directly at those
of the person he talked to. Today, he came to this
field dispensary for another kind of complaint. It

concerned a bluish-black lesion on his back which was not painful, but had been oozing an ichorous discharge for a long while. He had sought various treatments, but found no hope of a cure. First, he had been made to wait in a district's health service station where a communist doctor had eventually given him a few Western medicinal tablets; then a doctor of traditional medicine had treated him in turn with an herbal concoction and acupuncture. Despite all that, the disease refused to go away, even as he was steadily emaciating. Hearing that a group of healthcare workers from overseas had come to offer volunteer services, he decided to come to them at this dispensary and try his luck. With good fortune, he hoped, he might even be able to again meet the doctor he used to know – the chief surgeon of his Airborne Ranger Battalion in the past, who presently lived and worked in America. But it turned out that all the faces he saw were young and unfamiliar. Nonetheless, he showed them his back for examination. From the team of young doctors came an audible gasp of surprise. The heart of Toan, the team leader, seemed to miss a beat. Without the necessity of engaging in complicated diagnostic procedures, he immediately recognized a form of malignant melanoma, which certainly would have had metastases spread to other parts of the body. The disease, of course, could have been cured if discovered earlier. Unfortunately, this present case, being at an advanced stage, could not be treated even with the most elaborate and sophisticated medical technologies available in the US. It was not the patient, but the young doctor who expressed

sadness: "You've come too late; this disease
otherwise could have been treated successfully."
Betraying no embarrassment, the soldier-turned-
farmer patient looked directly at the young doctor,
his eyes darkened with anger and sternness: "I've
come too late, you say? It's you, doctors, who have
come late, whereas myself, like all my compatriots,
have been here forever." Flatly refusing to wait for
anything else from the group of unknown doctors,
the man turned his back on them and walked out,
limping along on his bamboo crutches, his eyes
looking straight ahead, accepting his miserable lot
with the same courage he had shown as a soldier
in a time past.

*

During the preliminary meeting held in Palo Alto to set up the agenda of the Convention, it was decided that the upcoming Fifth International Convention of Vietnamese Physicians would be changed to one of Physicians, Dentists and Pharmacists. After all, intermarriage among Vietnamese practitioners of the three branches of medicine had been a very popular practice. To Chinh, that was good news reflecting the strength of unity amongst overseas Vietnamese medical professionals.

The last discussion in Palo Alto did not conclude until past midnight. Even so, the next morning, as was the habit of a person advanced in years, Chinh woke up very early and got ready for his one-day trip to Las Vegas for a visit with his son. Toan, his eldest son, in a few months would complete his four-year residency in general surgery. The younger man's plan was to subsequently go to New York where he would spend four more years studying plastic surgery. This was a medical specialization which Toan once had remarked that a number of his father's friends and colleagues had abused and degenerated into "prostitution of plastic surgery", transforming it into something like a pure cosmetic industry which helped its clientele acquire more beautiful features like a high-bridged nose and fuller buttocks. Toan was strong and healthy, taller and bigger than his father. He lived very much like a young man born in the United States, quite active and aggressive in both work and play, his thoughts and actions uncomplicated. Not only Toan and his peers' way of thinking, but also their manner of identifying legitimate issues of concern, differed greatly from the perspective of Chinh's generation. To be born in Vietnam but live abroad, and to be a first- or second-class citizen, had never constituted a problem or issue to Toan.

Even though father and son had only one day together to talk, Toan insisted on driving Chinh to a ski resort very far from the entertainment district of Las Vegas. Along the way, Toan confided in his father that it was not accidental that he had chosen to study plastic surgery with a central focus on hand reconstruction. It was not the artistic inclination expressed in his being a notable classical guitar player that made him treasure this part of the anatomy. Rather, to him, the function of the hands was a highly valuable symbol of a life of labor and arts. Unlike his father and his peer friends, Toan was endowed with golden hands, as was the observation of his mentor professor. Indeed, from routine to challenging cases of surgery, through each and every economical slit and cut he made, Toan always came out with results that were judged state of the art. For a long time, Toan had been inspired by the example of the English orthopedist Paul Brand who worked in India. Not only with talent, but also with faith and enduring dedication, Brand had contributed enormously to the field of orthopedic surgery specializing in hand reconstruction, essentially to help people with Hansen's disease, or leprosy. His work brought hope to millions of people afflicted by that malady, and what he had accomplished for the past four decades intrigued Toan a great deal. Recently, Toan was also deeply moved when reading for the first time a book written in Vietnamese and published abroad by a Catholic priest, a book which describes the wretched situation of leprosy camps in Vietnam, especially those found in the north. Thereupon, Toan vigorously reached the decision that it would not be Brand or any other foreign doctors, but Toan himself and his friends, who would be members of Mission Restore Hope bound for Vietnam. He mused upon the dream that the year 2000 would be when Hansen's disease no longer posed a public health issue in his native land.

Toan related to his father that, lately, he had received in succession of letters and telephone calls from Colorado, Boston, and Houston inviting him to work in Asia, Vietnam being top priority, under very favorable conditions: a starting salary of six-digits or over a hundred-thousand dollars a year, coupled with guaranteed fringe benefits including tax-free privileges when working overseas. Toan had a resolute response to the offer: if the sole purpose was to make money, he did not need to go and work in Vietnam. He was told by those contacts that groups of Vietnamese-American doctors, not merely the vocally loud group led by Le Hoang Bao Long, but also others comprising "brainier" physicians, had quietly gone back to Vietnam to prepare a network of market-oriented medical services. It was said that, in their vision, the first base of operations would be Thong Nhat Hospital in Saigon, which would

be renovated and upgraded to American standards, and
doctors serving there would all have been trained in the
United States. However, what would remain unchanged
was the hospital's adherence to its priority of treating high-
ranking Communist Party officials. The only difference
and "renovation" it would succumb to, so as to be in line
with the market economy, was to admit foreign clientele
from around the world, who were rich and in possession
of expensive medical insurance coverage. They would be
from South Korea, Taiwan, Hongkong, America, France,
Australia, Canada, and other countries. The main point was
to guarantee and safeguard their health to the highest extent
possible, so they would have the peace of mind to work
and invest, as well as to enjoy their lives, in all corners
of Vietnam, from Nam Quan Pass in the north to Ca Mau
Point in the deep south. And, undoubtedly, all this would
also promise fat profits, which were greedily eyed not only
by American insurance companies, but also by a certain
group of Vietnamese-American physicians who were eager
to "go back and help Vietnam".

At the age of thirty, Toan had his own way of thinking,
clear and free, and showed self-confidence in the path of
commitment he had chosen. Chinh did not exactly agree
with his son's view, but at the same time he knew only too
well Toan's firm and independent nature. Certainly, Chinh
did not entertain the thought of clashing with Toan for the
second time over the same issue of whether or not they
should go back to Vietnam and engage in humanitarian
services. On the brighter side, Chinh felt relatively calmed
when considering that whatever choice Toan made was
prompted by pure and noble motives, which set him apart
from the opportunistic crowd. And in a certain fashion,
Chinh felt a little envious of Toan for his youth, and

even for his gullibility, which was almost transparently obvious. At this thought, which sounded rather absurd, he shook his head and smiled to himself as he drove back to Palo Alto.

From Montreal, Canada, Chinh had more than once visited California. Despite his familiarity with the area, every visit seemed to have given him the impression of seeing anew Vietnamese communities with expanding renovations and animated activities. Instead of the slightly-over-an-hour flight, Chinh had decided to rent a car from Hertz at the airport and drive from Palo Alto to Little Saigon in the heart of Orange County. The trip was toward a young city of the future, but simultaneously it was for him also a journey backward into the past, a trip taken in part to contemplate a time lost. To confront future problems faced by Vietnam at the threshold of the 21st century, even against the cold, hard background of political reality, one needed not only to utilize one's brain, but also to pair it with one's heartfelt emotions, he thought. The evil demon was seen not exclusively in the communist specter; it was lodged in our own hearts, hearts that remained callous.

One of the statements made by Thien, Chinh's friend and colleague, meant as a joke, kept haunting him. Tongue in cheek, Thien had said that if a mad fanatic were to shoot and kill Le Hoang Bao Long, labeled pro-communist, how desolate Little Saigon would certainly become. Then perhaps a second Le Hoang Bao Long would need to be found to take his place in provoking anti-communist sentiment among the Vietnamese community, for without anti-communist fervor as a stimulant, Little Saigon would not be able to retain its liveliness. The only thing was, it was not easy to pin down the communists, their target ever shifting and treacherous; and given that tricky situation, unwittingly, communist hunters were also made to move in pursuit, only to voluntarily come full circle in no time at all, and naturally from the first round of shots verifiable losses were counted among their very friends.

Chinh planned to meet with Thien, author of Project 2000. The aim of the project, which Chinh thought bold and appealing, was to coordinate all circles of overseas physicians with a view to "exploiting and transforming the abundant talent and energy existent in the world into resources available to Viet Nam; opening the hearts of people to tap a sector of the world's prosperity and channel it to the land of their birth; shaping the destiny of Vietnam by modern technologies prevalent all over the world". The plan was to establish a non-profit co-op group wherein each doctor, each dentist, and each pharmacist would contribute US $2,000.00, merely a very small tax-deductible amount set against very big income taxes paid every year in their adopted countries. With participation of the thousand members, the acquired budget would come to a sum of two-million dollars in cash. Given that financial potential, there would be nothing that the International Association of Vietnamese Physicians, Dentists and Pharmacists could not do: from responding immediately to urgent matters like aiding fellow-countrymen caught as victims in violent disturbances in Los Angeles or helping victims of floods in the Mekong delta; to long-term projects like building a Convention Center together with a Vietnam Culture House and Vietnamese Park adjacent to Little Saigon; participating decidedly, and in timely fashion, in a health project designed by WHO, the World Health Organization, for eradication of leprosy in Vietnam by the year 2000. Chinh was aware that right in the heart of Little Saigon alone, among the silent majority, there existed many kind-hearted and sincere souls.

There was the colonel, former commander of an Airborne Ranger Group, who had just arrived in the U.S. after fourteen years in a communist prison. Paying no mind to the care of his own failing health, the colonel had immediately sat down and composed a letter to Chinh requesting that Chinh, on the strength of his good reputation, help motivate Vietnamese immigrants to re-create the sculpture called *Thuong Tiec,* 'Mourning', so that soldiers who had lost their lives for the freedom of South Vietnam would not be forgotten. The original large statue was a well-known work by Nguyen Thanh Thu, featuring a soldier sitting on a rock, his rifle in his lap, his dejected expression suggesting a deep sorrow widely interpreted as representing his mourning for his fallen fellow fighters. It had been placed in front of the National Military Cemetery midway between Saigon and Bien Hoa. Hours after the fall of Saigon on April 30, 1975, the Communists had pulled down the sculpture and destroyed it.

Then there was Tien, Chinh's former collegiate fellow, who had taken the oath as a member of the Boy Scouts of Vietnam at an assembly on Mount Bach Ma, near the city of Hue. He held but two passions: to restore the organization of the Boy Scouts of Vietnam abroad for the benefit of youths, and to establish the first Vietnamese hospital in America.

Of special note was Nguyen, Chinh's former senior colleague. Almost 60, he still remained single. For so many years, Nguyen had continued without fail to be a devoted friend to Indochinese boat people, and also a physician, gracefully free of charge, serving circles of writers and artists, as well as HO families (those who immigrated to the U.S. under the Orderly Departure Program). Lien, another doctor who had come to the local scene rather late from a refugee camp on an island, was determined to fight, against all odds, to undergo intensive retraining so as to be able to practice medicine again in his new homeland. Even so preoccupied, Lien did not give up on his ardent dream of bringing into existence a monumental sculpture of *"Mother Holding Her Child"* plunging into the immense ocean and drifting to another horizon, which art work would symbolize the huge exodus of two million Vietnamese who were on their way to creating a super Vietnam in the heart of the world. Chinh could think of numerous other symbolic characters and noble thoughts, yet at the same time he asked himself why, in spite of all that, he and his friends continued to lose touch with one another in the darkness of "arrogance, envy and delusion", to use Thien's words.

For a few decades now, Chinh had remained a tormented soul, an intellectual witnessing tragedies in a time of turmoil and of glittering and bright deception. In the midst of so much noise and the reverberation of depraved words and expressions, surrounded by false political realities, very often Chinh wanted to retreat into tranquility and quietude, doing away with tortuous thoughts which only caused personal distress and did not seem to do anyone any good. But he would not be himself if he chose to walk that path. Forever, he would definitely be himself, a man of strong conviction. To use electronic computer terminology, he had been programmed, and, as such, there could be no question of change or alteration in his pattern. The only possibility he could imagine was that he might try to become more sensitive – to the extent that he would feel amenable to dialogue with viewpoints different from his own, all of which he believed could come together in the end, even though the result would be a rainbow coalition. But, after all, multiple forms and colors are the ferment of creativity, he thought. Chinh realized that the number of people who were still with him and supported him was dwindling with time. Not opposing him openly, the others simply detached themselves from his sphere and each chose to walk his own way. As for Chinh, certainly for the rest of his life, he would continue on the straight path he had drawn for himself, no matter how deserted it grew. The ready forgetfulness and compromise exhibited by overseas Vietnamese – which Chinh considered damaging to their political dignity and refugee rights – together with the extreme joy shown by people inside Vietnam because of the so-called *doi moi* renovation, only served to sharpen his heartache.

In the end, everyone tries to accommodate himself to new circumstances in order to survive, Chinh told himself. A life abounding in instinct is ever ready to shed old skin, to change colors, and to proceed with fervor. The very few people who were as highly principled and constant as himself seemed to be facing the possibility of becoming an endangered species. Chinh's mother, hair completely white with age, still lived in Vietnam. One of his dreams was simple: that real peace would come to his homeland, so he could go back to see his mother before she passed away, and to visit his old village and watch children play in the village school yard. What a great happiness it would be if he were able once again to provide medical care to familiar peasants who were ever honest and simple, from whom the fees he had received sometimes were no more than a bunch of bananas, some other varieties of fruit, or a few newly laid chicken eggs. His dream was seemingly not so unattainable, yet it still appeared beyond reach and far into the future. The reason was, he firmly told himself, because he could not, and would not, return to his country as a mere onlooker, as a tourist, or even worse, as a comprador shamelessly flaunting his financial success. Though he longed to see his mother, Chinh could not by any means return to Vietnam in his present state of mind and current external circumstances.

Since the middle of the 1970's, following the fall of South Vietnam, there had been a massive influx of Indochinese refugees spreading all over the United States, the greatest concentration of them being in California. Difficulties faced by those who had arrived first were not few. To their camps, like Pendleton and Fort Chaffee, humane and generous American sponsors had come to give them aid and moral support. On the darker side, there was also no shortage of local residents who discriminated against them, who held ill feelings toward them and wanted to send them back to where they had come from. *"We Don't Want Them. May They Catch Pneumonia and Die"*, so went a slogan. Among that first mass of refugees were Chinh's former colleagues. Currently, the number of Vietnamese doctors had reached 2000 in the United States alone, not counting smaller numbers living in Canada, France, Australia, and a few other countries. Out of a total of about 3000 physicians in the whole of South Vietnam, more than 2500 had exited the country. This was not unlike a general strike staged by the entire medical profession, a strike which had prolonged itself from 1975 until the present. Chinh knew for sure that he himself had been one of the few who had effectively mobilized and led that endless and unprecedented strike.

Chinh had a clear itinerary in mind. He would visit various places: San Jose in Silicon Valley, valley of high-tech industries; Los Angeles, the city of angels that ironically was about to become a twin sister of Ho Chi Minh city; Orange County, the capital of anti-communist refugees, in which is located Little Saigon; and San Diego, known to have the best weather in the world. All these locations were full of Vietnamese, and their population kept increasing, not only because of the newly arrived, but also due to the phenomenon of a *"secondary migration"* of Vietnamese from other states. In the end, thus, after having settled elsewhere, they chose to move to California, a place of warm sunshine, of familiar tropical weather just like that in the resort city of Dalat in Vietnam, as they told one another.

Eventually, the Vietnamese immigrants embraced standardization, a very American particularity. Big and small, cities in America all look alike, with gas stations, supermarkets, fast food restaurants like McDonald's. Likewise, entering crowded and bustling Vietnamese shopping centers on Bolsa avenue, one readily sees, without having to spend any time searching, restaurants specializing in beef noodle soup *"pho";* big and small supermarkets; pharmacies; doctors' offices; lawyers' offices; and, naturally, newspaper offices, given the insatiable Vietnamese appetite for news in print.

Chinh's colleagues had been among the first group that arrived in this land. They represented a collective of academic intellectuals most of whom, with help from a refugee services program extended to all refugees like themselves, had quickly returned to practicing their profession in extremely favorable conditions. After that, if only every one of them had retained good memories about their initial feelings and emotions when forced to abandon everything and to risk their lives departing for an unknown destination, they would have conducted their lives differently in exile, Chinh began silently grumbling to himself. Engraved in Chinh's memory were those days in an island refugee camp where Ngan, one of Chinh's former colleagues, once and again had confided that he only wished to set foot in the United States someday, having no dream of venturing to any further place, that he held no high hope of practicing medicine again, that happiness and contentment for him would be no more than breathing the air of freedom, living like a human being, starting all over from the beginning to set up a home solely by manual labor, and sacrificing himself for the future of his children. Luckily, reality had turned out better than what Ngan had expected. With his intelligence and relentless energy, and, of course, with luck as well, only within a short period had he become one of those who resumed their medical practice. To work as physicians in America meant to belong to the upper middle class, and, therefore, the status and position accruing to this group of newly certified doctors was a dream even for many native-born American citizens.

But Ngan and a number of others in the profession had not felt content to stop there. And, eventually, what was inevitably to happen had happened. Concerted police raids on a number of Vietnamese doctors' offices uncovered what was labeled as "the biggest medical fraud in the history of the State of California". The news made headlines in newspapers and television networks all over the United States. By then, only nine years had passed since the fall of South Vietnam, a traumatic occurrence which was still an unmitigated nightmare for its displaced people. And these same displaced people had to face the humiliating February 1984 medical scandal, a second nightmare of an entirely different nature. The name Vietnam had never been mentioned so very often as it was in the entire week that followed. Nor had the past ever been so cruelly violated. This event was indeed an ignominy to the past of South Vietnam and its people, a past defined by many sacrifices for a righteous cause. The image of a horde of Vietnamese doctors and pharmacists, Ngan among them, handcuffed by uniformed police, seen in the streets, exposed to sun and wind, had been thoroughly exploited by American newspapers and television networks. All members of Vietnamese communities felt their honor damaged by this scandal, which instilled in them a feeling of insecurity and fear. In fact, immediately afterwards, there had arisen a wave of abuse which local people flung at Vietnamese refugees in general. In factories and companies, some insolent employees in a direct manner rudely referred to their Vietnamese co-workers as thieves, while others in a more indirect fashion stuck American newspaper clippings, complete with photos of the event, on the walls around the area where many Vietnamese worked. Those average honest Vietnamese citizens, who had come to the United States empty-handed, who were trying to re-make their lives out of nothing except their will and industrious hands, suddenly became victims of a glaring injustice projected by discrimination and contempt. Choked with anger, a Vietnamese worker screamed to the absent academic intellectuals, that even way back in the old country, anytime and anywhere these intellectuals had been happy and lucky, so it was about time they showed their faces in his workplace to receive this disgraceful humiliation they themselves had brought about.

The scandalous event of almost a decade ago appeared as though it had occurred just the day before, so heavy was the flashback that flooded Chinh's mind. He tried to liberate himself from stagnant residues of memory about a woeful time in the past. He pressed a button and automatically the car windows were rolled down, admitting from the ocean a strong breeze which flapped noisily against the interior of the car. Blue sky and blue ocean – it was exactly the same deep blue spreading over the two opposite shores of the Pacific Ocean. The sight brought to mind a Chinese statement Chinh had learned while in prison without knowing its origin: *"The sea of suffering is so immense that when you turn your head you cannot see the shores."* Freeway 101 along the Pacific coast triggered his memory of National Highway One in the beloved country he had left behind on the other side of the ocean. Over there was seen the same great sea formed from the tears of living beings, the same stretches of glistening sand, the same fields of white salt, the same rows of green coconut trees. The homeland in memory would have been absolutely beautiful, if not for the intrusion of flashback-like film strips projecting scenes *"along Highway One"*, showing the *"highway of terror"* and *"bloody stretches of sand"* during the last days of March, 1975.

Little Saigon, his destination, is always considered the capital of Vietnamese refugees, Chinh reflected. In a certain sense, it is indeed an extension of the city of Saigon in Vietnam. On the other hand, if one cares to look at historical records of this geographical area and its people, one will note an irony of history, which is that the first Vietnamese to live in Orange County was an ugly Vietnamese named Pham Xuan An, a communist party member. On the surface, he was known to work for ten years as a correspondent for the American *TIME magazine*. What nobody knew then was that he was at the same time a high-ranking spy for Hanoi. Supported by a fellowship from the Ministry of Foreign Affairs of South Vietnam,

An went to the United States to study in the late 1950s. After graduation, he traveled all over America, and ended up settling in Orange County. Subsequently, An returned to Saigon where he worked for the British Reuters news agency, then for *TIME* until the last day of South Vietnam. Only much later did one learn that An had joined the Viet Minh, 'Vietnamese Independence Brotherhood League', very early on, in the 1940s. Initially, he had worked as a not-so-important messenger and guide, and finally had become a strategic spy who, under the cloak of a correspondent for the prestigious American magazine, had escaped detection by various CIA networks. Now, in the 1990s, An lived quietly in Saigon, witnessing first-hand the failed revolution which he had loyally and wholeheartedly served for more than forty years. In the meantime, it was estimated that about three hundred thousand Vietnamese lived in Orange County, where An had previously established his residence. If An had a chance to come back, he would not be able to recognize the area at all. From a dead place with poorly developed orange orchards, it had become a youthful and bustling Little Saigon. In spite of all the hardships they shared with their parents as the first generation of Vietnamese immigrants, many children proved very successful in school and at college, and helped raise the standards of local education a step higher. They graduated in every field of study. This was more than what could have been hoped for from *Dong Du* – the Go East Movement – in the first decade of the twentieth century, which sent Vietnamese students to Tokyo for modern education. After a period of less than two decades in the United States, the Vietnamese produced for the future of Vietnam a whole stock of experts who could serve all areas of Vietnam's social and economic life.

In his life of exile, not being able as yet to directly contribute anything to his homeland, Chinh nonetheless nurtured a small dream for the year 2000. After attending many conventions, he had the impression that he and his friends and colleagues were still like homeless people, even though they were lodged in no less than four-star hotels. In view of that, he decided that during this present field trip to California, the first item of construction he would campaign for was not merely a home base for the International Association of Vietnamese Physicians, but more extensively, a Cultural Park complex comprising a Convention Center, a Museum, a Culture House, and a Park. It ought to be a representative project of great scale and high quality, which would be given utmost attention in various stages of construction. As much as the village's *dinh lang*, or communal house, symbolizes the good of the village, the proposed Culture Park complex would be an embodiment of cultural roots, indispensable roots that should be jealously safeguarded by generations of Vietnamese immigrants from the first days they set foot in this new continent of opportunities. The complex would be like a common ground for the currently very divisive Vietnamese diaspora, and would help younger generations advance with pride in their adopted country, while looking toward Vietnam for their true identity. It was envisioned that the Cultural Park complex would be built in the southwestern part of the United States, specifically located in a large area south of highways 22 and 405, adjacent to Little Saigon. It would be a place conducive to a lively introduction to unique Vietnamese cultural traits, through attempts to re-enact periods of history, both glorious and tragic, of the Vietnamese people since the establishment of their country.

This project would not solely be the job undertaken by a Special Mission Committee composed of the cream of the diaspora, drawn from all areas of social activities, Chinh thought. Rather, it had to be a work of the whole community of free overseas Vietnamese, without discrimination on the basis of differences displayed by individuals and various camps. To begin with, if each immigrant simply contributed a dollar per year, Chinh estimated, there would be more than a million dollars in addition to the two million expected from the Association of Physicians, Dentists and Pharmacists, and whatever else from the Society of Professionals and business people. Three million dollars per year was by no means a small amount with which to build the foundation for Project 2000. The first five years would be spent in identifying and acquiring a piece of land big enough to meet the requirements for the Cultural Park complex. Of the buildings, the convention center would be the first to be erected, for it would serve as a cradle of community activities in culture and the arts. Thinking these thoughts, Chinh at the same time could not forget how many times he had heard the so-tiresome refrain of dismissal that Vietnamese were incapable of constructing works of great scale, because so many destructive wars, in addition to the humid weather of tropical Asian monsoon, would not allow any great man-made work to survive. But like himself, they were in the United States now, and he wanted to prove the fallacy of their argument. After all, the essential element was still man. As long as he had a dream worthy to be called a dream. Then what was needed was a cement substance to bandage and join broken pieces in the larger heart. More than once, Chinh had proved his ability to lead an intellectual community that had consistently did nothing for the last two decades. Now he was confronted with a reverse challenge, that of mobilizing the strength of the same collective to do something, if not inside Vietnam then outside, within an end-of-the-century five-year plan, before the 21st century arrived. He dreamed of a five-year period significant with planning and action, not with a passive attitude of simply watching things run their course.

But reality told another story, Chinh reminded himself. After but a few tentative first steps of sounding out others' feelings, Chinh had come to clearly realize that it was indeed easy for members of the Association of Physicians to agree on non-cooperation with the Vietnam government in everything, including humanitarian aid. On the other hand, it was a much more complicated problem when it came to a concrete plan which demanded participation and contribution from everyone, resulting in numerous questions of "why and because" issued from the very people whom Chinh thought to be his close friends, having walked a long way with him. Given this state of affairs, Chinh thought, the upcoming Fifth Convention would be a challenging testing ground for the willingness, not only of himself but also of the whole overseas Vietnamese corps of medical professionals, to commit themselves to this meaningful cultural project.

From Chinh's point of view, instead of standing as onlookers from the outside, the International Association of Vietnamese Physicians should play a pioneering role, getting directly involved from the beginning in the construction of the Cultural Park complex. The building of it would be a rehearsal, serving as the blueprint of a model for the museum of the Vietnam War envisioned by ISAW, Institute for the Study of American Wars, an American NGO. ISAW was planning to build Valor Park in Maryland comprising a series of museums dedicated to seven wars in which the Americans had been directly involved since the foundation of their country. Of course, among the seven was the Vietnam War, the only war of just cause lost by the United States, along with its South Vietnamese allies. Providing correct facts and searching for answers to the questions of causes would have to be the proper contents of this future Vietnam War museum. Surely, two million people who had left their native country in a huge exodus could not accept a second defeat, an eternal one at that, at Valor Park, imposed upon them by a repetition of falsified historical facts, manipulated by the communists as usual. In fact, if things went according to ISAW's plan, the museum would exhibit incomplete, one-sided testimonies which would show, for example, that the war was between the United States and North Vietnam, ignoring the role of South Vietnam in the conflict. It was not simply a matter of who had won and who had lost. Rather, it involved the political personality of two million refugee immigrants who were struggling for a free political system in the land of their birth.

Furthermore, Chinh believed that the process of constructing the Vietnam War museum by ISAW had to start by drawing from the planned project of the Vietnamese Cultural Park complex of 2000, to be located right in the capital of Vietnamese refugees. This Park was to represent an overview and a selection of images, data, and testimonies related to various historical periods of the Vietnamese struggle for independence. It was intended to be a place where younger generations of Vietnamese immigrants could get help to look toward Vietnam in search of a lost time, to fully understand why they were present in this new continent. In such light did the envisioned Cultural Park complex constitute Chinh's dream.

Between Chinh and his son Toan there transpired a silent conflict with regard to the battlegrounds of their dreams. Toan's dream was thousands of miles away, back in the native homeland. But then, Chinh asked himself, what dream can't one dream, inside the country or out? Realization of any dream did not depend solely on the brave heart of one person; it had to be based on the will of a collective whole that together looked in one direction, together cherished and longed for the joy of a fulfilled dream. As for Chinh personally, what he was wishing for was not a temple to worship in, but a warm sweet home for "A Hundred Children, A Hundred Clans" – Vietnamese descending from the mythological union of the fairy Au Co and the Dragon King Lac Long Quan. This home base would be a location where values of the past were collected and stored, a gathering place where the ebullient spirit of life in the present was demonstrated, and a starting point from which to challenge the course of the future. It was to be, above all, a pilgrimage destination for every Vietnamese no matter where in the world he or she lived.

Little Saigon, California 01-1995

Epilogue by TẠ TỴ

Self-portrait by Tạ Tỵ

Tạ Tỵ [1921-2004] graduated from the Cao Đẳng Mỹ Thuật Đông Dương / L'École des Beaux Arts d'Indochine in 1943. He was a pioneer of the cubism movement in Vietnam during the decades of 1940's to 1960's. After that he moved to the abstract school. He was also a poet, author of various genres like poetry, stories, prose that were published prior to 1975 in Vietnam and also overseas. Tạ Tỵ is additionally famous as a portraitist of writers and artists.

*

Ngô Thế Vinh is a well-known author and his works span several decades. Writing is his Karma. Otherwise, he would have just kept to his medical practice. In his writings, without exception, the readers can detect the fiery passion of his pen, the burning flame in each sentence. The readers cannot help feeling captivated, transported by a dizzying sensation. Truly so. After I finished reading the selected stories in this book it became apparent to me that Ngô Thế Vinh possesses quite a unique style. It exhibits a force of life that seems endless.

Through the content of each story, the readers can experience true pain, sharp sadness, deep anger. Fortunately, Ngô Thế Vinh keeps things under control, within reason. Therefore, if there is anything that goes out of bounds, it is due to circumstances beyond the author's wish.

Reading *The Battle of Saigon / Mặt Trận Ở Saigon*, one has the impression that the war is still going on and the camouflage uniforms worn by the Green Beret Airborne Ranger Group still milling around, ghostlike, like in a mirage. The content of each story transports us to its own world, jealously distinct, each with its own losses, separations, hatred and betrayal. Everything seemed predestined by fate. Like in the story of *The Former ARVN Medical Corpsman / Người Y Tá Cũ*. A courageous and unfailingly kind-hearted soldier – even when working at a military ward full of wounded communist foes. The moment they no longer needed him, they let him go. He returned to his village to live with his mother and worked as a farmer. The idea of finding a wife was not far from his mind. But then, he stepped on a mine and lost a leg not on the battlefield but right on the family's farm. The dream both he and his mother cherished simply went up in smoke. The peace and happiness he envisioned to be lasting ended up being counted one day at a time.

Ngô Thế Vinh's literary style touches your feelings directly. It remains there to relate faithfully, straightforwardly to the readers each event affected by war and hatred that moves every corner of your soul. It forces you to arrive at a resolution that would be acceptable to your sense of right and wrong. Those Green Beret Airborne Rangers, as described by Ngô Thế Vinh, are "tough" guys. They do not want to be far away from the battlefield. They want to find themselves constantly facing the enemy, accepting death in order to defend every inch of the fatherland. They disdain the idea of being sent to the cities to be used as 'checkpoints" to influence the turn of events. The Vietnamese soldiers fight with bravery, minding neither sacrifice nor hardship. They fight as well as the best armed forces in the world. They more than once earned the respect of their American advisers. Certainly it is not they who lost the war but those who stood by the sideline, those war profiteers and cheerleaders exhorting others to fight for them. Those soldiers were defeated because they were betrayed by their leaders and allies. Simple as that.

In his works, Ngô Thế Vinh showed compassion to the enemies who were down on their luck. He took good care of them. Though the enemy often set booby-traps by placing grenades with their safety pins undone under the dead bodies of their comrades and caused much damage to his friends, the latter refused to pay them back in their own coin believing that a few more deaths would not make peace come any sooner.

To Ngô Thế Vinh, the Vietnam War did not end on 04-30-75. It lingered on, held a tight grip on this author's mind no matter the time and space. On the other hand, Ngô Thế Vinh set his sight on the future with his *Small Dream for the year 2000 / Giấc Mộng Con Năm 2000*, with the vision of building a *Vietnamese Cultural Park / Công Viên Văn Hóa Việt Nam* overseas thanks to the contributions of millions of hands and brains. It would stand as a site for the reconciliation of dissenting views where people can come together and build for the benefits of future generations.

After finishing reading *The Battle of Saigon / Mặt Trận Ở Sài Gòn*, the major issues that are left unresolved in the book still preoccupied our mind. That's where Ngô Thế Vinh's "genius" lies. The things he wrote about, his readers already experienced in real life, in their mind. However, we still give them some thoughts then feel sorry for our people who had to bear the innumerable scars of war, natural disasters as well as the hardships of an underdeveloped and corrupt society that plunged an already destitute land into yet deeper destitution both physical and spiritual.

My thanks to author Ngô Thế Vinh who, out of a sense of literary "kinship", gave me the honor to share my thoughts though in no way complete but hopefully complementary to his thinking.

TẠ TỴ

Little Saigon, January 1996

BACH KHOA JOURNAL
Talked with Ngo The Vinh
Concerning *Vòng Đai Xanh* (The Green Belt) and *Mặt Trận Ở Sài Gòn* (The Battle of Saigon)

Note from the Editorial Board: *Author Ngo The Vinh, for his novel "Vòng Đai Xanh" (The Green Belt), was awarded before Tet 1971 the prize for prose fiction, one of the 1971 National Prizes for Literature and the Arts. Ironically the same author was summoned to the court of law after Tet in connection with his short work entitled "Mặt Trận Ở Sài Gòn" (The Battle of Saigon) which was published in the journal Trình Bầy (Exposition), number 34 (December 18, 1971). The charge was that the work "contains arguments that are detrimental to public order and serve to undermine the discipline and fighting spirit of the army".*

Whereas the prize for prose given to Ngo The Vinh's "Vòng Đai Xanh" did not create heated controversy, as did that given for poetry in the same year, this writer's indictment was a hot topic of discussion with many journalists working for both civil and military daily newspapers as well as weekly journals and magazines. Public opinion was uniformly in support of the army writer who, on the day he was to receive the prize for literature, did not disengage himself from an important military operation in the Central Highlands. His unusual situation is the reason for this dialogue which will inform readers of BÁCH KHOA (Encyclopedia) how the prize-winning work "Vòng Đai Xanh" was conceived and written, and how its author viewed his trial. For the record: Ngo The Vinh was born in 1941 in Thanh Hoa. He was the editor-in-chief of the monthly magazine TÌNH THƯƠNG (Compassion), a forum for cultural and social activism of students of the College of Medicine in Saigon, 1963 - 1966. Graduated from the College in 1968, Vinh joined the army medical corps, served in Vietnamese Special Forces where he held the post of Chief Surgeon of the 81st Airborne Ranger Group. He has published four novels: "Mây Bão" (Storm Clouds, 1963), "Bóng Đêm" (Dark of Night, 1964), "Gió Mùa" (Monsoon Wind, 1965), and "Vòng Đai Xanh" (The Green Belt, 1971).

From right: Magazine Publisher Lê Ngộ Châu and Ngô Thế Vinh at the newsroom of Bách Khoa Magazine, 160 Phan Đình Phùng, Saigon [picture taken by Lê Ngộ Châu's wife 11.1999]. Lê Ngộ Châu was born in 1922, in Hà Nam, North Vietnam. He once served as principal of a high school in Hanoi (1951). In Saigon, he became both publisher and editor-in-chief of Bách Khoa Magazine from 1957 to 1975. His knowledge was extensive. He unfailingly showed modesty and composure in his demeanor. Bách Khoa Magazine was the meeting point of all schools of thought, the place where movements from literature to philosophy, both inside and outside the country, were adequately represented. He passed away in 2006 in Saigon at the age of 83.

*

BACH KHOA: Your novel Vòng Đai Xanh won the 1971 National Prize for Literature. Please tell us what situation or circumstances inspired you to write that work.

NGO THE VINH: During the period from 1963 to 1966, friends from the College of Medicine and I produced *Tình Thương* magazine in which we touched upon many issues, ranging from activities within the compound of the College to hot events going on in the country. The business of "rebellion" by the Thuong people in the Central Highlands was one of the events that received much attention during that period. Since 1957, one had heard rumors about a "Movement for Thuong people's Autonomy". In later years, highlanders' uprisings actually broke out. After each mass killing of the Thuong people, the question of the highlands was brought up heatedly, only to be relegated to oblivion soon afterward. But with the event of December '65 when a general rebellion of the Thuong occurred simultaneously in all highland provinces as instigated by FULRO – Le Front Unifié de Lutte des Races Opprimées, or The United Front for the Liberation of Oppressed Races – in addition to several massacres of lowlanders, the fear of peril for the highlands became a reality. On top of that, equivocal statements made at that time by a number of Vietnamese leaders on "unconscionable actions of those lackeys serving a foreign power", and the press' insinuating harsh criticism against a kind of "New Colonialism", all gave the people the impression that there was something elusive behind those upheavals. Frankly speaking, the awkward flustering attitude of the government during that period with regard to this problem reinforced people's belief that there was interference and pressure from the Americans, especially so when most of the rebelling elements came from Special Forces Camps and belonged to the Thuong CIDG – Civilian Irregular Defense Group, who were trained and directly supported by the Americans. All such half-truth declarations were the reason for me, in the capacity of a student reporter, to make several journeys to the Central Highlands with the aim of observing first-hand what was really going on. This resulted afterward in a special issue of *Tình Thương* focusing on the FULRO movement and on the question of Vietnam's sovereignty.[1] It must be said that my emotions were deeply touched by what I saw during these fact-finding trips, which suggested to me that both Kinh lowlanders and Thuong highlanders were victims of a big unpropitious plot.

As you know, the censorship system during that period severely restricted the publicizing in the press of any information related to that problem area. Therefore, I intended to write a book – not a novel, but a research book – on the subject of the Central Highlands.

Then how was it that, from an intended research book, it turned out to be a novel set in the Central Highlands?

After its 30ᵗʰ issue was published, *Tình Thương* was shut down by the War Cabinet. Subsequently, free from all journalistic activities, I had time to begin writing the first few chapters of the research book while continuing to gather more data and to communicate with the authorities concerned, including those among the Thuong people.

It should be noted here that censorship constantly haunted me every time I picked up my pen to write. It was difficult to sustain inspiration and even patience to complete a manuscript when I did not see the possibility of having it published at a future date. After a period of suffering from writer's block, I had to look for a way to overcome this dilemma, and ended up adopting the form of the novel for the work.

So, under what circumstances did you write and publish the novel Vòng Đai Xanh?

Perhaps due to my Karmic relation with the Thuong people, right after graduation from the College of Medicine, I joined the army and chose to serve in Vietnamese Special Forces whose area of operation was the Central Highlands, where I interacted very frequently with various ethnic groups. During that period, I managed to continue writing a few more chapters of *Vòng Đai Xanh.*

But the intent of publishing this novel was reinforced only when I held in my hands Robin Moore's *The Green Berets,* a bestseller for many weeks which exploded like a bomb in the U.S. The content of that work centers on extolling the American Green Berets or Special Forces, and the rest of it is spent on misrepresenting and denigrating and debasing Vietnamese, notably in relation to racial discrimination between Kinh and Thuong peoples in the Central Highlands. In response to *The Green Berets, Vòng Đai Xanh* represents a "Vietnamese perspective" on the highlands' problem, spelling out the reality and the myth of *De Oppresso Liber* attributed to American Special Forces soldiers who always claim to be heroes freeing oppressed peoples. Indeed, those American Green Berets believed that they were engaging in liberating the Thuong from being crushed by Vietnamese in the highlands.

Did you encounter any difficulties in getting Vòng Đai Xanh published? And why did you choose Thái Độ publishing house?

From experiences with my previous three novels, I was quite aware of tough censorship. In order that *Vòng Đai Xanh* was allowed to appear in print, I myself had to delete approximately half of the entire manuscript. It was almost like destroying the work in order to have it published. As I have told you, I very much wanted to have this novel appear early enough to respond in a timely manner to Robin Moore's *The Green Berets.*

In spite of all that precaution, the Censorship Bureau still caused difficulties by not giving permission for publication. At the beginning, Thế Nguyên, who was director of Trình Bầy publishing house, agreed to publish *Vòng Đai Xanh*. But after a while he gave up and accepted defeat in face of the Bureau's persistent refusal. Subsequently, Thế Uyên, director of Thái Độ publishing house picked up the challenge. Patiently he wrote one application after another without fail, and eventually the Bureau yielded. Thus, Thế Uyên was successful and *Vòng Đai Xanh* made its appearance, with strong support in the press from brother journalists.

In view of such difficulties, what made you think of submitting the novel in competition for the National Prizes for Literature and the Arts? And how did you feel when it won a prize?

Having spent a part of my life with the Thuong people and in the Central Highlands, I never stop thinking of the future of that Promised Land. How that future turns out depends on the degree of concern exhibited by many people. As to my experience, it was a struggle from the time the manuscript was rejected by the Censorship Bureau until the publication of *Vòng Đai Xanh* was completed. In view of that, my submitting it to the competition was to me a way of expressing my attitude with regard to the highlands issue. The fact that this novel was chosen for a literature prize, or that the perspective presented in it was officially accepted, was to me an encouraging sign in an environment charged with challenges, as is the case at present.

I understand you were not present at the prize awarding ceremony at Independence Palace.

That's correct. Before Tet, after the cross-border military operation into Krek, a town in Cambodia, I came back to Saigon with my unit only to turn around again and head back to the Central Highlands, because the situation up there was then considered critical. There were many signs indicating a

general offensive by North Vietnamese communists all over
the territory of South Vietnam, especially in the highlands
during the time of Tet. It was a strategy called by Hanoi *"a
key blow"* to effect a turning point in history. In that tense
atmosphere of anticipation, through the field radio from the
unit's home base I received news about the prize for literature
having been awarded to me.

Because of the important military operation, I did not
return to Saigon for the ceremony but stayed on with my
unit. Similarly, almost a year ago, I could not come back to
Saigon to attend a reception organized by Thai Do
publishing house to introduce *Vòng Đai Xanh*.

*Recently you appeared before a court because of a
publication of yours in Trình Bầy journal. Is that right?*

Yes, that's right. After the military operation that I told
you about, which lasted almost two months, I came back to
Saigon and was informed by The Nguyen that a legal action
had been brought against me because of a piece of my
writings published in number 34 of *Trình Bầy*. According
to Thế Nguyên, the Ministry of the Interior brought charges
not only against the editor-in-chief of the journal, but also
against the author himself. Though it was an indictment
officially made in accordance with Act 28 of the Press
regulations, I immediately realized its broader significance
for literature and the arts as a whole, concerning the writer
and his right to express himself in his creative writing. It
was precisely that factor that urged me to personally appear
in court instead of accepting a trial in absentia as suggested
by a number of my friends.

*Can you give a general description of the content of the
piece for which you were charged?*

It was a short work entitled *"Mặt Trận Ở Sài Gòn"* (The Battle of Saigon), a type of personal journal which records the spiritual journey of a soldier who accepts sacrifice and hardship in the present struggle for the freedom of South Vietnam, a soldier who at the same time longs for a better society in the future. For the contents of this piece, I was accused of using the press to circulate arguments that were deemed detrimental to public order, that militated against the discipline and fighting spirit of the army, a collective of which I myself am a member.

How did the trial develop?

As you know, the case was formally examined in court on the morning of May 18th, 1972, after having been postponed twice. For the defense, attorneys-at-law Vu Van Huyen, Mai Van Le, and Dinh Thach Bich attempted to turn the case into a trial of literature and the arts, rather than staying close to the charge of violation of the press regulations. With regard to extracting a sentence or a paragraph out of context from an article or a book for the purpose of accusing its author of wrong doing, lawyer Huyen, my defense counsel, presented to the court a copy of *Vòng Đai Xanh* and read its first paragraph. He argued that the paragraph, standing alone, would likely serve not only to deny the author the National Prize for Literature, but also to point a finger of accusation at him. He said further that we had to examine an argument in an article or a book in its entirety, and could not pass judgment by focusing on a fragment of it. However, in the end, the verdict passed by Judge Nguyen Huan Trinh was that the author of "Mặt Trận Ở Sài Gòn" was guilty as charged. Thereupon I received a suspended sentence which specified payment of a fine of 100,000-dong, and of one dong as compensation for the damaged honor of the Ministry of the Interior.

It was a trial symbolic in character as far as I was concerned. To prevent it from becoming a precedent whereupon a writer may be brought to court at any time to answer for what he expresses in his work, I decided to appeal to the Supreme Court.

Finally, please tell us about the opinions of the press and of associations of literature and the arts about your trial.

Even though the case transpired during an intense period of the warfare, I received good public support expressed in the press, including the newspapers representing the army's viewpoint. And I think that such positive supporting opinions given by the press will have the effect of preventing similar legal cases from appearing in the future. As for the PEN Club of Vietnam, their silence on the trial up to the present is something lamentable. Aside from their private personal contact with some leaders in the government, I would think an official word of admonishment by the Club to the authority was necessary. I wonder if the silence represented an apolitical attitude on the part of the Club – that is to say non-involvement in politics – as stated by Father Thanh Lãng, an attitude in conformity with the Charter of PEN Club International. Politics here seems to have been taken to include a writer's expressed view in a creative work, which he supposedly has the freedom to write. Another reason to explain the silence of the Club might be that at that point in time, when the case had not been tried or the charge had not been clearly concluded, their words could interfere or stop the trial. But truly, there is no reason why the Executive Committee of an Association of Writers like that should limit themselves to the right to petition the government for the release of those writers and artists already sentenced to imprisonment, rather than acting to prevent mistakes made by the government with respect to human rights – the right to freedom of expression for writers and artists in their works of art.[2]

Nonetheless, under all circumstances, I will never stop believing that in the future there will still be in South Vietnam a proper place reserved for human dignity and intellectuality, which condition will keep us strong and firm in the struggle for freedom.

BACH KHOA

(June 1972)

---

(1) *Tình Thương*, No. 25 (1965)

(2) After the indictment was officially made by the Lower Court of Saigon, in the meeting of the Executive Committee on the 24th of February, 1972, the Vietnam PEN Club decided to voice their opinion on the charge brought against Ngo The Vinh. Subsequently, a declaration by the Club was publicized on the 25th of May, 1972 [after the trial had been concluded], which protested against the sentence imposed on writer Ngo The Vinh and editor-in-chief Thế Nguyên, saying that *"this is a circumstance that violates freedom of thought and speech"*, and *"we hereby denounce [the verdict] before the public both inside the country and before the international community, and we call for those who have the authority to judge the case at the Supreme Court to perspicaciously re-examine the whole affair and nullify the sentence."* (Note from the editorial board of Bách Khoa).

NGUYEN MANH TRINH
Talked with Author Ngo The Vinh

Nguyễn Mạnh Trinh, was born in 1949 in Hanoi but grew up in the South. He served with the 6th Air Division of the South Vietnamese Air Force stationed in Pleiku. After the fall of the South in 1975, he resettled in the U.S. and became active in the Vietnamese literary circle. Besides being a poet and author, he is also an active literary critic and interviewer of authors. Nguyễn Mạnh Trinh and his colleague Nhã Lan cohost the popular Saturday-morning show "Tản Mạn Văn Học" of the Little Saigon TV channel. Literary works: Thơ Nguyễn Mạnh Trinh (Người Việt, 1985), Tập truyện 23 Người Viết Sau 1975 (co-author Trịnh Y Thư, Văn Nghệ, 1989); Tạp Ghi Văn Nghệ (Người Việt 2007)

*

NGUYEN MANH TRINH [NMT]: Please tell us your life history

NGO THE VINH [NTV]: I was born in 1941 in Thanh Hoa province. That's not where my family originally comes from, but a place where my father was teaching school then. I graduated from Saigon University's Faculty of Medicine in 1968. During my medical training, I joined the editorial staff, initially as general secretary, then as editor-in-chief, of the monthly magazine *Tinh Thuong* (Compassion) produced by students of the Faculty from 1963 until the magazine was suspended in 1967. After graduation, I served as Chief Surgeon of the 81st Airborne Ranger Group. Some years later, I received special training in Physical Medicine and Rehabilitation at Letterman Hospital in San Francisco. Upon returning to Vietnam, I worked at the Military Medical College. After 1975, I was imprisoned in different re-education camps for three years. I then returned to Saigon where, after a time lapse, I worked at the School of Physiotherapy and the Saigon Rehabilitation Center.

In 1983, I arrived in the United States, where I underwent five years of re-education – with a difference this time: it was voluntary – the aim of which was to become qualified to practice medicine in my adopted country. In the beginning, I volunteered as an orderly at a hospital and did some odd jobs for minimum wages after normal working hours. Eventually I succeeded in becoming an intern, then a resident physician in SUNY Downstate at Brooklyn, New York. Subsequently, I was certified by the American Board of Internal Medicine, and at present I work at a hospital in Southern California.

NMT: How did you begin your literary career? Are there noteworthy memories associated with it?

NTV: My father was a teacher of literature. At an early age I already had good opportunities to read books, mainly from my father's book case. My father died a year after the 1954 mass migration to the South, when he returned for the second time to Hue city where he taught at Khải Định high school. He was survived by my mother, my two elder brothers, and myself. I left home early, and lived in a university dormitory as soon as I got out of high school. A whole new world was opened to me then, with so many contradictions between dreams and reality. Against such a backdrop, *Mây Bão* (Storm Clouds, 1963), my debut novel, was written and completed when I was twenty-one. It carries many dreams and aspirations for the future, and unwittingly it also prefigures a journey full of hardship whose desired destination is never reached.

The one notable memory in relation to the "Storm Clouds" manuscript during that time involved the Ministry of Information where, for the first time ever, I was lectured to like a school kid by the Chairman of the Censorship Committee. He told me about the responsibilities expected of a writer who is obligated to reflect the bright side of society, not the wrong dark side of it. Naturally my own view of writing differed from his, and time has done little to alter this.

NMT: You were a student much involved in political activity, a doctor serving in a battle-tested corps of the ARVN, and a writer who up to the present has remained deeply concerned for the lot of the homeland. How have those different "beings", or different roles influenced your way of thinking and your style of writing?

NTV: While still a student, like my peers I was mindful of social issues. I believe that aspirations and struggle for social equality is a dream shared by youths. Of course, it's never a simple matter to find a path to reach that dream. Inevitably from different perspectives and from diverse ways of action arise confrontations and varying persuasions. In a general sense, allowing oneself to merge into that common flow of socially-concerned activities can be construed as involvement in politics. However, if politics is defined in terms of opposing cliques and sides, then I have not participated in it, and will not want to allow myself to walk that thorny path.

To choose medicine from among different fields of study is often likened to committing oneself to being "a student for life". But then, whether you like it or not, you must graduate after seven years of study and put an end to your student life, and, under circumstances then prevailing, become a military doctor like myself. At the time of my graduation, the Vietnam War was at its height, and a few doctors on the battle front had been killed. Even as a requisitioned doctor, I chose to serve in the Vietnamese Special Forces whose area of operation was the Central Highlands. The choice stemmed from a predestined affinity between myself and the Thuong peoples, an affinity that had been formed back in my student days.

So, you can see, all those different "beings" are but one, a consistent one at that, marking different passages of my life.

NMT: How do you see the difference between a doctor writer and a writer doctor? Which of the two designations is more suitable in your case?

NTV: A few days immediately after I had carried a rucksack to join my battalion, two of its companies were mobilized to reinforce a friendly unit. As a rule, only the medics attached to the companies and a medical assistant officer were required at that level of military operation. However, at the airport, the Major who commanded our battalion asserted his authority over me through a brief verbal order, "First-lieutenant, get your equipment ready and join the operation today." He emphatically addressed me only by my rank. In any event, I had prepared myself for such a call to action, therefore I was very calm and actually took pleasure in participating for the first time in a smooth and full-fledged operation. Though a military career was not my choice, I understood very early on how military life should be conducted. In my opinion, the most important issue is self-discipline.

A number of my colleagues make a clear distinction between lieutenant-doctor and doctor-lieutenant. But that was not an issue to me then, nor is it now. No matter which way that Major chose to address me, I remained the surgeon whose responsibility was to take care of the soldiers in my unit. I think by that little episode I've answered your question relative to whether one should call me a doctor writer or a writer doctor. Whichever manner one combines the words to designate an author, such a designation by no means assures the literary quality of his work, even when we're talking about the work of an established writer, don't you agree?

NMT: Is there reciprocal support or conflict of interest between profession and predestinate career, like between the profession of a medical doctor and the career of a writer?

NTV: Since I like both my medical profession and my writing career, for me they are supportive of each other. In my medical practice, everyday I'm in touch with those selves that are not myself. I face not only sicknesses but also the sick, each with his own circumstances, and the rapport sometimes would give me the benefit of accompanying them to climb up the steep slope of life and death which confronts each of them at a different time in their life.

Previously, writers in North Vietnam were on the national payroll and thus financially supported by the government to do field work in factories and mines and in the countryside, so as to gather material for their writing. Whether you like it or not, the medical profession is not markedly different from daily rounds of field work where experiences and emotions are aplenty, piling up, waiting for expression. Unfortunately, I have little time to write about them. In my case, the conflict between a medical profession and literary creation lies in a very tight and unbalanced schedule.

NMT: When writing, do you ever ask yourself what you write for? Among your characters there are many soldiers of truly modest low rank. Is it your view that they represent those in the Vietnam War who most deserved mention?

NTV: I only felt the need to write when inspired by a certain situation that moved me. For example, the story entitled 'A former ARVN Medical Corpsman' was prompted by an occasion after 1975 when I met a former medic. Having been discharged from the army, ironically, he stepped on a mine in his family's rice field and lost one of his feet. That courageous sergeant had survived so many fierce battles, many times being inserted into enemy territory to come out unscathed; but after the war was over, he was dealt such a terrible fate. I remember that during the meeting, we didn't have much to say other than reminding each other to take care of ourselves. Through his voice and the way he looked at me, it seemed that he had not abandoned his habitual penchant for forgetting himself while caring for the welfare of others, including me, treating me exactly the same way he had done, when I was his superior.

I hope to be able to write more about such ordinary but also significant people who fought the Vietnam War. You may say that writing is to liberate oneself from memories, but in actuality it's to relive the emotions a second time. That's happiness, but also hard work. And there's always joy during the process of creation, not only in the completion of a manuscript.

NMT: For further elaboration, what is your aim when writing? To become famous, to express your feelings and emotions, to share your ideas and thoughts with others, or... what?

NTV: To me fiction represents life circumstances as viewed through the prism of the imagination of the writer. Every author hopes that his readers participate in the life of his work. Having your writing unread is no different from displaying a painting to no viewing audience. Despite the fact that once a work is completely written and published, it has its own destiny and its own journey out there in the public domain, what we call feedback from the audience – how they share or respond to ideas and feelings in the work – cannot but exert some impact on the author.

When entering the literary arena, I was not blessed with the same experience enjoyed by many other writers, namely to start with publication in newspapers and journals of a number of short stories, from there to be encouraged further in creative writing until being recognized as an author. Indeed, I had not had any short story published before "Storm Clouds", my first novel, was completed. And even then, the motive for writing had nothing to do with the illusion of seeking fame. Fame in this case is like a medal to a soldier: if he is courageous when engaging in battle, certainly it's not because he's motivated by a wish to gain a medal.

NMT: How does life at present, always with a tight schedule, affect your creative writing?

NTV: After 1975, in Vietnam, even as one always talks about eight precious hours of labor everyday as exemplified by model workers, it seems that there's still enough spare time at one's disposal, more so than is the case here in the U.S. Americans don't seem anxious to become model workers. They work only to wait for the coming of Fridays – when TGIF, 'Thanks God It's Friday', is uttered in great relief – and to welcome long weekends. Trying to assimilate ourselves into this mainstream, we seem to have the impression that we have less time for what we love to do or need to attend to. Our pleasure of watching coffee drip leisurely through a tiny one-cup filter every morning has been replaced by instant coffee consumed unfeelingly while driving a car to work, just before plunging into the eight precious hours of labor.

NMT: Let's return to the '60s when you were with the magazine Tình Thương and engaged in student activities. What do you think about the role of the magazine as well as that of various student-and-youth movements during those turbulent years?

NTV: The time spent at the Faculty of Medicine truly constituted "youthful years" in my life. I was preoccupied not only with my studies, but also with extracurricular activities: functioning in student representative committees and working with friends for care of Tình Thương. That magazine was born in the special time and circumstances immediately after the November '63 dramatic event which put an end to President Diem's regime. Almost all other faculties of Saigon University also published periodicals during that time. We students at the Faculty of Medicine took that name for our magazine because "compassion" is the sentiment suitable to the mission of medical doctors. We started with a rather large editorial staff featuring Phạm Đình Vy and Nguyễn Vĩnh Đức as the first publisher and editor-in-chief, respectively. It must be said that from the beginning to the end when the magazine was suspended, there appeared many different tendencies or inclinations among us. Counted among adherents to the academic tendency were Nghiêm Sỹ Tuấn (who was a Red Beret M.D., killed at Khe Sanh after graduation), Hà Ngọc Thuần and Đặng Vũ Vương. Politically-oriented were Phạm Văn Lương, Phạm Đình Vy, and Trương Thìn, whereas Trần Xuân Dũng and Trang Châu leaned toward literature and the arts. I myself covered student activities. There were many more of us writing on diverse topics: Trần Xuân Ninh, Lê Sỹ Quang, Trần Đông A, Trần Đoàn, Vũ Thiện Đạm, Đặng Đức Nghiêm, Nghiêm Đạo Đại, Đỗ Hữu Tước, Đường Thiện Đồng. And mention must also be made of articles contributed by writers from other faculties.

Even though Tình Thương was called a student magazine, it was not infrequent to see appear in it contributions by faculty members like Dean Phạm Biểu Tâm, Professors Trần Ngọc Ninh, Trần Văn Bảng, Nguyễn Đình Cát, Ngô Gia Hy... Layout was done and cartoons provided by two talented home-grown artists, Liza Lê Thành Ý and Kathy Bùi Thế Khải, while very beautiful covers were contributed by artist Nghiêu Đề. Initially, the magazine depended for its existence entirely on advertisement fees collected from pharmaceutical companies, and on its sales within the medical student population. But later, when the readership expanded beyond the student circle to the general public, it became financially self-supported. We even had our own office on Nguyễn Bỉnh Khiêm street where the editorial board worked and held meetings, where we received visiting international student delegations and foreign correspondents. Among them I still remember Takashi Oka, who was a reporter for The New York Times in Vietnam at that time. Moreover, within our modest means, the magazine was able to send reporters like myself to Central Vietnam, to the Central Highlands for special on-the-spot reporting. Some memories connected to those field journeys are imprinted in my mind: Quảng Ngãi in white mourning shrouds after the biggest ever flood in Central Vietnam; the first U.S. Marine unit landing in Lệ Mỹ – 'Tears of the Americans' as the name is literally translated – in Da Nang; life in the ancient capital of Hue when students occupied the city's radio station; and especially my several trips to Pleiku, Kontum, and Ban Me Thuot, to follow closely the uprisings of the Thuong who belonged to the FULRO movement – Front Unifié de Lutte des Races Opprimées, or The United Front for the Liberation of Oppressed Races

NMT: Being a medical student heavily burdened with your studies, how did you manage to have time for those projects outside the medical school?

NTV: Truth to tell, at that time I was not exactly a model medical student in the conventional sense of the word within academia. I should have graduated earlier. But even in my fourth year I still had the intention of dropping out so as to devote myself full-time to journalism, which I was very passionate about. Recalling it now, I cannot but thank one of my elder brothers for having advised me to finish up the remaining two years of medical school. His argument was that upon graduation no one could prevent me from doing what I would like to do. And so I completed medical school, and subsequently fulfilled the duties of a doctor while still having an opportunity to pursue writing.

NMT: As you mentioned before, it seems that during that period, one could not find any faculty within Saigon University that did not publish a magazine or bulletin: from the one published by the Faculty of Pharmacy to the others produced by the Faculty of Letters and the Faculty of Law, and by the General Union of Students... Do you have anything more to add about the student magazine Tình Thương?

NTV: In my opinion, that the magazine survived for a length of time was itself our primary success, even though we had our share of problems in internal operations and relations among the editorial staff, in addition to pressures from the outside meant to manipulate it.

With regard to the content of the magazine, now, when having a chance to look back, I recognize that besides regular columns on current affairs which addressed political, social and cultural concerns of the time, there existed also works of more enduring value which were serialized in all issues, but which were incomplete because Tình Thương was suspended in August 1967. I still remember the names of some of those works, like "History of Medicine" by Hà Ngọc Thuần, a translation of a well-known short story collection of Hans Killian entitled "Dưới Mắt Thượng Đế" (Sous Le Regard de Dieu) from German by Nghiêm Sỹ Tuấn and Nguyễn Vĩnh Đức, and "Nuôi Sẹo" (Nursing a Scar), a social novel by author Triều Sơn of which the only copy left after his death in the 1940s had been kept by Professor Trần Ngọc Ninh – which unfortunately is now lost.

It's incredible that almost thirty years have gone by since the suspension of Tình Thương. If the magazine has produced an echo and borne some fruit, such success should be credited to all medical students in the aggregate, and not to any particular individual person. Indeed, the most precious experience which we gathered during that time was the democratic way of operation and unity among us in the spirit of university autonomy. In the internal situation of the editorial staff, there existed many different leanings which at times were in opposition to one another, leading to arguments and even overt polemics that were thought capable of causing a break-up, but thanks to our mindfulness of responsibility toward the survival of the magazine – a symbol of democratic activities – we eventually reconciled to a common denominator: the magazine as an open forum, a free platform for expression of different opinions on all issues, political, educational, and social.

I cannot forget the extremely chaotic times during the years following 1963, marked by a series of street demonstrations, one provoking the next. The compound of the Faculty of Medicine was a cradle for activism. Typical were the polemics, which I remember well, taken up by two men among the editorial staff. While Bui The Hoanh advocated operation in a peaceful manner, Ton That Chieu was inclined to support agitation movements. Both presented sharp and persuasive arguments for their positions. Their war of words spread to the press outside of the Faculty. Neither won, even as each commanded a following. And to me that truly was an instance of democratic working. At present both men live in the United States. There seems to be a rapprochement of sorts between them in terms of their views and evaluations of the current situation of Vietnam.

NMT: How would you describe the student and youth movements at that time? Was there any controlling or manipulating power behind them? What sort of lesson would you cull from the 1960s?

NTV: In my view, thanks to honest motives, anywhere and any place student and youth movements easily draw people's support, and their role is always like an enzyme that vivifies society. In Vietnam, the various movements did not constitute a political force in the proper sense of the term, but they were truly a pressure that impelled progress on the road toward democracy. In general, these movements demanded democracy, university autonomy, and social equality. All formulas of action were experimented with. Though their impact on society was limited, there's no denying the positive aspect which is that those young people's strength and will were put to test, and I was not surprised to see that so many years later they still found it easy to come together and work for a common cause.

However, as you can imagine, at any time and under whatever circumstances, there was no shortage of "young opportunists". Though of a small number (they were either seduced by others to join the movements, or they joined them on their own initiative), ironically this minority was the strongest divisive element causing loss of faith among the general public. Perhaps one needs to draw lessons from the student and youth movements during the most confusing years after 1963, which, with lots of anger and agitation, ended like an unfinished dream.

NMT: Having gone through so many changes, at this moment do you have any thoughts that differ from what you held in that time now in the past? Do you still like to write about that war? And do you view it as a page of history that has been turned, or do you still consider it an issue of pressing concern for us nowadays?

NTV: That war has been relegated to the past for more than twenty years now. It's not exactly wrong to say that it's like a page that has been turned. But the issue that can be raised is: What lesson have we derived from that page drenched with blood and tears? Naturally we want to orient ourselves toward the future, but the point is. How do we step onto a new page of history, without repeating the mistakes that we and our younger generations are paying for? And how can we say that the Vietnam War has been assigned to the past completely? From my own experience, not a day goes by without one or more Vietnam veterans being among my patients: there were wounds inflicted by shrapnel of the B40 and bullets of the AK being lodged in their jaws and throats, wounds that are still causing them pain after more than twenty years. They still remember and talk about Khe Sanh, Loc Ninh, Cua Viet, places where they survived ragingly fierce battles. A few vaguely recall phrases that entered the GI vocabulary like 'dinky dau', crazy and mad, derived from the Vietnamese dien cai dau, which was perhaps learned by American GIs from Vietnamese bar girls in establishments that mushroomed around American barracks back then. Some patients even refuse to let me examine them, for fear of flashbacks of horrendous experiences they went through in Vietnam. Looking at them, I cannot but think of former ARVN soldiers and disabled veterans who still live in our home country, who are completely disregarded if not maltreated by the new regime. Their pain certainly is a thousand times sharper and deeper because of that. So, as you can imagine, in no way one can truly leave the war that is thought to have gone into oblivion more than twenty years ago.

As to my thoughts and view at present, they're not dissimilar to what I held during that time in the past. The only difference is, I view the war more calmly and want to explore more deeply the reasons behind it. It's not correct to say that I like to write about that war. On the other hand, memories of it will haunt me for the rest of my life. Reading and writing to me means an exploration of The Vietnam Experience. When reading articles in the press about the time past, I have a habit of collecting them if I find in them a few details that may shed light on nagging questions concerning the Vietnam War.

Let me digress here. Maybe you remember the 1954 refugee migration from North to South Vietnam. I was only thirteen then, and perhaps you were even younger. There was impressed upon me the image of the young American doctor named Tom Dooley who, newly graduated, volunteered to go to Vietnam where, from 1954 to 1955, he dedicated himself to serving refugees in transitional tent camps in Hai Phong port, those refugees waiting to depart for the South. The image was as beautiful as that of an idol. His work entitled *Deliver Us from Evil,* published after his return to the U.S., was a bestseller, touching the hearts of Americans. Afterwards, Dooley again volunteered his services, this time in northern Laos, where he built a hospital to care for poor and disabled children. At that time, he appeared no less than a version of Schweitzer in Asia, a shining idol in the eyes of young generations about to step into the field of medicine, myself included. That idolatry continued until 40 years later when those who had collaborated with Dooley revealed that he was but a doctor discharged from the American navy when his homosexuality was discovered. Then he volunteered to become one of the first tools of the CIA in a large-scale strategic system which was designed to spread propagandistic false information in preparation for the U.S. to subsequently embark on her adventure into a turbulent area of Asia.

Another example comes to mind. More than forty years after Tom Dooley's arrival in Hai Phong, we had to witness the scene of McNamara walking unsteadily over pavements of Hanoi on his way to see General Vo Nguyen Giap to whom he posed the question of whether or not there indeed had been the claimed incident of attack against the American ship named the Maddox. After a million Vietnamese and about sixty-thousand American soldiers had been killed, he came around admitting that he himself and America as a whole had been wrong, very wrong in interfering in the affairs of Vietnam. So where was the truth behind the Vietnam War? Hypocrisy and false propaganda are the essence of communism, but how about our allies? If we do not engage in looking backward – "In Retrospect", to use McNamara's words – and meditate on past events, won't we again be faced with the irony that Vietnam, after having once experienced the tragedy of being an outpost of the free world, in a future not far from now may again be honored, for a second time, as an outpost to prevent Chinese expansionism?

As you can see, on the page of history that has been turned is deeply buried "a death of illusions", which our generation and future generations cannot but seek to understand. Post-Vietnam syndrome doesn't pertain to the Americans alone; it applies to us Vietnamese as well. "No More Vietnams", "Vietnam Never Again" should be a constant reminder for the younger generations of Vietnamese leaders in the future, both inside and outside the country.

NMT: Do characters in your works Mây Bão (Storm Clouds), Bóng Đêm (Darkness of Night), Gió Mùa (Seasonal Wind), and Vòng Đai Xanh (The Green Belt) bear a slight resemblance to the real person and the real life of their author? In The Green Belt for example, one finds abundantly projected events and social reality as they existed around the time you wrote it. In light of that, what's the ratio of fictional elements in your works?

NTV: You are correct in saying that the then current affairs and reality make their appearance very frequently in my fiction, typical of which is *The Green Belt.* But that's not a reportage as is commonly known in journalism. Indeed, *The Green Belt* embodies many details drawn from real life, but in the process of creation these were sifted and selected by the author's perception so that their overall interconnections can be seen, leading to a reality in fiction.

Looking back, I remember that at that time there was no shortage of news articles dealing with upheavals in the Central Highlands. In fact, the magazine *Tình Thương* ran the reports I then wrote on this problem area. I was deeply moved by the tragic conflict between Kinh and Thuong peoples, but at the same time I also thought that it was a big issue on the national scale. Thereupon, instead of writing a reportage, I projected the collected data as literary images in a novel which I thought would have a more lasting impact on the reading public.

I began writing the novel right from the time when, as a special reporter for *Tình Thương*, I had many occasions to go to the Central Highlands and witnessed bloody uprisings associated with the FULRO movement. That conflict was devastatingly complicated, bordering on illogicality, which involved Vietnamese of different ethnic groups in both lowlands and highlands, the Americans, the communists, and also the French. *Tình Thương* devoted a few special issues to this subject, following and analyzing the events by subsuming them under a thematic slogan: "Central Highlands: A Horse Cart with Three Drivers upon It". *The Green Belt,* in truth, depicts a no-less-tragic war that was forgotten within the Vietnam War, the latter most intensely discussed in the history of the American press.

I still remember one detail in connection with the theme of the novel. Through the courtesy of *Tập San Sử Địa* (Journal of History and Geography) in Saigon, I received a long letter from Professor Hoàng Xuân Hãn, a respected Vietnamese scholar living in France. He shared my concern with the ethnic issue in Vietnam and expressed an attitude quite distinct from that of the American researchers who had visited and consulted with him. To me, the matter of ethnicity and regionalism in Vietnam is not a thing in the past. It's still a painful wound which needs to be healed by a far-reaching vision, by adequate concern and attention from future leaders of Vietnam.

Coming back to *The Green Belt*, I was able to complete it during the time I served as Chief Surgeon of the 81st Airborne Ranger Group. The work was published in 1971, a significant portion of it having been deleted partially by myself and partially by the Bureau of Literature and the Arts in the Ministry of Information. Regrettably, after 1975 the complete original version of the manuscript was lost.

The novel takes the form of a first-person narrative. As you know, even though the narrator speaks as "I", this "I" does not stand for the author. The protagonist is a talented painter who very much resembles artist Nghiêu Đề, a good friend of mine. The only difference is he gives up painting and switches to journalism where he finds himself drawn deeply into the tragedy that befalls the Promised Land in the Central Highlands of South Vietnam. Readers often tend to identify the "I" in fiction with the author. Recently, I received a letter from a former student now living in Australia who had just read *The Green Belt* for the first time. He expressed surprise at having discovered through the novel that I'm also a painter. As you see, I like painting very much, having painters for friends, but I've never learned how to paint. The female character named Như Nguyện, whose presence though not prominent is felt throughout the entire book, can be considered the truly fictional part of it.

NMT: Suppose someone were to put together a collection of short stories dealing with the Vietnam War from different perspectives, do you think you would contribute your work to it if invited? Will you decline or accept the invitation? Please give us the reasons for your preferred decision.

NTV: Your question brings to mind the book *The Other Side of Heaven* which recently came out. It is indeed a publication of literary works about the Vietnam War seen from many angles – American, North Vietnamese, South Vietnamese – thus including "the third tear drop", to use author Nguyễn Mộng Giác's words, a reference to a number of stories by writers of former South Vietnam. To be absent from such a collection would mean to have no voice and hence to be forgotten.

In fact, there have been many authors writing about the Vietnam War: American, communist North Vietnamese, and naturally South Vietnamese. It has been observed that the voice from former South Vietnam has produced little echo within the international literary forum, chiefly because of a shortage of translations into English, and even works originally written in English have not achieved noticeable success.

In my opinion, the American publishing industry is regulated by the market economy. Owners and directors of American publishing houses are very sharp in detecting what investment will bring them maximum profit. Given the communist bamboo curtain that blocked the truth in favor of propaganda for so many years, the image of the North Vietnamese soldier, supposedly symbolizing the army of the people, was previously regarded mythical by many Americans. The American reading public have the need to know the portrait of the North Vietnamese enemy who was capable of defeating great America. In the meantime, they don't care to learn about the ARVN soldier who was described by the American press throughout the Vietnam War with a full range of negative attributions – to a certain level such a view seems to have served as a justification for their inability to win the war. Generally speaking, literary products and art works coming from North Vietnam, including poetry, painting, and sculpture, will not necessarily have real value, but they certainly will maintain some power of attraction responding to the taste of the American public for some time to come.

I don't mean to say that the American reading public do not know how to appraise literary works of value produced from the previous South Vietnam. Only, it's obvious that there are hindrances related to marketing, which prevent those works from reaching them. I strongly believe that when the post-Vietnam syndrome is gone for the American public, a work of literature of value, no matter which side of the Vietnam conflict it comes from, will have the proper place it deserves.

NMT: What impact did the collapse of the South Vietnamese government in 1975 have on your real life and on your literary life, respectively?

NTV: Ever since the 1960s, I had no illusion of an end to the war with South Vietnam coming out as the winner. My judgment was not based on the thought that the enemy side was very strong; rather it had to do with weakness and decline of the South through a process of self-destruction. Right on the first page of *The Green Belt*, I put forward an evaluation of the Vietnam War at that point in time, by saying: "When the Americans had moved beyond the advisory stage, everyone knew this was their war – a war that had developed and was dealt with in the interests of the United States." In spite of that realization, I could not help being stunned by the speedy collapse of the whole of South Vietnam while there were still a million well-armed ARVN men in place.

I chose to stay, not to run away to another shore, only to witness the last days of ARVN soldiers. Their traumatic experience did not lie in the last battle that they lost. It was rather the humiliation and the overwhelming despair they felt in face of the cowardice displayed by their commanding officers and the military leadership as a whole. It was somewhat fortunate that the war ended then. Had it been prolonged, had there been more deaths and destruction, the end result wouldn't have been any different, given the low quality of leadership.

Through sharing hardship with soldiers in battle, witnessing their shame and humiliation afterwards amidst a group of winners untidy and in not-much-better condition, I perceived it was a tragedy shared by both parts of the country. Riding out such an earth-shaking event, how could I not feel a deep impact on my real life and my literary life?

NMT: You're a soldier who writes literature. Some people have observed that you did not simply depict military life but used that environment as an excuse to embark on addressing other issues more complicated and more of a strategic nature. Do you consider that observation correct?

NTV: I've never written in the name of a soldier. Army life to me can be viewed as an aggregate of circumstances. Even when I wrote about those circumstances, I didn't stop with simply depicting army life through fragments of experience as undergone by soldiers. It's not that those fragments were not rich. Rather, as you've noticed, they formed only a starting point from which I could generate an integrated view of other complex issues. At times it would appear as though those issues were disconnected and spontaneous, but in fact they were connected in the context of causality within an evolving process, one being both regulatory and strategic.

NMT: During the war you underwent much hardship, moving from one battlefield to another. However, the element of anger can hardly be detected in your work, not even in the newspaper piece you wrote about inmost feelings of a combat soldier lost in the city amidst political turmoil. Can you explain that?

NTV: When choosing to work on battlefields, I did not view my engagement as hard and miserable. If there was any hardship or misery, it was nothing in comparison to that suffered by soldiers during the war and in its aftermath, not to mention the tragic consequences that befell their families. Having to live for a considerable length of time with adverse circumstances in the war, including sacrifices and deaths, only to witness a society filled with injustices, who would not feel anger and indignation? Only, the manner of expressing it varies. The day a soldier spends in the city away from his familiar combat environment seems to have been described rather frequently in literature of the former South Vietnam: in a tea house cum night club, or in a theatre, there often occurs a scene where a male singer or an actor is dragged away from the stage and attacked by some soldiers because he wears combat fatigues and sings a soldier's song while he himself is a draft dodger, so on and so forth. I can understand and appreciate the anger of those soldiers, but in my view that singer or actor is also a victim. The furious reaction by those soldiers is called, in psychological terminology, "displacement", or displaced response. Angry with a slippery fish, the soldiers whack the cutting board, as a proverbial saying goes. I'm not defending the soldiers' action, but at the same time I'm not a moralist to condemn it either. As a writer, I want to explore hidden reasons rather than overtly expressed feelings. You say the element of anger is rarely seen in my writings, but actually it's there. Only, it takes a different form, and as always, I'm situated at neither one or the other extreme. Even at a young age, when trying my hand at writing through working as a student reporter, I kept a proper balance in what I wrote.

NMT: Some time before 1975, you were summoned to court because of a publication. How did that happen? Can you relate it to the readers?

NTV: As you know, our 81st Airborne Ranger Group was a general reserve unit whose area of operation embraced the mountains and forests of the Central Highlands. But members of the Group also proved to be excellent in battles that were waged in the city, an example of which was our wiping out concentrations of enemy troops at Cây Thị and Cây Quéo in Saigon during the Tet Offensive of 1968. Perhaps because of that, in 1971 the central government recalled this battle-tested group from the highlands to Saigon for the purpose of suppressing the series of demonstrations that had gone on for a long while in that city.

As I remember it, it was also the time when reconnaissance teams of Airborne Ranger Groups discovered that the Ho Chi Minh Trail had become as broad as a superhighway on which supplies were being transported day and night all the way to the Tri-Border Area. The trail was like a knife stabbing into the throat of that strategic border area in the highlands at that time. From the President's Palace down to the General Staff Office, no one could have been uninformed about this.

Let me digress here. Up to this day, I cannot understand why at that point in time there was no effort whatsoever, not even by the Americans with their surplus of B-52s, to eliminate that strategic target.

Against that back drop, the 81st Airborne Ranger Group was recalled to Saigon, as I have mentioned. Instead of being surrounded by green forests, the courageous soldiers of the Group were confined to Tao Đàn Park behind the Presidential Palace and adjacent to Hội Kỵ Mã, the Equestrian Club. They found themselves bewildered and lost, like wild animals deposited in the city. They were given gas masks and bayonets and ordered to break up and disperse demonstrations. But who were among the demonstrators? They might be youths and students enthused with idealism; they might be hungry orphans and widows; or they might very well be war invalids – those disabled fellows who, at one time or another, had wielded their weapons and fought alongside these soldiers.

Indeed, the soldiers found themselves posted in the heart of Saigon, surrounded by high-rise buildings bustling with prostitutes, next to the Equestrian Club where constantly were seen plenty of stud horses with their glossy rumps. Those combat soldiers could not help but realize that in this life, not only the sorrowful war afflicted them; but more than that, in this motherland of theirs, no farther than on the other side of the fence, there existed a separate high society, magnificent and gloriously bright, wrapped in its detached happiness. That separate society was a world alien to the soldiers, drenched with a pervasive fragrance and excessive consumption. It was the world of those people who clamored for war while managing to stay above the fighting or to remain outside of it.

"The Battle of Saigon" is the title of a short story written against that background, which ends with a moment of awakening for the soldiers who realize that besides the battlefield familiar to them, they have to face a more depressing frontline – which is defined by corruption and injustice in society. That their foremost struggle is not in the border area of the highlands, but on the more challenging battleground right in the heart of Saigon.

That story was published in the journal *Trình Bầy* (Exposition), number 34, in 1971. And as expected, that issue of the journal was confiscated. Both the author and the director of the journal were summoned to court for the crime of militating against the morale of the army and thereby benefiting the communists. At that time, I was with my unit on a military operation back in the Central Highlands. Receiving the summons to Saigon, I appeared in a court of law as the accused in full military uniform. Even though the whole affair evolved with all court rituals observed, I had the impression that I was in a play in which all actors, from the judge to the public prosecutor, no longer believed in the roles they played. The press, including the military paper, followed the trial and published updates on developments as well as their comments. All this led to a reversal of the normal situation, wherein the Ministry of the Interior found itself shifted in the view of the public from the position of prosecutor to that of defendant. The authorities then seemingly realized that it was not to their advantage to prolong the game of mimicking democratic legal impartiality, and thereupon the trial was quickly concluded with a suspended sentence for the author and a large fine for the magazine.

NMT: Before 1975, the government of the Republic of Vietnam imposed censorship and had firm measures to deal with transgressions exhibited in papers and other publications. The present communist authority is stricter and more oppressive in this area of cultural activities. Let me ask you, what do you think about the situation among the Vietnamese Diaspora? Is there actually some unofficial channel of censorship which is very influential as has been mentioned by many writers?

NTV: For a moment I was surprised at this question. Is there really a system of censorship among overseas

Vietnamese? But then I knew what you mean. Though living in a country full of freedoms, the writer is still under constant pressure from the public, from fellow Vietnamese immigrants. In extreme cases, the pressure is expressed in the form of a gun that immediately and effectively silences the voice of the writer. Less violent are newspaper articles and radio messages carrying heavy criticism, ascribing political colors that are not there in his work. Even more deplorable is the practice of labeling the writer a communist sympathizer. But in so far as I am concerned, if one believes in what one writes, if one believes in justice with all sincerity, and if one does not nurture the bad intention of doing harm to others, why should one be afraid and influenced by outside pressure? And to submit oneself or not to outside influence depends on the strength and spirit of oneself as a writer.

Looking into the overseas Vietnamese press, one recognizes that there really are very subtle forms of censorship or sanction. One such is through manipulating the survival of the paper in question: reduction and withdrawal of advertisements. That kind of threat is real when it comes from those groups having financial and economic power. Concerning this, one should remember that this phenomenon happens not only within the limits of the new Vietnamese community; the American mass media is not free from the control of capitalist forces either. The second type of censorship is achieved through monopolization of a paper by a person or group of persons who publish only their own articles and publicize their own opinions, who even in the name of freedom and democracy assume exclusive right to criticism and at the same time block and reject a dialogue with any other voices in their forum.

In life, even in American society supposed to be most free, the choice of a particular attitude always comes with a price you have to pay. I'm thinking much about the circumstances of a Phan Nhật Nam, a Như Phong, a Doãn Quốc Sỹ – those writers with an eventful past, none of them struggling in the communist prisons for less than 10 years. Had they died in prison they might have been honored as heroes; *unfortunately,* to use the word of author Thảo Trường, after they survived the ordeal and chose to live abroad, they would easily be abused if what they expressed were not exactly to conform to what a number of people among the Diaspora expect.

When in prison, at least it was clear to these writers where they stood, one position or its opposite, black or white. Now that they are back in the outside world, they have stepped into a gray area amidst shouts of applause and of disapproval. Their paths suddenly become complex and much more difficult to tread. Thus, in no time and in no place is there a secure refuge for writers. A writer with a chosen attitude finds every circumstance a challenge.

NMT: Even today, the demarcating borderline between nationalism and communism still exists in both the thought and the actions of a number of people. How about yourself? Have you ever had the feeling that you are a stormy petrel, a bird that forewarns the coming of a storm, when your intuition predicted a few tragic events that befell our people?

NTV: What borderline are you alluding to: the Ben Hai river, the 38th parallel, or the Berlin wall? Is there really an orthodox communist regime, or is it simply a feudalistic authoritarian system in Vietnam at present? Communism is dead, and the capitalist model cannot serve as an example for Vietnam at the threshold of the 21st century. If you look toward the Asian dragons – Taiwan, South Korea, and Singapore – which model do you think fits Vietnam most? There's a very clear borderline between democracy and dictatorship, including the kind of dictatorship promulgated by those who call themselves nationalists but who appear to be no less inclined to violence than did the communists previously. A writer stands on neither side of that artificial divide. Instead, he must look forward to the future. If he is not one endowed with the power to foresee things, he should not be an obstructing force that blocks new visions for a renewed Vietnam.

NMT: When writing do you ever see yourself standing on one side opposing the other side? A writer must be a fighter also, must he not?

NTV: I like the simple, almost rough sentence expressed by author Hoàng Khởi Phong in an interview conducted by the journal *Thế Kỷ 21* (21st Century): "Just to be a writer is enough." It's not necessary to affix a label or any phrase to a writer. The debates that have wasted so much paper and ink, like that between "art for art's sake" and "art for life", or literature of commitment versus literature of fantasy, all are rather contrived, not of any help to both the writer and his audience. Whether he likes it or not, the author's written lines are seen to embody his chosen attitude essentially born of independence and freedom of expression, two ingredients that also mark his dignity as of a writer.

NMT: What do you think about cultural exchange between Vietnam and Vietnamese Diaspora? Unilateral or bilateral? At present and in the future?

NTV: Whether it's a one-way or two-way exchange, we don't need any traffic policemen on either side to monitor the communication process. The most important quality of literature and the arts is freedom of expression; therefore, any restrictions imposed by whichever side deserve condemnation. To have published overseas those works that are banned in Vietnam is meant to not only serve the limited readership outside the country, but partially also to reach the reading public inside the country through avenues provided by current information technology. Everyone can see that freedom of literature and the arts is not a gift that one waits to be given by the government; no matter where he might be, a writer has a price to pay for his chosen attitude.

NMT: Have you read any works published in Vietnam? Can you give us your general impression?

NTV: Before 1975, during my student years and later, I always tried to search out and read books and papers published in the North, including books on literature. Honestly speaking, to a certain extent, the North Vietnamese produced a number of good research works in the social sciences. It was due to a collective effort on their part, coupled with direct financial support from their government. Putting aside the so-called Marxist-Leninist research viewpoint, one should recognize that those published volumes contain a vast amount of data valuable to objective research works in the future.

However, in so far as literature is concerned, in which creativity is of the essence, we cannot but notice that the contrivance of socialist realism has killed off real talent in the generation of writers and artists of the pre-World War-II period and their successors. Having to create under constraints, adhering to the Party's ideology, it's not surprising that what they produced is a type of conformist literature, a whole garden of nothing but uniform marigolds, to quote Phan Khôi who was a member of the *Nhân Văn - Giai Phẩm* group of dissident writers and poets in the North in the late 1950s.

Recently, in Vietnam one talked about *Đổi Mới*, or Renovation, then *Cởi Trói*, or removal of restrictions, from writers and artists. I like what writer Mai Thảo said with regard to this phenomenon, that artists and writers are not pigs and chickens to be tied and untied. Fortunately, at whatever place you can always find courageous writers who either form a movement like that created by the *Nhân Văn - Giai Phẩm* group, or who are independent individuals. Even though they are not successful in their attempt to affect changes, they represent the light at the end of the tunnel, those who nurture hope and plant seeds of protest which mature later on.

In the book entitled *Viết cho Mẹ và Quốc Hội* (Writing to Mother and the National Assembly) by Nguyễn Văn Trấn, published by Văn Nghệ, an overseas publisher, in 1995, there is mention made of a gathering of "members of the Club of Former Resistant Fighters in South Vietnam, where forty men commemorated one man who had been of the *Nhân Văn - Giai Phẩm* group: poet Phùng Quán who had died on the 22nd of January 1995. The living members prayed that the departed soul bear his anger while resting assured that the struggle for human rights and for freedom and democracy was being pursued without slackening." (p. 18)

Someday, when a free and democratic Vietnam comes into being, people will not be able to forget the courage and sacrifice of writers. I'm thinking in this regard of a memorial for the *Nhân Văn - Giai Phẩm* group built right in the cultural capital Hanoi, at the exact place where the Lenin sculpture was previously set. That would be a symbol of freedom for Vietnamese culture. It would also serve to warn against and to challenge potential young dictators in the future.

NMT: In your opinion, have there been changes related to literature in Vietnam following the economic and social changes?

NTV: The term *Đổi Mới* is no more than a figure of speech referring to an inevitable transformation process of communist societies, when the most important leaders themselves no longer believe in communist dogma. In order to survive, they alter and patch up their inconsistent doctrines, and combine socialism with a market economy, like mixing water with oil, no matter how vigorously you stir them they refuse to blend. But on the political level, it would be quite naïve of us, almost like wishful thinking, to demand or expect that they peacefully and smoothly transfer power to the people. Who should be people in this context if not political organizations with real strength, both internal and external?

The experience of Poland in Eastern Europe deserves our consideration. Walesa, the renowned founder and leader of the Solidarity movement that organized free non-communist trade unions, was elected President of the Republic of Poland in 1990, winning victory over the communist party. But only five years later, that very hero of the people was defeated, ironically through a democratic election, by a young former communist of a not-much-distinguished background. But everyone knows that even though the communists returned to power in that country, there is no chance of restoring the old communist regime, because the communists themselves realize what has transpired is an irreversible process.

Coming back to your question regarding changes in literature "after" economic and social changes in Vietnam: in my view, it isn't as if there were no writers as precursors to the renovation movement, though admittedly they were few. Of note was the exuberant movement of the *Nhân Văn - Giai Phẩm* group that exploded on the scene at that point in time when the socialist stronghold was at its most solid stage. Though the movement was crushed, in practice it succeeded in planting seeds of doubt not only among the public but also right in the ranks of cadres who were members of the Party. From the *Nhân Văn - Giai Phẩm* group to subsequent dissident writers and artists, they all were stormy petrels, and in that light they truly and practically preceded renovation and helped propel the collapse of communism. Of course, I don't take into account the type of writers serving the communist government, those who only put on the cloak of renovation on orders from comrade General Secretary.

NMT: What do you think about overseas Vietnamese literature? Are you pessimistic or optimistic about it? And what's your projection of its future?

NTV: Why should there be pessimism? I have a habit, probably shaped by my medical profession, of looking at the half of a glass full of water instead of at the other half which is empty. While still in Vietnam, could you ever have imagined such a scene of variegated publishing enterprises and activities in literature and the arts, in Vietnamese, as currently exists wherever the Vietnamese Diaspora concentrate and live? Vietnamese press, television and radio stations all have developed spontaneously and independently, without any need for support from any government.

Some people make a value judgment on the confused nature, the commercialization, and the low cultural level of those mass media activities. But to be fair, we should give due credit to those activities for their role in maintaining and developing the Vietnamese language as it is used overseas. Gradually we will have better newspapers and radio programs, and books of various genres that are more beautiful in both content and form, either produced by overseas writers or brought out from Vietnam. Furthermore, we have the book-promotion reception that occurs rather frequently, every month, and sometimes even every week, which is a good tradition, one that helps to foster the author-audience relationship. That is to say nothing of the influential effect that such activities have on cultural life inside Vietnam.

Given the electronic facilities for information transmission these days – the computer, the fax modem, and the Internet – when Vietnamese books and articles have begun to appear online, I believe that all efforts of censorship from whichever side will become ineffective. Therefore, I have a very optimistic vision of the future. The Vietnamese language network on the Internet can't possibly run without inclusion of Vietnamese literature. I want to suppose that if there was a second Nguyễn Chí Thiện, he would not have to risk his life running into the British embassy where he would seek help smuggling out of the country *Hoa Địa Ngục* (Flowers from Hell), a collection of his poetry of protest. By the simplest method, he would be able to use a small diskette which stores not only his manuscript but also all available literature of dissent written by people inside Vietnam, and there would not be any difficulty exporting it abroad. As for posting works on the Internet... Well, as an electronic expert yourself, certainly you have clearly visualized what that projected future is likely to be.

Now, with a vision of "The Road Ahead" (to borrow the title of a book by Bill Gates), it's not too early for us to ask ourselves how to use that great freedom on the information-technology superhighway to our benefit. Wouldn't this be a very interesting subject for the second round of interviews you will conduct in the year 2000?

NMT: Do you think there is a standstill in the writing of overseas authors? If you do, can you give some reasons why? And if you see no indication of a deadlock, please also explain your thoughts on this.

NTV: I don't think there is a standstill. Isn't it possible that such an observation has resulted from people's placing too much hope in seeing great works of literature?

When you stop and look at the situation of our writers, you must remember that the earliest date of their arrival in the U.S. was only 20 years ago. There followed batches of them since then. All of them have had to start from the beginning; they have had to adjust to a new way of life – the length of time required for re-settlement being reckoned in terms of years. Uprooted from the homeland, arriving in a place quite unfamiliar and alien, having spent not long enough a time in their adopted country, and seeing their free time reduced almost to non-existence by unavoidable preoccupation with the practical matters of survival, they can't be expected to immediately produce good and substantial works. I think such an expectation is an excessive demand on writers and artists. To my knowledge, at present there exist talented authors who don't announce any grandiose plans for writing, who are quietly and patiently laboring on substantive works that they have long nurtured. Moreover, based on common experience of the aftermath of any war, one should realize that a sufficient distance in time is necessary for past events to settle before one can hope to have great works drawn from them. Indeed, a distance both in time and space is essential for a panoramic view of experience. Many people are worried about the future of Vietnamese culture abroad, when the second generation of Vietnamese immigrants will soon be completely assimilated into the American mainstream, the majority of them forgetting their mother tongue and having no necessity to read printed works in Vietnamese. It is believed that when that situation reaches a pinnacle, the dilemma as to whom to write for will be a type of negative feedback to overseas writers. I myself have a different idea: the Vietnamese language will persist in the Vietnamese Diaspora and will develop further when it targets and is determined to serve the more than 70 million people inside Vietnam.

I also want to refer to the image presented in the *LA Times* of the American Secretary of State's visit to Hanoi after normalization of relations. He was aware enough to seek a dialogue with students and youths as symbolic of a future Vietnam. Witnessing that scene in the Vietnamese capital, 20 years after the defeat of the Americans, an American journalist expressed his impression that only now did Americans win the war in Vietnam, not by the use of firearms but through the agency of a body of entrepreneurs who, equipped with laptop computers, freely enter and exit Vietnam with the aim of building a network for a market economy.

Then I think of the role of two million Vietnamese living overseas. Gone is the time when anti-communist resistance armies were organized, when establishment of a government in exile was advocated, a government in name only without any substance, as everyone knew. Instead, the strength is vast knowledge of science and technology exhibited in a young generation that boasts of a large number of experts, coupled with the economic potential possessed by businessmen. It's precisely these types of people who will form a strong army whose task is not only to liberate but also to contribute to development of a future Vietnam of more than 70 million people, development not meant for any temporary political regime.

In fact, I don't think it's too much of a dream to envision a near future in which we will have books, newspapers and periodicals printed simultaneously inside and outside of Vietnam. There won't be any iron or bamboo curtain to hide realities, and any effort to maintain censorship will become an obsolete utopian exercise. Readers' letters sent out from Vietnam, from Lạng Sơn in the North to Cà Mau in the South, will provide great encouragement to overseas writers and journalists. Wouldn't you think so?

NMT: What great hope do you have for the role of literature in life at present? Do you think you can make out, even very much subconsciously, the fundamental mission that is a haunting question for writers?

NTV: The country was divided and the war lasted for more than 30 years, during which time the language was abused to the utmost in the service of divisive and deceptive political purposes, so much so that it became corrupted. The word and the true meaning it's supposed to carry don't move in the same direction. One talks about damage and loss in terms of human lives and material destruction. But to me it was destruction within living beings who survived the war, and sadly even within the hearts of children whose inborn compassion was decimated by corruption of language as one among a complement of destructive factors. Now I ask myself how many more years it will take to restore the purity of Vietnamese words. It's in this task of restoration that I have high hopes that literature will play an important role. Really, I'm thinking of the function of writers through their authentic works of art which are capable of deeply evoking emotions in the hearts of readers, works in which word and meaning will be joined together as an integral unit, returning to full functionality language as a connecting bridge for communication and dialogue in society.

NMT: How about a day in the life of the author Ngo The Vinh?

NTV: Usually I don't have a day like any other day. Nonetheless, I have a habit of getting up early, taking a brief look at the daily newspaper and watching morning news on TV. Then I arrive at the hospital also very early. If there's no need for me to check on the hospital ward, I will have almost a quiet hour in my office to take care of whatever comes along. I have a flexible schedule, but generally speaking, I devote eight hours a day to my job as a doctor. To me, happiness, in a manner of speaking, is the evening hours in the familial atmosphere where if I don't read, I can sit down at the computer to write or to edit the pages half finished.

NMT: Have you any plans for writing right now? It is said
that you are about to have a work published. If possible,
would you brief us on the content of the work?

NTV: By chance, a friend from London sent me a copy
of my short story "The Battle of Saigon" that was published
in the journal *Trình Bầy* (Exposition), number 34, in 1971.
As I have mentioned, that issue was confiscated because of
my story, followed by the troublesome episode of my
having to appear in court. Anyway, the copy from my friend
gave me a chance to re-read this piece and a number of
short stories I wrote afterwards. They were created at long
intervals between 1970 and 1990, but they show consistency
in content. Therefore, I am planning to have the Văn Nghệ
publishing house put out an edition of a collection of twelve
stories: "Mặt Trận Ở Sài Gòn" (The Battle of Saigon) will
be the first and "Giấc Mộng Con Năm 2000" (A Small
Dream for the Year 2000) the last. "The Battle of Saigon"
will be the title story, and the book is expected to be
available at the beginning of 1996.

NMT: Do you have a lot of dreams? And do your dreams
transcend time and space?

NTV: After having gone through experiences of
disintegration and circumstances thought to be devoid of
all hope, at the age of 50 looking backward to the past and
forward to the future, I seem to still nurture many dreams,
"great dreams, small dreams" – to quote poet Tản Đà' s
expression. After 1975, while still in Vietnam and confined
in prison, like my friends and colleagues, I hoped and
dreamed of what to do once set free. At that point I did not
think of returning to medical practice, but only dreamed of
a book I would write. But eight years after that, upon
coming to the U.S. for the second time in my life – this

time as a refugee – I had to temporarily shelve my literary dreams, so as to cross a river where I would either swim or drown. At times I had the impression of having drowned in the river I had chosen to throw myself in. Eventually I returned to the practice of medicine at the age of 50. In a certain sense, I still love the medical profession, so it's not an exaggeration to say that it's a channel through which I pay my debt for survival to society. Now I have more free time to think about and to work on that book of short stories.

Your question as to whether my dreams transcend time and space reminds me of the point of view expressed by the renowned novelist Nhất Linh, that a good novel remains good no matter where and when it is read. To be able to produce a good work of true value is always the dream of a writer. I'm especially fond of the image in a line of verse by poet Tản Đà: "The load on my shoulder is heavy, while the road is far." As to how far one can walk, it depends on the heart and mind as well as the strength and spirit of each writer, doesn't it?

I have another dream, which is not exactly related to literature, but certainly one shared by all members of the Vietnamese Diaspora: the construction of a Cultural Park complex in the year 2000. It should be completed about the same time, if not earlier, as Valor Park which is to be built by Americans in Maryland. Valor Park is to comprise a series of museums dedicated to the seven wars in which Americans were directly involved since the formation of their country, including of course the Vietnam War. From possibility to actual realization, there is a distance; the distance can be covered by knowing how to reach a common denominator that unites Vietnamese people's hearts.

A doctor friend and colleague of mine, of Jewish extraction, was rather surprised to see the high ratio of Vietnamese resident interns who came to our hospital to undergo practical training. He observed that it took our Vietnamese community only twenty years to progress as much or better than other Asian groups who had arrived here a hundred years ago. When he held in his hands a CD-ROM featuring songs by the well-known Vietnamese composer Phạm Duy, and another featuring Chopin music played by the award-winning pianist Đặng Thái Sơn, my friend added that he could not have imagined us to have entered high technology fields so early. And I'm sure you agree with me that his was not merely a diplomatic comment.

NMT: Lastly, readers would appreciate hearing whatever else author Ngo The Vinh cares to share with them.

NTV: I have always hoped to share thoughts and feelings with my audience through the books I have written and am currently writing. I think also of the readers inside Vietnam.

Interview conducted by NGUYEN MANH TRINH

Little Saigon, California
January 1996

A Book Review by ĐOÀN NHÃ VĂN
The Battle of Saigon and A Small Dream

Đoàn Nhã Văn, real name Lê Tạo was born in Nha Trang. He started writing poetry, prose, literary critique during the early 1990's. His works are published in literary magazines overseas like Văn Uyển, Văn Học, Văn, Hợp Lưu, Văn Học Nghệ Thuật Liên Mạng... He presently resides and works in Southern California. His publications: Bình Minh Đến [poetry, Publisher Ngàn Lau, USA]; Phác Thảo 15 Chân Dung Văn Học [critical essay, Publisher Văn Mới, USA]

*

In the first half of the 1970's, the South was ablaze with the flames of war. The thunders of bullets and bombs reverberated from all over the countryside to the cities.

Newspapers, radios, rumor kept the people abreast of the hot news pertaining to the fighting that unfolded at places bearing unfamiliar names. In the midst of such tumultuous society, cultural anecdotes or literary works only played second fiddle to news that captivated the headlines or the more practical ones that related to people's daily life. Yet, there was a person of the literary circle who was known and talked about by the whole of Saigon, or the South at large because his name was mentioned by all the dailies or weeklies in Saigon at the time. People knew of him not because of his work "Vòng Đai Xanh / The Green Belt" that was awarded the 1971 National Prize for Literature, but rather because his appearance in court after the publication of one of his short stories. Twenty-five years later, 1996, the same story that made him stand before the bench, was used as the title for his collection of short stories. It is "The Battle of Saigon." And that author is Ngô Thế Vinh himself.

"The Battle of Saigon" consists of twelve short stories including five written prior to 1975, one in 1971 and completed in 1981 in Saigon, the remainning six overseas. Years and years of labor have finally come to fruition. A work that reflects various aspirations -- the author called them the Small Dream -- over the course of periods of change in the land with a "S" shape and of a person's life: a military physician, an author inside the country; a physician and exile overseas.

Growing up in wartime, Ngô Thế Vinh has witnessed the inevitable deaths that ensued. As a medical student, burning with youthful enthusiasm, he wanted to do everything in his power to change the face of war, the condition of the country. Consequently, he embodies the aspiration not only of his own but of many in his generation: bring an early end to the war.

Enlisted into the military, having to face death every minute, every second of the time, that yearning grew evermore pressing. Like his friends he had no qualms shedding blood at the frontline to keep a happy and safe rear area. He could not attend the ceremony for the national prize for literature to receive his award because on that day he was going on an "operation in the highlands". While facing the dangers of the battlefield, he kept his faith in the rear. In other words, he expected a "clean" rear from the top leaders down to the common people. A solid rear on which to rely on, a sense of optimism to those who confront "the angel of death" at the frontline. Sadly enough, after wrestling with the horrors at the front, he became disillusioned looking back at the rear. For some, the rear was the place one comes back to relax from the obsession of hostilities and death. But for him and those who shared the same aspirations, looking at the rear, they only saw a spectacle of debauchery, rampant with black marketeering. It pained their hearts. *"The place is animated with boisterous words and laughter, the air thick with cigarette smoke and the scent of hard liquor. There is live music for dancing. Readily available women."* It made him nauseated. Is such a rear deserving of the ultimate sacrifices of his dear friends who succumbed or were injured on the battlefield? What's more, the rear was where people barter for positions, fight for personal interests over the blood and pain of the fighting men. Those scenes have carved in his soul deep life lasting scars. Thus, the lot of a soldier is *"Oftentimes, they were redeployed from distant battlefronts to protect narrow interests, petty selfishness."* Ah! how can one not love the soldiers, how can one not empathize with their loneliness, not feel sorry for them when they had to bid farewell to their forests or jungles *"Only to find ourselves posted right at the heart of Saigon, surrounded by high-rise buildings bustling with prostitutes, adjacent to Hội Kỵ Mã – Cercle Hippique Saïgonnais – the Equestrian Club, where plenty of stud horses were constantly seen with their glossy rumps!"* Thus, he feels the needs for the presence of "social activists", the people who will build a better, saner society. His dream, though modest or ordinary, is very difficult to realize because he is only a small, insignificant clog in a gigantic war machine.

> *"For thirty years now, there have been many heroes in war, while social activists have proved to be few and far between. For our peace of mind, which battlefield should we choose? It may appear to the soldiers that the right battlefield is not the one far away in the border areas of the highlands, but the truly challenging battleground found in Saigon."*

The dream for a better society, the passion burning in a fighter's heart with its beats setting the cadence for the march toward a common cause, all these have been suppressed in its embryo. Eventually, he had to appear before the court because of that short story.

Life during peace time in itself is already a complex proposition. In war time it offers a chance for opportunists to show their faces. You can find them in every corner of the land wearing all kinds of disguise. Listen to Ngô Thế Vinh talk very briefly about one of them to realize that the rear had "social activists" but the counterfeits kinds, the chameleon types.

> *"Among the students, a medical-doctor was bustling about with a hoe in his hand, constantly*

> *lifting his smiling face to be photographed by a member of his family. A few days from now, his socially-concerned face would appear widely in Saigon papers, and, of course, no detail of his on-the-scene personal engagement would be found missing in the daily newspaper that bore his name."*

The war he described is awash with wrenching scenes. A family has two sons. One joined the guerillas in the mountains, the other enlisted with the government forces. During an engagement, the cousins shot at each other. Each lost a leg. Tears welled up in their fathers' eyes. Mother Vietnam has been doing the same thing over her more than 4000 years of tribulations. *"The man reflected on the wretched misfortune that had befallen his clan. The bullet-shattered legs of two children made him think of the collapse of the whole family, and to him the family unit embodied the image of the country"* (page 52) Though the author did not spell it out plainly, he demonstrated that this is an unnecessary war. A war people manipulated, embellished to eventually realize that,

> *"be they from the North or from the South – who, in the name of the Vietnamese Dream of Unification, assumed other labels, each zealously holding an AK or an M16. In fact, at present, in the darkness of night, while fierce rain felled trees and dented rocks, those youngsters might feel lost and afraid in the wilderness of the Central Highlands, at the foot of Truong Son, the Annamese Cordillera, even as they groped about, lay in wait, watched, and sought to kill one another like animals."*

Writing about the war, Ngô Thế Vinh used a pen that was clear, coherent, concise. Consequently, he was able to captivate the readers right from the first page. "The Buddha's Tears" stands out as one of the good stories in the book. The story tells of a reconnaissance team jumping into the battlefield to set "checkpoints" and create chaos at the rear of the enemy. This unit exchanged fierce fire with a very large number of the enemy in an extremely dire and perilous situation. When the fighting died down, two members of the unit walked holding on to each other in friendly territory, the land of Angkor. Seven days later, amidst the ruins of a Khmer pagoda,

> *"And throughout that night, in a deserted Cambodian wat, a Catholic ARVN soldier, exhausted and full of sorrow, knelt down by the corpse of his fallen companion. Directing his tear-filled eyes toward the serene face of the Buddha statue, he prayed with all his heart for the soul of his unfortunate comrade soon to be liberated.*
>
> *Outside, pounding rain raged relentlessly. Wind shook the long dark night enveloping the entirety of mainland Southeast Asia."*

The story ended with a harrowing and heroic image. The Buddha is merely an indirect representation of the beauty and peace all men aspire to. There is no distinction between religions in such a tearful situation. Leaders of all faiths constantly teach and guide people to lead a happy and peaceful existence without getting at each other's throat. That is the dream shared by author Ngô Thế Vinh and all of mankind. But war is occasioned by powerful interests groups negating the longing for peace of the ordinary soldiers or the disadvantaged common people. To conclude the story, he wrote *"Outside, pounding rain raged relentlessly. Wind shook the long dark night enveloping the entirety of mainland Southeast Asia."*

The Vietnamese word *"lung lay"* in the book, in itself is not new, but he uses it artfully in this case. It helps the readers visualize the force, the vigor of the wind; the enormity, the furor of the storm. When one uses the word "lung lay", one often refers to things having a trunk or roots, like when one says: the coconut tree sways in the strong wind, the house shakes in the storm. It conveys an image of a trunk still partly rooted in the ground while the rest of the tree is swaying, leaning, wobbling. But, in this case we are dealing with the darkness of night. What does it stand for? Is it war? If so, then where is its root? What force does the wind represent to be able to sway the roots of war? The readers, depending on his or her own perspective, will come up with different answers. The short story has come to its last word, but it has not really ended, because the author left the readers with unanswered question marks depriving the story of an ending.

With the understanding that by nature war does not start with soldiers, on both sides, Ngô Thế Vinh, the soldier, always carries on his shoulder a humanist message, even in the most perilous moments on the battlefield. Even if you can inflict some additional damage to the other side, peace, for that reason, does not come any sooner. If the soldier is not the root of war, he could not really be the source of peace. Many of his short stories carry that message. Allow me point to a small example in his book.

"When the helicopter squadron had completely moved away from the LZ, the sergeant, who was my close and reliable aide, raised his voice and reminded me.

"I think you forgot something, Grey Tiger," he said.

"No, I did not forget about it this time around," I assured him.

He was referring to the practice of planting a grenade with the safety catch undone under the body of the dead prisoner left on the LZ. More than once the enemy had done that and caused us much damage. But this time, I thought that even if I had used his corpse as another trap and caused a few more deaths, that would not make Peace come any sooner. (Hòa Bình Không Sớm Hơn)

The short story "Người Y Tá Cũ / A Former ARVN Medical Corpsman" is about the ARVN medic named Tụng. After April 1975, he was among the few NCO's of the old regime who have been retained to work at a military hospital. It was at that very place he had the chance to care for his former comrades in arms who were injured. They led a precarious life and their existence was reduced to subsistence level. Naturally, he could not turn away. Doing so would make his pain grow doubly worse. His work brought him joy, the joy of an ordinary medic after the war.

"Perhaps for the rest of his life, Tung would never be able to forget the empty and cold expression in the eyes of the injured ARVN patient inmates, a remote forlorn expression even more depressing than their sadness and despair. Their bodies were not completely dead, but they had totally died in their souls. For them, living was reduced to counting one at a time their remaining days on earth."

Alas! His joy was abruptly extinguished. He was let go and returned to his village to resume the life of a farmer like in the old days. He could no longer help his seriously injured comrades but could now live with his mother. A new even though small joy for him. That small joy did not last long before tragedy struck as he was living a civilian life with his familiar rice fields,

> *"Coaxing and urging the buffalo on, Tung constantly tilted, shifted, and lifted the plowshare from the soil so as to reduce the animal's burden. A refreshing and pleasant sensation penetrated the soles of his feet when he walked on newly turned blocks of earth. Being so absorbed in happy thoughts about the land and the people he loved, Tung was abruptly brought back to the present when he stepped on a hard and cold metal object. Before he could withdraw his foot, a large boom pierced the air and rung in his ears as he screamed, "Mother!" A blinding pain knocked him to his knees. He discovered that his left foot had been blown off. Battlefield experience told him immediately that this had not been a grenade but an anti-personnel mine laid in his field by some unknown person at an unknown time. ... Peace had returned and Tung had contemplated an enduring happiness, but as things turned out, he would be able to do little more than manage his days one at a time."*

His dream in time of war was to be able to live in peace. Regrettably, after April, 1975, the country supposedly had gained independence but the joy was fragile, hanging on a thread! That joy was counted one day at a time.

The ordinary dreams of the people during wartime were stifled in their embryonic stage. The joy after the reunification of the country was counted one day at a time. However, Ngô Thế Vinh never gave up. He continued to journey on the path he has chosen for himself years ago regardless of the countless obstacles and divisions he encountered. For, nothing can stop a heart overflowing with love. Nothing can slacken the march of a soul full of passion for life. At an advanced age in life, leading the life of an exile, the Small Dream for the year 2000 still burns in him as it started since his adolescence.

His modest dream is to create a solid foundation for the Vietnamese exiles and establish a link uniting in kinship and warmth all Vietnamese in the Diaspora.

> *"... the first item of construction he would campaign for was not merely a home base for the International Association of Vietnamese Physicians, but more extensively, a Cultural Park complex comprising a Convention Center, a Museum, a Park. It ought to be a representative project of great scale and high quality, which would be given utmost attention in various stages of construction. As much as the village's / đình làng, or communal house, symbolizes the good of the village, the proposed Culture Park complex would be an embodiment of cultural roots, indispensable roots that should be jealously safeguarded by generations of Vietnamese immigrants from the first days they set foot in this new continent of opportunities. The complex would be like a common ground for the currently very divisive Vietnamese diaspora, and would help younger*

generations advance with pride in their adopted country, while looking toward Vietnam for their true identity." Ngô Thế Vinh always sets his sight forward because values of the past will be stepping stones for the future. Therefore, his wish is for "not a temple to worship in, but a warm sweet home for "A Hundred Children, A Hundred Clans" – Vietnamese descending from the mythological union of the fairy Au Co and the Dragon King Lac Long Quan. This home base would be a location where values of the past were collected and stored, a gathering place where the ebullient spirit of life in the present was demonstrated, and a starting point from which to challenge the course of the future. It was to be, above all, a pilgrimage destination for every Vietnamese no matter where in the world he or she lived.

It is a beautiful dream. A dream not only of his own but of many others. A person not devoted to love of the Fatherland, of the Country will not harbor much expectation for the young generations, will not even think about it. From the first to the last word of the book, readers can detect that glittering devotion.

Nonetheless, dream alone is not enough. Dream not supported by preparation, devoid of a correct direction will turn out to be nothing more than dream. He is fully conscious of it. And here: a suggestion, a direction to turn his dream into reality.

"Each doctor, each dentist, and each pharmacist would contribute US $2,000.00, merely a very small tax-deductible amount set against very big income taxes paid every year in their adopted

countries. With participation of the thousand members, the acquired budget would come to a sum of two-million dollars in cash. Given that financial potential, there would be nothing that the International Association of Vietnamese Physicians, Dentists and Pharmacists could not do…" or "To begin with, if each immigrant simply contributed a dollar per year, Chinh estimated, there would be more than a million dollars in addition to the two million expected from the Association of Physicians, Dentists and Pharmacists, and whatever else from the Society of Professionals and business people. Three million dollars per year was by no means a small amount with which to build the foundation for Project 2000."

To find a solution to the current dilemma or more precisely the expectation to turn dream into reality, this reader has some doubt about his proposal even though it may have come from the bottom of his heart. To organize a drive for contribution among the general public is both difficult and easy. It is difficult because those people probably have low income. It is easy because they are always open to contribute to the common good. The proof: in the past, the people never failed to step up to the plate in the drives to help their fellow refugees and the struggles for common cause. The idea of raising several million dollars per year from the *Association of Vietnamese Physicians, Dentists and Pharmacists* has yet to be tested on account of past experience within the Vietnamese community. Naturally, the readers fully understand that The Small Dream for the year 2000 is only the personal dream of Chính, the medical doctor in the story, or of Ngô Thế Vinh himself. In other words, this is only a short story not a project to attempt to solve once for all the division, balkanization that plague the Vietnamese community living in exile today

Throughout his book, Ngô Thế Vinh rarely mentions the image of a Mother, the Vietnamese Mothers in its truest sense. However, he did include a very moving detail in the book. A mother who feels the unending pains of the land and who possesses a trusting heart that defies the watchful eyes of the regime, a regime in which there can exist no trust between even father and son.

> *"Peace has come and you're home. That's enough to make me happy, no matter what they say. The local cadres had the gall to ask me to remove the framed photos of your dead brothers from the altar. I would never stand for that. Whether your younger brothers were ARVN soldiers or not ARVN soldiers doesn't make any difference; they were still my sons. Is there any family in the neighborhood that didn't have a son in military service at one time or another, who might have been killed in battle? Glory or no glory, what greater pain suffered by a mother than the pain of losing her son? That's what I said bluntly in a neighborhood meeting. If they didn't like it, it's their problem. Seeing me kicking up a row like that, even the head of the Women's Association kept her mouth shut."*

With a few brush strokes he painted a beautiful work of art with well defined lines leaving deep impressions in the viewers. The picture of a mother who is clear minded, resolute, always ready to speak her mind and unafraid to think dangerous thoughts. Her love for her children is immense, limitless. This is another of the author's feats.

The Battle of Saigon shows that Ngô Thế Vinh closely pays attention to his writing style. From the first to the last page, from the short stories written in the 1970's to the most recent ones, he uniformly opts for a clear and concise style. His sentences are not long winded so that to become enigmatic, magical. Nor are they intentionally extremely short with convoluted use of words as it is the current trend. It speaks volume about his care for the language in spite of his many experiences with the ups and downs, the vagaries of life. In addition, readers never see him lose his temper but always calm, collected in his choice of words.

The Battle of Saigon embodies a yearning for a future where the country is not peopled with heroes but social activists to heal the scars left by an unforgiving history. That yearning sparkles in the soul of a medical doctor, an artist.

Authors of their time live and speak the true language of their hearts concerning the events that are unfolding around them. They use their pen to push life to attain to a better and higher level. In a society drowning in problems, through their writings they guide the people on their march to a progressive society. Once done, they continue to struggle to make that progressive society even better and brighter. They remain relentless in their mission. Ngô Thế Vinh is among those rare authors of their time. More importantly, more admirably, over those years, he remains steadfast in his quest for his modest dreams.

ĐOÀN NHÃ VĂN
Văn Học, No. 170, June, 2000

Acclaims for
The Battle of Saigon

Mark Frankland is a former foreign correspondent of The Observer who has worked in the Soviet Union, Indochina, the United States and Eastern Europe. His memoir of the Cold War, 'Child of My Time: An Englishman's Journey in A Divided World" (Chatto 1999), won the PEN / Ackerley Prize for literary autobiography in 2000. His account of the collapse of communism in East Europe, 'The Patriots' Revolution' (Sinclair-Stevenson 1990), was short-listed for the NCR Award. Among his other books are two novels, one of them 'The Mother-of-Pearl Men' set in Viet Nam (John Murray 1985). He now lives and works in London.

MARK FRANKLAND:

"The Battle of Saigon' should interest, and move, anyone who is interested in the fate of Viet Nam. It may also surprise those who know little about the complex attitudes of the South Vietnamese people towards a war whose consequences still shape their lives. Both during the fighting and after the voice of the South Vietnamese has often been ignored. As a foreign correspondent in Viet Nam during the war I was lucky enough to hear something of that voice, largely thanks to the persistence of my Vietnamese assistant. But he was a man of middle age with a large family and could not accompany me into the war zones where he might have helped me understand better the so often misunderstood ARVN soldiers. And it is the mind of the South Vietnamese soldier that particularly interests Ngo The Vinh. In 'The Battle of Saigon' he allows some of those soldiers to speak. The result is a judicious and humane portrayal of men at war which should concern an outside world that gave them so little thought at the time. The author also deals with the political and moral dilemmas of the Vietnamese diaspora in North America, trapped between love of the country they were forced to abandon, the ruthlessness of its present communist rulers, and the sometimes painfully different habits of the Western culture they now live in. Here, too, Ngo The Vinh remains shrewd yet sympathetic. And he shows the same qualities when writing about troubled American veterans who he accepts are as much the war's victims as the Vietnamese themselves. This is a generous and perceptive book".

Tim Page left England at 17 to travel across Europe, the Middle East, India, and Nepal. He found himself in Laos at the time of the civil war and ended up working for United Press International. From there he moved on to Saigon where he covered the Vietnam War for years working largely on assignment for Time-Life, UPI, Paris Match and Associated Press. He became an iconic photographer of the Vietnam War and was wounded four times, once by 'friendly fire'. Tim Page is the subject of many documentaries, two films and the author of nine books including Tim Page's Nam, Ten Years after: Vietnam Today... and founder of the Indochina Media Memorial Foundation. Tim now freelances from Brisbane Australia, and has taken up a position as Adjunct Professor in Photojournalism at Griffith University.

TIM PAGE:

"There have been a succession of books on the Vietnam conflict, though there have been few that have told it from the South Vietnam point of view, from the aspect of the true losers, those who fought for a and believed in the nascent Southern Republic. Ngo The Vinh brings us essays illuminating his experience as doctor with the crack rangers, here in dealing with the dichotomies of combat. He then moves to the disconcerting life of a refugee rebuilding a life in the strangeness of Southern California and the struggle to reestablish in his profession amongst the politically riven ex-pat community of the half million boat people. A perspective totally neglected in prose so far. You will find yourself slipping in the mindset of the soldier doctor, prisoner in the gulag and liberated uprooted refugees through to nascent middle class American. The whole time you hear the plaintive tones of a man attached still to the spiritual roots of that haunting country Viet Nam."

BUI KHIET:

"Ever since before 1975, in the Vietnamese circle of literature and the arts, Ngo The Vinh has been a familiar name. To the circle of physicians, dentists and pharmacists in particular, he is a gifted writer admired by friends and colleagues, not only for his creative talent but also for his dignified personality and his way of thinking. Embedded in each of his works is a perspective on the country. Indeed, all the twelve stories in the collection "The Battle of Saigon" bear out that thematic focus. Fundamentally a very warm-hearted and upright person, he accepted and resigned himself to the position of one caught in a cross fire, all the while being full of compassion and without hatred. Both sides of the conflict seemed uncomfortable and distrustful of him. The reason for their negative feeling was that while using politics for the background of his works, Ngo The Vinh let his conscience guide his presentation and his expression. It was precisely that pure, humane and compassionate conscience that unmasked dark political chicaneries which, like an animal hiding in the dark of night, when exposed to light would wriggle violently in disquieting protest.

Ngo The Vinh's prose is clear, his style highly polished, and his stories substantial. We should read him in order to understand why he has chosen to engage in writing, and for what reason "The Battle of Saigon" makes its appearance overseas".

BUI KHIET
Editor of *Đất Sống – Living Earth Magazine*

PHAN NHAT NAM:

"It turns out that "The Battle of Saigon" has never ended and also will never end. Violent situations, cruel and brutal circumstances have exploded all over the South and spread to the North, to every place where live people of Vietnamese origins burdened with concealed tragedies. And to places where Ngo The Vinh more than once had, as a visionary, perceived heart-rending reality, from which he wrote *The Green Belt* and *The Battle of Saigon*, when both he and I were still very young. The reality also turns out to be that a writer possesses no power other than a sensitive heart that foresees in whole the Collective Pain. And from that time until now, among the Vietnamese, the Vietnam issue has remained as ever saturated with contradiction and opposition between people of all camps in connection to the war. Everyone should read "The Battle of Saigon", re-read it in order to reduce to some extent the cruelty and ruthlessness of the battle prevailing at present in Saigon, even in Hanoi, in the Central Highlands, in each of us here, overseas Vietnamese residing in the United States of America".

PHAN NHAT NAM
Author of *Peace and Prisoners of War*

HOANG VAN ĐUC:

"The writings of Ngo The Vinh incorporate the feelings and thoughts that have grown in him through time and the experiences he underwent during his voluntary term of service with the ARVN. His soul's equanimity as a young military surgeon during the most painful period of the Vietnamese history is admirable.

As an idealist fighting without hatred for the national cause, he was looking for meaning in his existence as a man in wartime and as a patriot – reflecting Descartes' "I think therefore I am." To think for him "is to say no" to the dictatorial military government and to become the unique writer-officer who underwent a special trial in a court of law. These experiences have given momentum to his work as a writer.

Ngo The Vinh is no-nonsense. May he be blessed. And we should all be grateful for his illuminating work".

HOANG VAN DUC, MD, Sc Dr.
Author of *Notebook of Southeast Asia*